అపర్ణ

మాగంటి వంశీ మోహన్

ఇటీవలే యాభై సంవత్సరాల

జీవన సాహచర్యపు

గోల్డెన్ జూబిలి జరుపుకున్న

దంపతులు, జన్మనిచ్చిన తలిదండ్రులు

శ్రీమతి జ్ఞానప్రసూన

శ్రీ శివరామ శర్మ గార్లకు,

అంకితం

అట్టే ఉపోద్ఘాతం లేకుండా ఈ పుస్తకం గురించి రెండు ముక్కలు.

వీటిని కథలు అనవచ్చునో లేదో తెలియదు కాని, నాకొచ్చిన అంతంతమాత్రపు తెలుగులో రాసుకొన్న చిట్టి పొట్టి రాతలు అని చెప్పవచ్చును. వీటిలో సింహభాగం స్వంతాలే అయినా, పబ్లికు డొమెయినులో కాపిరైటు లేకుండా ఉండి అప్పుడప్పుడు చదివిన వివిధ ప్రపంచ దేశాల జానపద కథలకు స్వేచ్ఛానువాదాలు, అనుకరణలు కూడా ఉన్నవి. నాకు తట్టిన ఆలోచనలతో దేశీయంగా మార్పులు చేర్పులు చేసుకొని, మా అమ్మాయి వైష్ణవికి ఒక కథలా చెప్పినవి కొన్ని. ఆ కథలను, ఆ ఆలోచనలను, ఆ మాటలను అక్షరబద్ధం కావించిన ప్రయత్నమే ఈ పుస్తకం.

నాకొచ్చిన ఆ మాటలను, భాషను ఒక చిన్నపాటి కథారూపానికి తీసుకురావటానికి చేసిన ప్రయత్నం కావటం వల్ల ఈ అనగనగలు కథాపద్ధతిగా లేవని అనిపించవచ్చును. దానికి పూర్తిగా నాదే బాధ్యత. బాగున్నవని అనిపిస్తే అది స్వచ్ఛమైన మీ సహృదయత.

ఈ రాతలు గుది గుచ్చి పుస్తకంగా అచ్చువేసే ప్రయత్నానికి సహకారం అందించిన నా భార్య శ్రీదేవిని, అండగా నిలిచిన తమ్ముడు రాం మోహన్ ను అభినందిస్తూ ***సర్వేజనా స్సుఖినోభవంతు***

Copy Right: వీటికి, ఈ అనగనగా కథలకు, స్వంతమైన ఆలోచనలతో రాసినా కూడా కాపీరైటు అంటూ ఏదీ ఉండకూడదని స్వాభిప్రాయం. అందువల్ల ఎవరైనా ఈ కథలను స్వేచ్ఛగా వాడుకొనవచ్చును. వాడుకొంటే, మీకు వీలుంటే, ఈ పుస్తకంలో నుంచి తీసుకొన్నామని ఒక ముక్క చెపితే మటుకు సంతోషం.

ఇవి ఉత్ప్రేరకంగా పనిచేసి ఇంకా ఎంతో మంది, మరుగున పడుతున్న అనగనగ కథలను స్వంతంగా ఆలోచించి విభిన్నంగా లక్షల సంఖ్యలో రాయాలని మనఃస్ఫూర్తిగా కోరుకుంటూ

భవదీయుడు
మాగంటి వంశీ మోహన్
(Vamsi M Maganti)

ప్రపితామహి శ్రీమతి మాగంటి బుచ్చమ్మ గారు,
ప్రపితామహుడు శ్రీ మాగంటి గంగయ్య గారు

నానమ్మ శ్రీమతి మాగంటి రామలక్ష్మి
తాతయ్య శ్రీ మాగంటి రామస్వామి శాస్త్రి

తాతయ్య శ్రీ మాగంటి రామస్వామి శాస్త్రి

అమ్మమ్మ శ్రీమతి కాశీభట్ల కమల
తాతయ్య శ్రీ కాశీభట్ల వీరరాఘవయ్య

యాభైయ్యేళ్ళకు పైగా జీవితం పంచుకుని, జీవన సహచరులుగా ఎన్నో ఆటుపోట్లు తట్టుకొని చాలా ధైర్యంగా నిలబడి, చాలామందికి ఆసరాగా నిలిచి, ఇద్దరు కొడుకులకు మంచి - మానవత్వం - దైవభక్తి - పాపభీతి అలవర్చి మనుషులుగా జీవించడానికి అవకాశమిచ్చిన తలిదండ్రులకు సాష్టాంగ నమస్కారాలతో

మాగంటి వంశీ మోహన్
మాగంటి రాం మోహన్

అనగనగా

అనగనగా ఒక ఊరు

అలాటిలాటి ఊరా అది?

ఏకంగా రాములవారి ఊరు

అవును అయోధ్య!

ఆ అయోధ్యలో రాముల వారు

ఆయనతో పాటు ఆయన తమ్ముళ్ళు

అన్న మాట జవదాటని వాళ్ళు

అన్న అంటే ప్రాణాలిచ్చేసేవాళ్ళు

అన్న కోసం ఏదైనా చేసేసేవాళ్ళు

అలాటి అన్నకు పొద్దున్నే పట్టాభిషేకం

అంతలోనే తంత్రాలు, మంత్రాలు జరిగిన్నై

తుఫానుకు ఓడ తల్లకిందులైనట్టు పట్టాభిషేకం కూడా తల్లకిందులైపోయింది

ఏనాడన్నా సమయం తన దారి తను తప్పుతుందేమో కాని, సమయపాలన తప్పని రామన్న వచ్చేశాడు

సీతతో, ఎన్నడూ వీడని లక్ష్మన్నతో

సర్వాలంకారభుషితుడై వచ్చేశాడు

ఆయనను చూసి వశిష్ఠుడు కళ్ళనీళ్ల పర్యంతమైపోయినాడు

నాయనా అంటూ నోట్లో మాట నోట్లోనే ఆగిపోయింది

రామన్న చిరునవ్వు చెరగలా

భరతుడికి పట్టాభిషేకం అన్నారు

రామయ్యకు వనవాసం అన్నారు

అప్పుడు కూడా రామయ్య ఏమీ మాట్లాడలా

అంతా చిరునవ్వుతోనే ఒప్పేసుకున్నాడు

తమ్ముళ్ళంతా భగ భగ

అన్నను మోసం చేసేశారని

లక్ష్మణుడైతే కత్తి దూశేశాడు

రామన్న భుజం తట్టి నాన్న మాట అని గుర్తు చెయ్యటంతో ఆగిపోయినాడు

భరతుడు ఆగ్రహోదగ్రుడైనాడు

అన్నా, మా అమ్మా చెప్పినా సరే, నాకొద్దిది అన్నాడు

నువ్వెళ్ళద్దన్నా అన్నాడు

కాళ్ళా వేళ్ళా పడ్డాడు

లక్ష్మణ శత్రుఘ్నులు కూడా ఏడ్చేస్తున్నారు

అప్పుడుట, అప్పుడుట రామన్న అందరినీ పైకెత్తుకొని కావులించుకున్నాడు

అంత ఎత్తున ఉంటాడేమో, ఎంతో ఎత్తున ఉంటాడేమో, మిగిలిన ముగ్గురూ భుజాల దగ్గర ఇమిడిపోయారు

తమ్ముళ్ళ ప్రేమకు ఆయన కంట్లో కూడా ఒక చుక్క రాలింది

ఆ చుక్క ఎలా ఉంది?

సాక్షాత్ ఆ సర్వవ్యాపకుడు, ఆ దేవాధిదేవుడు, ఆ లోకరక్షకుడు, లయకారుడు ఆ పరమేశ్వరుడి జటాజూటం నుంచి దిగిపోతున్న గంగమ్మలా ఉన్నది

గంగమ్మలా ఉండటమేమిటి?

సాక్షాత్ గంగమ్మే

ఆ దేవనది

ఆ అమృతసాగరం

భగీరథుడు తీసుకొచ్చినప్పటి గంగమ్మ ఉధృతరూపం కూడా ఈ చుక్క ముందు చిన్నదైపోయింది

ఇంకో చుక్కగా ఉబికి బయటకొచ్చేద్దామా అన్నంత ఇదిగా సంబరపడిపోయింది గంగమ్మ

రామన్న కుడి కన్నులో ఆ గంగమ్మ

ఆ ఏడుపులాటి చుక్కలోనే సంతోషం, గంగమ్మకు విపరీతమైన సంతోషం

అయ్యా, నన్ను మా అయ్య బ్రహ్మ పుట్టించిందే నీ పాదాలు తడపటం కోసం, ఆనాడు బలిచక్రవర్తిని తొక్కేసిన నీ వామనావతారపు పాదాలు తడపటం కోసం పుట్టినదాన్ని, ఈ రోజు నీ కంట్లోకి వచ్చేసానయ్యా, అంతకన్నా అదృష్టం ఏం కావాలని ఆనందభాష్పాలు కార్చేసింది

అంతలోనే స్వార్థం, అంతలోనే గర్వం, అంతలోనే పాదాల నుంచి ముఖంలోకి వచ్చేసానన్న గర్వం

వదిలెయ్ నన్ను వదిలెయ్, నీ శరీరమంతా తడిపేస్తా అంటూ ఉరకలు వేసేస్తోంది

మరి ఆ పరమాత్ముడి ఒళ్ళంతా తడపటం అంటే మాటలా?

కోరిక తీర్చేసుకోవాలని ఉబలాటపడిపోతోంది

గమనించాడు రామన్న

ఆ చిన్నపిల్ల చేష్టలేమిటని సుతారంగా మందలించాడు

ఉహూ వినలా, నీ ఒళ్ళంతా తడిపేసి నా కోరిక తీర్చుకుంటా అంటూ చిందులు వేస్తూనే ఉన్నది

మళ్ళా ఒకసారి చెప్పి చూశాడు స్థితప్రజ్ఞుడు, ఆ పరమాత్ముడు

శివుడు తప్ప నన్నెవరూ పట్టలేరు అంటూ తాండవం చేసేస్తోంది

రామన్న ఒక నవ్వు నవ్వుకొని అదిమి పట్టాడు. అంతే! గజిబిజి అయిపోయింది గంగమ్మకు

ఎడారిలో ఎండిపోయినట్టు ఎండిపోయింది ఒక్కసారిగా

ఉరకలకు చురకలు వేశాడు పరమాత్మ

ఇంకిపోయింది - అంతే!

ఒక్క చుక్కతోనే ఇంకిపోయింది

అయితే ఆ ఒక్క చుక్క పడ్డ తమ్ముళ్ళకు ఎలా ఉందిట?

పరమాత్ముని సేవకులేగా వారంతా

రామన్న వినకపోవటంతో హతాశులైపోయి పడిపోయిన, మూర్ఛపోయిన వారిని ఆ నెత్తిన పడ్డ కన్నీటి చుక్కే మళ్ళీ స్పృహలోకి తెచ్చింది

ఈ లోకంలోకి వచ్చేశారు

భరతుడన్నాడు - అన్నా ఇదే నాకు అభిషేకం, ఇదే నాకు పట్టాభిషేకం, ఇంతకన్నా నాకు వేరే పట్టాభిషేకం ఎందుకు, ఈ రాజ్యం ఎందుకు అని

లక్ష్మణుడు, శత్రుఘ్నుడికి మాటలే కరువైపోయినాయి

అంత ప్రేమ గంగా ప్రవాహం తడిపేస్తుంటే మాటలు ఎట్లా వస్తాయి?

సాక్షాత్ ఆ భగవంతుడు తమ కోసం ప్రేమను గంగలా వదిలేస్తే మాటలు ఎందుకు?

రామన్న అందరిని నెత్తిన ముద్దాడి భుజాలు తట్టినాడు. భుజాలు తట్టగానే వారికి అర్థం అయిపోయింది, ఇక అన్న వెళ్ళిపోతున్నాడని

సుమిత్ర అన్నది లక్ష్మణునితో - ఎట్టి పరిస్థితిలోనూ అన్నను వదలొద్దు, నువ్వూ వెళ్లిపోనని

అమ్మా, ఆ మాట నేనే నీకెలా చెప్పాలని చూస్తున్నానన్నాడు లక్ష్మన్న

రాముడు నా కొడుకే గదుటయ్యా, నువ్వూ రామయ్యా వేరేనా నాకు, అన్నతో పాటే నువ్వు, అన్న ఎక్కడుంటే అక్కడే నువ్వు అన్నదా అమ్మ

అంతే వెళ్ళిపోయినారు, యుగ ధర్మానికి, మాటకు కట్టుబడి వెళ్ళిపోయినారు

రావణ సంహారం చేసినారు

లోకానికి పట్టిన పీడ, అసురల పీడ వదల్చినారు

లోకాభిరామం శ్రీరామం భూయోభూయో నమామ్యహం
లోకాస్సమస్తా స్సుఖినోభవంతు

(గంగమ్మ గర్వభంగం అని రాసుకున్న ఒక ఐదారు కథల సిరీసులో ఒక చిన్న కథ, అసలు రామాయణ కథ కాదు, ఇది నా కథ)

అనగనగా

అనగనగా

అనగనగా రామాయణ కాలం

పరమాత్ముడు పంచవటి తీరంలో ఉన్నాడు

శీతాకాలం వచ్చె

ఉరకలెత్తే గోదావరి చల్లబడ్డది. చలికాలంలా మంద్రంగా మందంగా సాగుతోంది

రాణులు, యువరాణులు ఉత్సవాల్లో వేసుకునే ఖరీదైన, అందమైన వస్త్రాల్లా, రాలిన ఆకులన్నీ బంగారంలాటి ధగధగల పసుపు వర్ణంతో గోదావరి అంతా నిండిపోయి, ఆయమ్మకు చీర చుట్టేసినట్టుంది.

ఆ చీరలో తన నల్లటి మేను దాచుకొంటూ గర్వంగా సాగిపోతోంది. దూరంగా తన నీటితో పెంచి పోషింపబడుతున్న జొన్న కంకుల మీద మంచుబొట్లు మెరిసిపోతున్నయ్. మంద్రమైన గాలికి బయళ్ళన్నీ కనుచూపు మేర దాటి పరుచుకుపోయిన ఆకుపచ్చని సముద్రంలోని అలలు అలలుగా మారిపోయి తలలు ఊచుతున్నాయ్.

పొద్దున్నే పాలు పెరుగు పోసే గొల్ల ఆ రోజుకి సరిపడా మాటాడుకునేంత చల్లని సంగతులు మోసుకొస్తోంది. ఆ సంగతులన్నీ గుది గుచ్చుకొని ఊరి పెద్దలు రాత్రి పూట రచ్చబండ చలిమంటల దగ్గర కథలుగా చెప్పుకుంటున్నారు. సూర్యుడు దక్షిణాయనం ముగించుకోవటానికి ఆత్రపడుతున్నాడు.ఆ ఆత్రంతో హిమగిరుల నుంచి చల్ల చల్లని గాలులు మోసుకొస్తున్నాడు. ఆ ఆత్రంలో మిగిలి ఉన్న పూలన్నిటినీ రాల్చేసి చెట్లను మోడుబారిన వివస్త్రలుగా చేసేస్తున్నాడు

పుష్యమీ నక్షత్రం పులకించిపోతోంది ఎప్పుడు రాజ్యమేలేద్దామని. రాతిరంతా నిద్దరోయి పొద్దున్నే లేచిన గోదావరమ్మ నీటి మీద, తన వొంటి మీద వంపుల్లో సన్నని సెగ విడుస్తోంది. నీటి మీద సెగలు చూసి హంసలు తత్తర పడుతున్నాయ్

అట్లాటి సమయంలో అమ్మ, సీతమ్మ తన నడుముకు బిందెనెత్తుకొని వొడ్డుకు వచ్చింది

అమ్మతో పాటు ఆ పరమాత్ముడు వచ్చినాడు

అన్న వెంటే లక్ష్మణుడు

అమ్మ బిందె నింపుకున్నది

లక్ష్మణుడన్నాడు - అమ్మా నీకీ కష్టాలన్నీ ఆ కైక మూలానా వచ్చినాయి తల్లీ. లేకపోతే ఎక్కడి రాజరికం, ఎక్కడి ఈ వనవాసం అని కైకను తిట్టిపోసినాడు

ఆ మాట విన్న పరమాత్ముడు తమ్ముని భుజమ్మీద చెయ్యి వేసినాడు

ఆయన చెయ్యి పడినదంటే ఎంత కోపమైన ఉఫ్ఫున ఎగిరిపోవటమే. ప్రశాంత చిత్తుడైనాడు లక్ష్మణుడు

పరమాత్ముడు - లక్ష్మణా, ఆయమ్మ మన అమ్మ. అమ్మను ఎవరైనా దూషించుతారా? అమ్మను ఎవరైనా కోపపడతారా?

అమ్మను మాట అంటే నాయనను, ఆయన అమ్మకు ఇచ్చిన మాటను తూలనాడినట్లు కాదు? ఆయమ్మ కొడుకు, తమ్ముడు భరతుడు ఎంత ఆవేదనతో వచ్చినాడు. ఎంత కన్నీరు పెట్టుకొనినాడు. ఆయమ్మ పెంచిన పెంపకం కాదు అదీ. ఎంత మానవత్వంతో, ఎంత మంచితనంతో పెంచితే అంతటి విలువ తెలసి వస్తుంది? అట్లాటి అమ్మ తప్పు చేయదు లక్ష్మణా. అమ్మ చేసిన పనికి పరమార్థం లేకుండా ఉండదు అని చెప్పినాడు లక్ష్మణుడికి నిజం ఎరుక అయినది

అమ్మ మీది కోపం ఎగిరిపోయింది

భరతుడి మీద ప్రేమ తిరిగొచ్చింది

కంట్లో కన్నీరు నిలిచింది

ఆ కంటిలోని చుక్క ఒకటి గోదావరి అమ్మ ఒడిలో పడె

సాక్షాత్ ఆదిశేషువు, ఆ అనంతుడు తన కన్నీటి బొట్టును ఆ నదీమతల్లి ఒడిలో వదలినాడు. వేయి తలలతో, చింత నిప్పుల కళ్ళతో, కోటానుకోట్ల మణులతో ధగధగ లాడిపోతూ స్వామిని అనుక్షణం రక్షించుకునేవాడు - ఆ నాగరాజు

ఆయన కంట కన్నీరు వచ్చిన మొదటి క్షణం

ఆ రోజటి నుంచి ఆ కన్నీటి చుక్కని ఒడిసి పట్టుకొన్న గోదావరమ్మ, ఆ ఒడిసిపట్టుకొన్న ఆనందంతో తెల్లగా స్వచ్ఛంగా మారిపోయింది

ఆ రోజటి నుంచి తన నల్లని మేను మాయమై శ్వేతాంబరాలవంటి నీళ్ళతో పరుగులెత్తుతోంది

-- కృష్ణవేణమ్మ నల్లగా ఉండటానికి, గోదావరి భిన్నంగా కాసింత తెల్లగా ఉండటానికి గల కారణాలు అన్వేషిస్తూ వచ్చిన ఊహతో రాసుకొన్న పిట్ట కథ, నా పిట్ట కథ

అనగనగా

అనగనగ ఒక ఊరు

ఆ ఊళ్ళో ఒక రైతు

ఆ రైతు ఆ ఊరికి పెద్దదిక్కు

ఆ రైతుకు ఒక అందమైన అమ్మాయి

పేరు మహీలత

అమ్మాయికి అందమెంతో సాయపడే గుణమూ అంత

ఊళ్ళో వారందరికీ తల్లో నాలుకలా ఉండేది

నాన్నతో పాటు రోజూ పొలానికి వెళ్ళి పని కూడా చేసొస్తూ ఉండేది

అనుకోకుండా ఆ ఊరికి క్షామం పట్టుకుంది

వానలు లేవు

పంటలు లేవు

ఊళ్ళో వాళ్ళంతా వలస వెళ్ళిపోతున్నారు

రైతు మటుకు ఆ ఊరు వదిలి వెళ్లనని కూర్చున్నాడు

తల్లి నేలను నమ్ముకుని ఇక్కడే ఉంటానన్నాడు

అలాగే ఉండిపోయినాడు

రోజు పొలానికి వెళ్ళి వస్తూ ఉండేవాడు

తనతో అమ్మాయినీ తీసుకెళ్ళేవాడు

కొన్ని రోజులకి వానలు వచ్చినాయ్

నేల తడిసింది

వెళ్ళిపోయినవాళ్ళలో అంతా కాకపోయినా సగమ్మంది వెనక్కి వచ్చారు

వచ్చినవారు పంటలు వేసినారు

వేసిన పంటలే వేసి వేసి భూమిలో సారం అంతా పోగొట్టారు

ఏ పంట వేసినా పెరగదే

ఎన్ని నీళ్ళున్నా ఏ పంటా పెరగట్లా

ఓ రోజు పొలం నుంచి ఇంటికి వస్తుంటే పేద్ద గాలీదుమారం

ఆ గాలిదుమారానికి అన్నీ కొట్టుకుపోతున్నాయ్

ముళ్ళ కంపలు, దుమ్ము, ఇళ్ళ పైకప్పులు ఒకటేమిటి అన్నీ

అమ్మాయి ఒక ఇంటి వసారాలోకి వెళ్ళి తలదాచుకుందాం అనేలోపల ఒక ముళ్ళకంప వచ్చి మొహమ్మీద పడింది

అంతే! కళ్ళు పోయినాయ్ పాపం

నాన్న దిగాలుపడినాడు

ఊరంతా దిగాలు పడింది

అయ్యో ఊరికే అందగత్తె అయిన అమ్మాయికి పాపం కళ్ళు పోయాయే అని

గ్రామదేవత దగ్గరకు వెళ్ళి మొరపెట్టుకున్నాడు నాన్న

అమ్మా, మా అమ్మాయికి చూపు వచ్చేట్టు చెయ్యమని

ఆ తల్లి కరగలా

అలా కొంత కాలం గడిచింది

రైతు ముసలివాడైపోయినాడు

పోయే కాలం వచ్చింది

యముడు వచ్చినాడు

అయ్యా, అయ్యా, నన్ను తీసుకు వెళ్ళిపోతే మా అమ్మాయి సంగతి ఎవరు చూస్తారు? మా ఊరు సంగతి ఎవరు చూస్తారు అని ప్రాధేయపడినాడు

యముడు ఒకసారి కళ్ళు మూసుకొని అంతా తిరగేసినాడు

అమ్మాయి అందరికీ సాయం చేసే అమ్మాయని తెలుసుకున్నాడు

కానీ బ్రహ్మ రాసిన అంధ కర్మను నే తప్పించలేను అని రైతుతో అంటే - అయ్యా అంత ధర్మరాజువు, ఎవరికి ఇబ్బంది లేకుండా ఉపాయమేదన్నా చూడు స్వామీ అన్నాడు రైతు

ఉపాయం ఉన్నది కానీ అది తాత్కాలికమే, అమ్మాయికి కాలం చెల్లినతరవాత మరుజన్మలోనే కాదు ఇక ఏ జన్మలోనూ పుట్టు అంధురాలిగానే మిగిలిపోతుంది అన్నాడు

అమ్మాయికి ఆ సంగతి చెప్పినాడు రైతు

అమ్మాయి సంతోషంగా ఒప్పుకున్నది, కానీ ఒక షరతు పెట్టింది

ఏమని?

నే పుట్టుగుడ్డిగా ఉన్నా, నా ఊరికి, అందులోని వాళ్ళకు, వాళ్ళందరి పొలాలకు ఏ కష్టం రాకుండా ఉండేట్టు, ఆ సాయం నే చెయ్యగలిగేట్టు చెయ్యమని

యమధర్మరాజు ఆ పిల్ల గుణానికి ముచ్చటపడి ఆ వరం ఇచ్చేసి వాళ్ళ నాన్నను తీసుకొని వెళ్ళిపోయినాడు

అమ్మాయి తిరిగి వచ్చిన కళ్ళతో ఆ ఊళ్ళో వాళ్ళకి సాయం చేస్తూ చేస్తూ ముసలిదైపోయింది

కొద్దికాలానికి బ్రహ్మ రాసిన రాత వల్ల పైలోకాలకు వెళ్ళిపోయింది

ఇంతలో మరుజన్మ వచ్చె. పెద్దాయన ఇచ్చిన వరం ఆ జన్మలో పనిచేసింది.

ఆ తర్వాతి జన్మలో పని చేసింది.

అప్పటినుంచి పని చేస్తూనే ఉన్నది

మహీలత కళ్ళు లేని వానపాముగా మారి ఆ ఊరి వారి పొలాలను సస్యశ్యామలంగా ఉంచుతూనే ఉన్నది, అందరినీ సుఖసంతోషాలతో ధనధాన్యాలతో తులతూగేట్టు చేసి ఆనందింపచేస్తూనే ఉన్నది

అట్లా వానపాము, ఆ మహీలత మనకు లభ్యమయ్యింది

ఓం తత్ సత్

-- మహీలత అన్న పదం వానపాముకు పర్యాయం అని తెలసిన రోజు రాసుకొన్న కథ
-- 2012 March 10

అనగనగా

అనగా అనగా అనగా

అనగా అనగా అనగానే ఒక కథ

అనగా అనగా అనగానే ఒక ఊ కొట్టటం

అనగా అనగా అనగానే ఒక అనుభూతి

అలా ఎన్నిట్నో తనలో ఇముడ్చుకున్నది ఆ చిన్న పదం

ఆ చిన్న పదానికి ఎంతో పెద్ద అనుభవం ఉన్నది

అలా ఈ కథకు కూడా

అనగా అనగా ఎన్నో సంవత్సరాల క్రితం
లయకారకుడు, ఆ పరమేశ్వరుడు కాలంతో ఆడుకుంటున్న
కాలం

ఆ కాలం అనే కుర్రది అప్పుడే పుట్టింది

ఆయనే పుట్టించాడు ఆ కాలాన్ని

తన వద్దనున్న బూడిద నుంచి

బుడి బుడి నడకలు నేర్పాడు

నడక వచ్చాక ఇక వదిలేశాడు

కాసంత పెద్దదయ్యింది

ఫరవాలా అనుకున్న తరువాత అమ్మాయిని పరుగెత్తమన్నాడు

అప్పటినుంచి పరుగులు మొదలుపెట్టింది

కొత్త బిచ్చగాడు పొద్దెరగడన్నట్లు, పరుగే జీవితంగా జీవించటం మొదలుపెట్టింది

అనంత విశ్వమంతా తనకు పచ్చికబీడుగా పరుగులుపెడుతోంది

కానీ దేనికైనా సామర్థ్యం కావాలిగా?ఊపిరితిత్తులు తట్టుకోవాలి, పిక్కలకు బలం రావాలి, ఇలా ఎన్నో ఉంటవి

చిన్న వయసులో పర్వతాలు ఎత్తమంటే, ఆయమ్మ కిష్టప్ప కాకపోయింది

సరే, అలా పరుగులు పెడుతుంటే ఒక రోజు ఆయాసం వచ్చింది పిల్లదానికి

ఆ కాలానికి, ఆ పిల్లకాలానికి

చెమటలు ధారాళంగా కారిపోతున్నాయ్

సొమ్మసిల్లిపోతోంది, మూర్ఛ వచ్చేస్తోంది

నాయనా తండ్రీ అని పలవరిస్తుంటే వచ్చేసాడాయన

ఏం చిన్నమ్మా, ఏమయ్యింది అన్నాడు ఆ పరమాత్ముడు

నాయనా పరిగెత్తడం నావల్ల కావట్లా, ఇహ అయిపోయింది నా పని అని ఆ అమ్మాయ్ నీరసంగా విన్నవించుకొన్నది

ఓస్ ఇంతేనా, మహాదేవుడి బిడ్డవు, ఈ కాసింత దానికి అట్లా అలసిపోతే ఎట్లా? సరే నీకొక బంతి ఇస్తా ఆడుకుంటూ అలసట మర్చిపోదువు గాని అని ఒక బంతి ఇచ్చినాడు

బంతి చూడగానే పిల్లదానికి కాసంత హుషారు వచ్చింది

ఆ హుషారు చూచి, ఇక ఫరవాలేదులేనని ఆయన పనిలో ఆయన పడిపోతూ ఒక సావధానపు మాట చెప్పినాడు

అమ్మాయ్, ఆ బంతి కింద పడకుండా చూచుకోనని

హుషారు ఉన్నప్పుడు అందరూ తలలు ఊపేసినట్టే, ఆయమ్మ కూడ తల ఊపింది

కానీ ఎందుకు తల ఊగిందో గుర్తులేదు

ఆటపాటల్లో పడిపోయింది

అనంత విశ్వంలోకి విసురుతోంది

పరుగులెత్తి పట్టుకుంటోంది

విసురులు పరుగులు

అలా కొద్దిరోజులు బానే ఉన్నది
అయితే ఎంత సేపని విసరటం పట్టుకోటం? అదీ విసుగేగా?

ఈసారి పైకి విసిరి పట్టుకోకపోతే ఏమిటవుతుంది చూద్దామని
విసిరేసి అక్కడే నిలబడిపోయింది

ఆ బంతి దిగిపోతోంది

కిందకు దిగిపోతోంది

చేతిలో పడకుండా కిందకు దిగిపోయింది

పడిపోతూనే ఉన్నది

అలా అలా పడిపోయి పడిపోయి దేనికో కొట్టుకున్నది

అంతే! ఫెటిల్లుమని ఒక శబ్దం

దాని వెంటడే పెద్ద కాంతి

కళ్ళు మిరుమిట్లు కొలిపే కాంతి

ఆ కాంతికి, ఆ శబ్దానికి గుండెలవిసిపోయినాయి ఆ పిల్లకు

కళ్లు మూసుకుని నాయనా అంటూ పరిగెత్తుకొని పోయి
పెద్దాయన వొడిలోకి చేరిపోయింది

ఆ బంతిని కింద పడెయ్యొద్దు అని చెప్పానా అని నిమ్మళంగా
అంటూ తల మీద చెయ్యి వేసి నిమిరినాడు పరమాత్ముడు

భయం లేదన్నాడు, ఊరట కలిగించాడు
అయినా ఇంకా ఆయన్ను కరుచుకునే ఉన్నది ఆయమ్మ

కళ్ళు మూసేసుకునే ఉన్నదని గమనించి, అమ్మాయ్ కళ్ళు
తెరువు అన్నాడు

కళ్ళు తెరిచింది అమ్మాయి - అంతా నీలం, పసుపు, ఆకుపచ్చ,
నవరత్నాల రంగులు, కంటికి తెలియనన్ని రంగులు కనపడ్డవి

ఒక్కసారిగా ఆ అమ్మాయికి, కళ్ళన్నీ విప్పార్చుకుపోయినాయి

అయితే పుష్పాలకు పట్టే కీటకాల్లా ఆ రంగుల మధ్యమధ్యలో నల్లని మరకలు

అయ్యా, ఆ నల్లనివేమి అన్నది ఆయనను చూస్తూ

వాటిలో కొన్ని కృష్ణబిలాలు, కొన్ని పాలపుంతలు, కొన్ని గ్రహాలు, కొన్ని నక్షత్రాలు అమ్మా అన్నాడు పరమాత్ముడు

ఇవన్నీ ఎక్కడినుంచొచ్చాయి అన్నది అమ్మాయి

మరి నేను పని చేసుకుంటున్నానుగా అక్కడినుంచొచ్చాయ్ అన్నాడాయన

ముక్కలు ముక్కలుగా ఉన్నాయే అవన్నీ మరి అన్నది అమ్మాయ్

నేనేమో చక్కగా వేటికి వాటికి ఒక ఇల్లు ఏర్పాటు చేసి పెడుతుంటే నువ్వేమో బంతి వదిలేస్తివి, అది వచ్చి అక్కడ నేను చెక్కుతున్న ఉలి మీద పడి బద్దలయ్యింది, దాంతో అవన్నీ ముక్కలు ముక్కలు అయిపోయినాయ్, పోనీలే నేననుకున్నంత

అందంగా కాకపోయినా ఇలాక్కూడా బానే ఉన్నాయిలే అన్నాడాయన

మరి అంత శబ్దం వచ్చింది ఏమిటి అనడిగింది కుమారి దాన్నే మహావిస్ఫోటం అంటారు అన్నాడు శంకరుడు

అసలు నువ్వు ఇవన్నీ దేనితో తయారు చేశావు అని అడిగింది అమ్మాయ్

అణువులు, పరమాణువులతో తయారు చేసాను కానీ, ఇప్పుడు నాకో పని చేసి పెడతావా అన్నాడు మహాదేవుడు

పని మాట వినపడగానే అందాక మర్చిపోయిన బంతి జ్ఞాపకానికి వచ్చి నాకు ఇంకో బంతి ఇవ్వు ఆడుకోటానికి అని గారం చేసింది

బంతి ఇస్తాను, కానీ ఇప్పుడు నువ్వు చెయ్యవలసిన పని ఏమిటంటే ముక్కలు ముక్కలుగా పడిపోయిన ఆ బంతి ముక్కలను ఏరుకుంటూ ఎంత వేగంగా నా దగ్గరికి తెచ్చేస్తావో అంత వేగంగా నీకు ఇంకో బంతి చేసిస్తాను అన్నాడు పరమాత్ముడు

మరి అంత వేగంగా నే పరిగెత్తలేను ఆయాసం వస్తుంది కదా అన్నది చిన్నది

సరే, నీకు ఎప్పటికీ అలసట, ఆయాసం లేకుండా నే వరం ఇస్తాను పో అని భుజమ్మీద చెయ్యేసి పంపించేశాడు

అంతే ఆ రోజు నుంచి ఈ రోజు దాకా ఆ కాలం అలా బంతి ముక్కలు ఏరుకుంటూ పరిగెత్తుతూనే ఉన్నది. ఇంకో బంతి తయారీ కోసం, ఇంకో బంతితో ఆడుకోటం కోసం. ఎప్పటికి ఆ పగిలిన బంతి ముక్కలు అన్నీ దొరుకుతాయో ఆ అమ్మాయికి కూడా తెలియదు. అందాకా మనం అట్లా చూస్తూ ఉండటమే

-- ఓం తత్ సత్

-- ఎనిమిది తొమ్మిదేళ్ళ క్రితం బిగ్ బాంగు గురించి ఒకానొక సాయంత్రం మిత్రులతో పిచ్చాపాటీ వేసుకున్నాక, మా అమ్మాయి కాస్త పెద్దదయ్యాక చెపుదామని రాసుకున్న కథ.

అనగనగా

ఒక అనువాదం

కాగితం పొట్లం ఒకటి చంకలో పెట్టుకుని ఆ కుర్రాడు మెల్లగా డాక్టరు గారి రూములోకి అడుగుపెట్టాడు.

"నువ్వా అబ్బాయ్! రా రా! తేలికగా వుందా ? ఏమిటి విశేషాలు"

"మా అమ్మ మీకు నమస్కారాలు చెప్పమంది. నేను మా అమ్మకి ఒక్కణ్ణే కొడుకుని. భయంకరమైన జబ్బు నుంచి కాపాడి నా ప్రాణం నిలబెట్టారు. మీ ఋణం ఎలా తీర్చుకోగలమో తెలియట్లేదు"

"నాన్సెన్స్ . నేను చేసిందేముంది? నా స్థానంలో ఎవరున్నా చేసేదే నేనూ చేశాను. దానికేనా ఇంత హడావిడి?"

"మా అమ్మకి నేనొక్కణ్ణే కొడుకుని. మేము పేదవాళ్ళం, మీ ఉపకారానికి ఏం ప్రతిఫలం ముట్టచెప్పుకోలేనందుకు సిగ్గుగా ఉంది. మా అమ్మా నేనూ మిమ్మల్ని కోరేదేమంటే..ఈ చిన్న కానుకను మీరు కాదనకుండా స్వీకరించాలి. ఈ విలువైన వస్తువు... దీని విలవ ఇంత అని చెప్పటానికి వీలుకాదు...కంచుతో చేసిన అరుదైన కళాత్మక వస్తువు... "

"ఏమిటిదంతా ? దేనికి?"

"అలా అనకండి. ఇది పుచ్చుకోకపోతే అమ్మకీ నాకూ మనసుకు చాలా కష్టంగా వుంటుంది. అరుదైన కంచు వస్తువు. పాతకాలం నాటిది. మా నాన్న జ్ఞాపకంగా ఇన్నాళ్ళు ఎంతో భద్రంగా దాచుకున్నాం. మా నాన్న పాత కంచు విగ్రహాలు కొని, కళారాధకులకు అమ్మేవాడు. నాన్న పోయాక ఆ వ్యాపారం అమ్మా నేనూ చూసుకుంటున్నాం ఇప్పుడు"అంటూ పొట్లం ఊడతీస్తున్నంతసేపు ఊపిరి సలపకుండా ఉపోద్ఘాతం చెపుతూనే, పొట్లంలో ఉన్న ఆ శిల్పాన్ని తీసి ఉత్సాహంగా బల్లమీద నిలబెట్టాడు.

[అది కొవ్వొత్తులు పెట్టుకునే దీపపు సెమ్మె, మాంచి కళగా ఉన్నది. అయితే ఆ దీపపు సెమ్మె పీఠం మీద ఉన్న దిగంబర విగ్రహ సౌందర్యాన్ని వర్ణించగల శక్తిగాని, సామర్థ్యంగాని ఎవరికీ లేవనే చెప్పవచ్చునేమో. ఆ పీఠం మీద ఉన్న దిగంబర విగ్రహాన్ని చూసి డాక్టరుగారు ఒక్కసారిగా ఉక్కిరిబిక్కిరి అయ్యి మెల్లగా చెవి గోక్కుని గొంతు సవరించుకున్నాడు.]

"అవునబ్బాయ్, చాలా గొప్పగా ఉంది. కాని - కాని - ఏం చెప్పటానికీ మాటలు రావట్లా... ఇల్లాంటి బొమ్మని ఆసుపత్రిలో పెట్టుకుంటే తలకొట్టేసినట్టుంటుంది. అంతకంటే మరేమీ లేదు"

"అలాగనేసారేమండి?"

"సాతాను కూడా ఇంతకన్నా గొప్ప బొమ్మ సృష్టించలేడేమో. ఈ మాయా దిగంబర విగ్రహం ఆ బల్ల మీద ఉంటే ఆసుపత్రి మొత్తం భ్రష్టుపట్టిపోతుంది............"

"మీరనేది చాలా వింతగా ఉంది డాక్టరుగారూ! ఇది సామాన్యమైన శిల్పం కాదు. ఆహా! ఏం అద్భుత సౌందర్యం. ఒక్క క్షణం రెప్పవాల్చకుండా దానికేసి చూడండి. మీ ఆత్మ ఆనందంతో నిండిపోవలసిందే. లౌకికవిషయాలన్నీ క్షణంలో మరిచి పోవలసిందే! ఒక్కసారి చూడండి. ఏం జీవం! ఏం భావం! ఏం విన్యాసం! "

"అంతా బాగానే వుంది. నువ్వు చెప్పిందంతా నిజమే అబ్బాయ్. కాని - నేను పెళ్ళాం పిల్లలూ కలవాణ్ణి. ఇక్కడికి పసిపిల్లలు ఆడవాళ్ళు ఎంతోమంది వస్తూ వుంటారు..పదిమందీ వచ్చిపోయే చోటు ..."

"డాక్టరుగారూ! కళల సంగతి తెలియని వాళ్ళకి ఇందులో వున్న అందం కనిపించకపోవచ్చును. కాని మీరు గొప్పవారు. బాగా చదువుకున్నవారు. మీరూ అందరిలాగే చూస్తే ఎల్లా చెప్పండి? ఏమైనా కాని మీరు ఇది పుచ్చుకోవాలి. పుచ్చుకోకపోతే మా అమ్మకీ, ఆమెకి ఒక్కడినే కొడుకునైన నాకూ మనసుకు చాలా కష్టం వేస్తుంది. మీరు నన్ను బ్రతికించారు. బదులుగా మాకు ఎంతో ప్రియమైన వస్తువును కానుకగా ఇస్తున్నాం. కాదనకండి. నా విచారం ఏమిటంటే దీని జత విగ్రహాన్ని కూడా తెచ్చి మీకు సమర్పించుకోలేకపోయానే అని... "

"ఒకటి తెచ్చింది చాలక రెండోది కూడా తీసుకురాలేదని బాధా? చాలా సంతోషం నాయనా, చాలా సంతోషం. కానీ నేనేం చెప్పేది? నువ్వే ఆలోచించు. పసిపిల్లలు వస్తూ పోతూ వుంటారు. ఆడవాళ్ళు వస్తూ వుంటారు. పదిమందీ వచ్చిపోయే చోటు....సరేలే అయినా నీతో వాదం ఎందుకు. ఆ బొమ్మని అక్కడ పెట్టి వెళ్ళు"

"వాదం మాట చెప్పకండి డాక్టరుగారూ. ఆ పూలకుండి పక్కన పెట్టుకోండి ఈ బొమ్మను . దీని జతకి రెండోదాన్ని తీసుకురాలేకపోయాననే నా బాధ. శలవు"

"హమ్మయ్యా! వెళ్ళిపోయాడు. బొమ్మ బాగుంది; చాలా బాగుంది. చేతులారా అవతల పారెయ్యటానికి మనసొప్పటం లేదు.కాని ఇక్కడ వుంచుకోటానికి అంతకంటే మనసొప్పకుండా వుంది. ఏమిటి చెయ్యటం ? దీన్ని ఎవరికైనా బహుమతిగా ఇచ్చేస్తే? అవును కాని ఎవరికివ్వటం? ఆ మధ్యన కేసులో డబ్బులు పుచ్చుకోకుండా సాయం చేసిన లాయరుగారు ఉన్నాడుగా. స్నేహం మూలాన డబ్బు ఇవ్వటం బాగానూ వుండదు, ఇస్తే పుచ్చుకోడు కూడానూ. ఇక్కడ పెట్టుకోటానికి వీలు లేని ఈ పాపిష్టి బొమ్మని అతనికి బహుమతిగా ఇచ్చేస్తే సరిపోయె. ఒక్క తుపాకి. రెండు పిట్టలు. బాగుందీ ఉపాయం.

అదీకాక లాయరుకి పెళ్లీ పెటాకులు లేవు. ఒంటరిగాడు. నిమ్మళమైన మనిషి".

"ఓ లాయరు బాబూ ఎలా వున్నావ్? నువ్వు నా కేసు కోసం పడిన శ్రమకి కృతజ్ఞతలు తెలుపుకుందామని వచ్చాను. నీతోనేమో పెద్దతలకాయనొప్పి. డబ్బుపేరు చెబితేనే మండిపడతావు. అందుకని నీకో కానుక తెచ్చాను. నువ్వు కాదు కూడదనకుండా పుచ్చుకోవాలి. చూడు... ఏం జీవం! ఏం భావం! ఏం విన్యాసం!"

"డాక్టరూ - బొమ్మ మైమరపుగా, మనోహరంగా ఉన్నది. ఎక్కడ కొన్నావ్ ఈ నమూనా? ఎవరు చేసారో కానీ, ఏం ఊహ, ఏం అందం! ఎంత ఆకర్షణ!....అయినా వొద్దు బాబూ, వొద్దు. నువ్వు నాకేమీ ఇవ్వద్దు. బొమ్మ వొద్దు బెడ్డరాళ్ళు వొద్దు. నాకొద్దిది. దీన్ని ఇక్కణ్ణుంచి తీసుకుపో"

"ఎందుకు ? అంత భయం దేనికి వకీలు సాబుగారూ?"

"ఎందుకా...మా అమ్మ తరుచు ఇక్కడికి వస్తూ వుంటుంది. క్లయింట్లు వస్తూ వుంటారు. అదీకాక ఇంట్లో పనివాళ్ళు ఈ బొమ్మని చూస్తే నామర్దా కాదుటయ్యా? "

"నాన్సెన్స్! నాన్సెన్స్! నువ్వు పుచ్చుకుని తీరాల్సిందే. లేకపోతే నాకు చాలా కోపం వస్తుంది...సరిగ్గా చూడు. ఏం జీవం! ఏం భావం! ఏం విన్యాసం!" అని లాయరు గారి నోట్లోంచి మారుమాట రాకముందే బొమ్మను అక్కడే వొదిలేసి, హమ్మయ్య పీడ వొదిలిపోయిందని తొందర తొందరగా నిష్క్రమించాడు.

"సెమ్మె చాలా బాగుంది కాని, దీన్ని ఏం చెయ్యాలో తెలియటం లేదు. చెత్త బుట్టలో పారేద్దామా అంటే మనస్సు పీకుతోంది. పోనీ ఇంట్లో వుంచుకుందామా అంటే పరువు పోతుంది. ఎవరికైనా దీన్ని బహుమతుగా ఇచ్చేస్తే పోతుంది. ఎవరున్నారూ ? ఆ...నాటకాల్లో విదూషకుడి వేషాలు వేసేవాడున్నాడుగా! వాడికిచ్చేస్తే పోయె. అతను ఇవ్వాళ రాత్రే ఏదో విరాళం పోగుచేసేందుకు ఉచితంగా నాటకం వేస్తున్నానని మొన్న చెప్పినట్టు గుర్తు. ఆ నాటకాన్ని, అతన్నీ మెచ్చుకుంటూ దీన్ని కానుకగా ఇచ్చేస్తే వదిలిపోతుంది. అదీకాక అతనికిటువంటివంటే బాగా ఇష్టం కూడాను."

[ఆ సాయంకాలమంతా ఆ నటుడి డ్రెస్సింగు రూము ఈ అసాధారణ శిల్పాన్ని చూడటానికి వచ్చేపోయే మగవారితో కోలాహలంగా మారిపోయింది. ఆడవాళ్ళు ఎవరైనా వచ్చి తలుపు తడితే, లోపలికి రావొద్దు. బట్టలు వేసుకుంటున్నా అని తిప్పి పంపించేసాడు]

"నాటకం పూర్తి. ఇప్పుడు ఈ బొమ్మని నేనేం చేసుకోవాల్రా దేవుడా? నేనుండేదేమో అద్దెకొంప. నటీమణులు వస్తూ పోతూ ఉంటారు. పోనీ ఇది ఫోటో అయినా కాకపోయె, దబాలున ఎక్కడన్నా దాచి పారెయ్యటానికి! ఇప్పుడు నాకేది దారి? ఓ హెయిరు డ్రెస్సరూ, కాసింత ఉపాయం చెప్పవయ్యా!"
"అంత ఇదైపోయేందుకేముంది? దీని తీసుకుపోయి ఏదో ఒక రేటుకి బయట అమ్మిపారెయ్యి. ఇల్లాంటి పాత సామాన్లు కొనే ముసలమ్మ కొట్టు ఈ పక్కనే వుంది."

[రెండు రోజుల తర్వాత డాక్టరు గారు ఆసుపత్రిలో ఉండగా ఎవరో తలుపు దబాలున తోసినట్లు చప్పుడైంది. చూస్తే చేతిలో కాగితం పొట్లంతో యమదూతలాగా తన తల్లికి ఏకైక పుత్రుడైన ఆ కుర్రాడు. డాక్టరుగారికి పై ప్రాణాలు పైనే పోయినై.]

"డాక్టరుగారూ! ఏం చెప్పమంటారు నా సంతోషం? అదృష్టవశాత్తు దాని జతకి రెండో బొమ్మ దొరికింది. అమ్మ సంతోషానికి అవధుల్లేవ్. మీకు ఇచ్చి రమ్మని పంపించింది. మా అమ్మకి నేనొక్కణ్ణే కొడుకును. నా ప్రాణం నిలిపారు. దీన్ని కూడా పుచ్చుకోండి" అంటూ ఆనందంతో ఉప్పొంగిపోతూ డాక్టరు గారి ముందు పెట్టాడు.

డాక్టరు గారి ముఖం పాలిపోయింది. ఏదో చెపుదామనుకున్నాడు కాని, నోటమాటే రాలా.

ఆంటోన్ చెహోవ్ రాసిన చిన్న కథ "ఎ వర్క్ ఆఫ్ ఆర్టు" కు 2009లో చేసిన స్వేచ్ఛానువాదం

అనగనగా

అక్షరంబే తల్లి
అఖిల విద్యలకు
అక్షరంబు లేనివాడు
ఇలలోన అబలుండు
బిచ్చమైనను పుట్టదు
వానికి పృథివిలోన
నా గులాబీ అక్షరంబే
నవలా లోక రక్షకంబు

-- ఇది నేను మా చల్లపల్లిలో గులాబీ పూల మీద నవల ఎప్పటికైనా రాస్తానని శపథం పట్టిన ఆనందు నోట కొన్ని వందల సార్లు విన్న మాట, పాట

దానికి మాతృక ఈ చాటువు అని తర్వాత, కాస్త పెద్దయినాక, తెలిసింది నాకు

అక్షరంబు తల్లి యఖిల విద్యల కెల్ల
నక్షరంబు లోకరక్షకంబు
అక్షరంబు లేని అబలున కెందును
భిక్ష పుట్టబోదు పృథివిలోన

సరే, అదలా పక్కనబెడితే, ఈ చాటువుకు, కింద రాయబోయే దానికి ఆట్టే సంబంధం లేకపోయినా ఆ చాటువు రగిలించిన వ్యధ, ఆలోచన ఈ రాత. అంతే అంతకుమించి ఏమీ లేదు

భిక్ష

ఆదిభిక్ష

అనాది భిక్ష

ఎన్నో వందల సంవత్సరాలుగా మన జంబూద్వీపంలో తిష్ట వేసుకున్న వరం

కొన్ని జీవితాలకు శాపం

యాయవారం

అమ్మా కబళం

అయ్యా ఏదన్నా ఉంటే పెట్టండయ్యా

అమ్మా ఒక పైసా దానం చెయ్యండమ్మా

ఇది - ఈ భిక్ష - ఎన్నో జీవితాలకు మానవత్వంగా ప్రాణం పోసిన వ్యవస్థ

మానవులను మానవులుగా బతకనిచ్చిన రూపం

సాక్షాత్ పరమశివుడే భిక్షుకుడు

చేతిలో కపాలంతో ఆదిభిక్షువు అని పిలిపించుకోవటం ఆయనకు అత్యంత ప్రీతికరమట

ఈ మాట ఎప్పటినుంచో ఉన్నా, చలనచిత్ర మాధ్యమంగా సీతారామశాస్త్రి ప్రచారములోకి తెచ్చినారు

అది అలా వదిలిపెడితే ఈ భిక్షకు ప్రధాన కారణాలు - ఆకలి, సోమరితనం, పరిస్థితులు

ఆకలి గొన్న వాడికి భిక్ష వెయ్యటం ఉత్తమం. పుణ్యలోకాలకు మణిమయరత్న దారి అది

పరిస్థితుల మూలాన భిక్షకు వచ్చినవాడికి సాయం చెయ్యటం మధ్యమం. పుణ్యలోకాలకు రాళ్ళు రప్పలతో కూడిన దారి అది

సోమరితనం మూలాన భిక్షకు వచ్చినవాడికి సాయం చెయ్యటం పాపం. పాపలోకాలకు ముళ్ళ కంచెలతో కూడిన దారి అది

అపాత్ర దానం నరకలోకాలకు ఆరోహణపర్వం

భిక్షలో ఆత్మాభిమానం చాలా ఎక్కువ పాలు పనిచేస్తుంది

తన మీద తనకు గౌరవం, నమ్మకం ఉన్నవాడు చస్తే భిక్షకు పోడు. ఉపవాసమన్నా ఉంటాడు కాని, భిక్షకు పోడు

అలాటి వారిని, వారి మన:స్థైర్యాన్ని చూసి మనవారు ఒక సామెత కూడా చెప్పినారు

భిక్ష కన్న ఉపవాసము మేలు అని

ప్రాణాలకు ప్రమాదము వచ్చినపుడు మటుకు బిచ్చమెత్తవచ్చును

అక్కడా ఈ పై సామెతనే తిరగవేసి చెప్పినారు పూర్వీకులు

ఉపవాసము కన్న బిచ్చము మేలు అని

ఎందులకు?
ఏదన్నా సాధించాలంటే మనిషి బతికుండవలె కద. అందులకు!

బిచ్చము కొరకు బయలుదేరితే సొంత జీవితానికి బిచ్చము వేసి బతికించుకొనవచ్చును. అందులకు!

అన్నిటికన్నా బతుకుట ముఖ్యము

ఇక్కడో పిట్టకథ చెప్పుకొనవలె

అనగనగా ఒక ఊరు

ఆ ఊరిలో ఒక కుటుంబం

ఇంటాయన పరమ పిసినారి

ఇంటావిడ ఔదార్యస్వభావురాలు

బిచ్చగాళ్ళు వచ్చేవారు

ఆవిడ కొద్దో గొప్పో భిక్ష వేసేది ఆయన చూడకుండా

ఒక రోజు చూడనే చూసినాడు. ఉగ్రుడైపోయినాడు. ఆవిడకు పెట్టే తిండిలో కోత విధించినాడు

అయినా తన కోతలోనే అప్పుడప్పుడు ఇతరుల కడుపు కోత, ఆకలికోత తీర్చేది

అది చూసి ఆవిడను పస్తులుంచాడు

ఆ సంగతి తెలిసిన భిక్షకులు ఉగ్రులైనారు

ఆ తల్లి బిచ్చమేసిన భిక్షకులు ఆ ఇంటిని ముట్టడించినారు

తమ జోలెలలో ఉన్నదంతా ఆయమ్మ కాళ్ళ ముందు పెట్టి అమ్మా అని ఆప్యాయంగా తినిపించినారు

పిసినారిని చావచితక బాదినారు

అట్లా తమ ఋణం తీర్చుకొనినారు

ఆరోజటి నుంచి పిసినారి మారినాడు

మానవత్వంతో మెలగినాడు

సరే, పిట్టకథ వదిలి మళ్ళీ సంగతిలోకి వచ్చేస్తే భిక్షువులు నాల్గు రకములని ఉవాచ

కుటీచకుడు

బహూదకుడు

హంస

పరమహంస

ఇవియన్నీ విష్ణుస్మృతిలో వివరించబడినవని పండితుల మాట

ఈ విష్ణుస్మృతికి, 16వ శతాబ్దిలో టీక రాసినవారు కాశీ నివాసి శ్రీ నాదపండితులని ప్రతీతి

అద్దానియందు వైష్ణవుల దైనిక జీవనము, వైష్ణవిక బిక్షాటన మొదలగునవి వివరించబడి ఉన్నవి

ఈ భిక్షుకులు చేయునవి ఐదు రకాలు

మాధుకరము
అసంక్లప్తము
పాక్ ప్రణీతము
అయాచితము
తాత్కాలికము అని

అన్ని భిక్షలు ఈ ఐదిట్లోకి చేరవలసిందే

ఎక్కడిదాకో ఎందుకు మన మహాభారతమే సాక్షి

శకుని మామే సాక్షి

కారాగారంలో ఉన్న ఒక్కొక్కరికి ఒక్క మెతుకు బిచ్చమెయ్యగా, ఆ మెతుకులే కలిపి ఒక్క ముద్దగా చేసి బతికించినారు మామను

తన ఒక్కడి కోసం కోసం తమ ప్రాణాలను పణంగా పెట్టి ఆహుతైపోయిన కుటుంబం కోసం రగిలిపోయిన మామ తన ప్రతీకారం తీర్చుకొన్నాడు

వంశాలకు వంశాలే సర్వనాశనం ఒనరించినాడు

ఆ కోపాగ్నిలో మహా సమిధలను పేర్చినాడు

మహాభారతమే జరిగించినాడు

మహాభారతంలో మహావ్యక్తి ఎవరన్నా ఉన్నాడంటే అది ఆ కృష్ణ పరమాత్మ తర్వాత శకుని మామే

ఆయన లేకుంటే వినాశనానికి మార్గముండదని పరమాత్మ ఆ జీవన్నాటకము వేయించినాడు

భిక్ష చేత అంత పని చేయించినాడు ఆ జగన్నాథుడు

ఇదే భిక్ష ప్రాణాలకు పెడితే క్షమాభిక్ష. తప్పు చేసి శిక్ష పడినవాడు సత్ప్రవర్తకుడిగా మారిపోయినపుడు వానికి క్షమాభిక్ష ప్రసాదించబడును

కొన్ని సార్లు పరిస్థితుల ప్రభావం వలన క్షమాభిక్ష ప్రసాదించబడును

పరిస్థితుల ప్రభావం వల్ల, బంధుత్వం వల్ల, సమయం ఇంకా రాకపోవటం వల్ల ఆ కృష్ణ పరమాత్ముడు శిశుపాలుడికి క్షమాభిక్ష పెట్టినాడు

వందతప్పుల వరకు క్షమాభిక్ష పెట్టినాడు. వాడు, ఆ శిశుపాలుడు బిచ్చమే కదానని అలుసు చేసినాడు

బిచ్చాన్ని చీత్కరిస్తావా అని ఆ పరమాత్మ వాని తల తీసినాడు

ఆ పరమాత్మే అరివీర భయంకరుడైన అశ్వత్థామకు క్షమాభిక్ష పెట్టినాడు

కేవలం గురుపుత్రుడన్న కారణంతో. శివాజ్ఞ మీరరాదన్న కారణంతో

పుత్రభిక్షలు మన చరిత్రలో, ఇతిహాసాలలో కోకొల్లలు

భవతీ భిక్షాందేహి అన్న మాట లేని ఇతిహాసమే లేదు

రావణుడు ఆ భవతీ భిక్షాందేహి మాటతోనే అమ్మను తీసుకొనిపోయినాడు. వాని చావు వాడే కొనితెచ్చుకొనినాడు. ఆ మాట లేకున్న రామాయణమే లేదు కద

అంత శక్తి ఉన్నది భిక్ష అను పదమునకు
భవతీ భిక్షాందేహి అన్న మాట లేని చరిత్రే లేదు

భవతీ భిక్షాందేహి లేకపోతే మనకున్న స్తోత్రాలు, పంచకాలు సర్వ భక్తిప్రపంచమే ఉండేది కాదు

శంకర భగవత్పాదులు ఆ మాట పుచ్చుకునే కదా అంతటి భక్తి సామ్రాజ్యాన్ని మనకు బిచ్చము వేసినారు

అన్నమయ్య ఆ వెంకన్న పాదముల బిచ్చము కొరకే కదా అంత సాహిత్యము మనకు బిచ్చము వైచినాడు

త్యాగరాజు ఆ రాములవారి సాక్షాత్కార బిచ్చము కొరకు మన కర్నాటక సంగీతాన్ని సుసంపన్నం చేసి మనకు బిచ్చముగా వదలినాడు

ఇట్లా ఎన్ని చెప్పుకొనవచ్చును, ఇంకెన్ని రాయవచ్చును

బిచ్చమే కదానని తీసిపడవేస్తే, చీత్కరిస్తే నీవు మానవుడిగా మిగలవు

మానవత్వమే నిను మరవదు

ఓం తత్ సత్!

అనగనగా

అనగనగా

అనగనగా బ్రహ్మ సృష్టి చేస్తున్న కాలం

సృష్టించటం అయినాక విశ్రాంతి తీసుకొంటున్నాడు

ఇంతలో హాహాకారాలు వినపడ్డవి

ఎవరివి?

భూదేవివి

ఏమిటీ, ఏమయ్యింది అంతలా ఏడుస్తున్నావెందుకు
అన్నాడీయన

అయ్యా, సృష్టి చేసి వదిలేసావు, మానవులంతా తామరతంపరగా పెరిగిపోయినారు, వారి భారం నే భరించలేనంతగా అయిపోయింది - అందుకూ ఈ ఏడుపు అన్నదావిడ

ఆలోచించినాడు

ఆలోచించి ఆం ఫట్ అని మృత్యువును సృష్టించినాడు

దేవరా ఏమి ఆజ్ఞ అనె మృత్యువు

ప్రాణులు పెరిగి భూమి భారమైపోకుండా కాపాడటమే నీ పని - ఫో అన్నాడు పెద్దాయన

సరే అని భూమ్మీదకు వచ్చేసినాడు మృత్యువు. చంపుదామని యోజనం పొడవున్న కత్తి, పది యోజనాల పొడవున్న పాశమూ వెంట తెచ్చుకున్నాడు

చూస్తే బ్రహ్మ చెప్పినదానికి ఇక్కడ పరిస్థితికి చాలా తేడాగా ఉన్నది. అంతా ధర్మంగా ఉన్నది, అందరూ ధర్మవర్తనులుగా ఉన్నారు

ధర్మంగా ఉన్నవారిని మట్టుపెట్టటం ధర్మం కాదని మృత్యువు వెనకాడినాడు. ఒక పక్క భూదేవి ఆక్రందనలు వినలేకపోతున్నాడు. ఇంకో పక్క అధర్మం చెయ్యకూడదని నిశ్చయం. ఏమీ పాలుపోవట్లా

ఇట్లా కాదని, ఈ బ్రహ్మతో పెట్టుకుంటే ఇంతే సంగతులు అని ఎకాఎకిన శివయ్యను ప్రార్థించాడు

ఆ పరమాత్ముడు వచ్చినాడు

దివి నుండి భువికి వచ్చినాడు

మృత్యువు కోసం వచ్చినాడు

ఏమిరా ఏమి నన్ను పిలిపించినావేమి అన్నాడు

నాయనా, తండ్రీ - ఇలా ఉన్నది చిక్కు, ఇలా ఉన్నది నా మనఃస్థితి ఏం చెయ్యమంటావు చెప్పు అన్నాడు

పరమాత్ముడు నవ్వినాడు

ఓస్ ఇంతేనా అనినాడు. ఏది ఎట్లా ఉన్నా మాత కంట కన్నీటి చుక్క రాలకూడదన్నాడు

మృత్యువన్నాడు - అయ్యా నీవే దిక్కు నేను ధర్మం తప్పకుండా చూడు అని

పరమాత్ముడు తన జట నుంచి ఒక ముక్క పీకి భూమాత మీదకు విసరినాడు

ఈర్ష్య, అసూయ, లోభం, కోపం అను నాలుగు గణాలు పుట్టుకొచ్చినవి

ఈ రోజటి నుంచి మీరంతా ఆ మృత్యువుకు భృత్యులు అని ఇంకేమీ చెప్పక అంతర్ధానమైపోయినాడు.మృత్యువు పని కుడితిలో పడ్డ ఎలకలా అయినది

ఇవన్నీ నాకొదిలిపోయినాడేమని ఆవేదన పడ్డాడు. ఇదేమిరా ధర్మం అడిగితే ఇట్లా అయినదేమని. కొద్ది సమయం గడచినాక స్థిమితంగా కూర్చొని ఆలోచించినాడు. ఈ నాలుగు గణాలను మానవుల మీదకు వదిలి చూద్దాం అసలు ఏమవుతుందోనని అంతే - మానవులు ధర్మం తప్పి ప్రవర్తించటం మొదలుపెట్టినారు

వారిలో స్థితప్రజ్ఞులు ధర్మం పక్కన నిలబడినారు, గణాచార్లతో పోరాడినారు, తరిమి వేసినారు

మృత్యువుకు జ్ఞానోదయం అయినది

అలా ధర్మం పక్కన నిలబడని వారినందరినీ తన కత్తికి, పాశానికి బలి చేసినాడు

అమ్మ కంట కన్నీరు ఒలకక చూసుకొన్నాడు. ఇంకా చూసుకుంటూనే ఉన్నాడు

ఆ అమ్మ తనయుడు. ఆ మృత్యువు.ఆ శివ వరప్రసాదితుడు

ఓం తత్ సత్

- ఎప్పుడో చదువుకున్న ఒకానొక అమెరికన్ జానపద కథ, పీటర్ అండ్ డెవిల్ ఆధారంగా మన వాతావరణానికి తగ్గట్టుగా, నాకు తోచిన విధంగా మార్చుకొని రాసుకొన్నది

అనగనగా

ఉట్టి

చిక్కము

ఉగ్గము

ఇవన్నీ ఒకేదానికి పేళ్ళు

ఉట్టి అంతా తాడే

ఉత్త తాడు

తాడే కదాని అలుసు చేయకు దాన్ని

చాలా బలమైంది అది

తాడును ముప్పేటగా వేసి అల్లిపారెయ్యటమే

అయితే అల్లటానికి ఒక విధానమున్నది

ఆ విధానాన్ని ముప్పోగు విధానమంటారు

దారాలతో అల్లవచ్చు

కంబారు తాడుతో అల్లవచ్చు

జనపనారతో అల్లవచ్చు

ఎలా అల్లినా కుండలు, పిడతలు పెట్టుకోటానికి వీలుగా ఉండేదే ఉట్టి

అపార్టుమెంటులు గట్రా లేని కాలంలో, పూరి గుడిసెలు, సావిడి ఇళ్ళు ఉన్న కాలంలో వంట ఇంటికి, అందులోని పదార్థాలకు చాలా మంది శత్రువులు ఉండేవాళ్ళు

ఎలకలు, పిల్లులు, కుక్కలు వగైరా కాకుండా ఇంట్లోని పిల్లలు కూడా. ఈ శత్రువుల బారి నుంచి తప్పించుకోటానికి కనిపెట్టిన వజ్రాయుధమే ఉట్టి

ఉట్టి కట్టి అందులో పెడితే అది అందుకోటం ఆ శత్రువుల తరం కానే కాదు. కిందపడి నడుములో కాళ్ళో విరగ్గొట్టుకోటమే. అంత పని దాంతో

ఒక్క కిష్టప్పకు మటుకు అందేది అంతే. ఆ పరమాత్ముడు ఆ ఉట్టిని ముట్టుకొని ధన్యం చేసినాడు. అంత చరిత్ర ఉన్నది ఆ ఉట్టికి

ఇక పండగలకొస్తే ఉట్టి కొట్టటం అనేది వినోదమైన కార్యక్రమం

గోకులాష్టమికి ఉట్టి కొట్టాల్సిందే

పాత కాలంలో అనగా చాలా సంవత్సరాల కితం అన్న మాట, ఇప్పట్లా ఉండేది కాదండి. ఓ తతంగం ఉండేది

నున్నగా ఉండే స్తంభం ఒకటి పాతి, దాని చిటారు కొమ్మన నాణాలు ఒక సంచిలో కట్టి పెట్టేవాళ్ళు. ఎవడైతే ఆ నున్నని స్థంభం మీదకెక్కి ఆ సంచి కొట్టుకొస్తాడో వాడు మొనగాడు ఆ ఊరికి.

ఊరికే కొట్టుకురాటమే అయితే ఎవడన్నా చేస్తాడు. అందుకని ఆ ఉట్టి ఆటను ఇంకాస్త కఠినం చేసినారు మన తాత ముత్తాతల తాత ముత్తాతలు

స్తంభం ఎక్కుతుంటే నీళ్ళు కొట్టండిరా అని నియమం తీసుకొచ్చినారు

అంతే - ఆ రోజటి నుంచి తిరుగులేని మొనగాళ్ళు పుట్టటం మొదలయ్యింది

ఆ మొనగాణ్ణి అల్లుడిగా చేసుకోటానికి ఊళ్ళో ఆడపిల్లల తల్లిదండ్రులంతా పోటీ పాడేవాళ్ళని రంగనాథ రామాయణం చెపుతుంది

ఉట్టి మన సామెతల్లో చేరి లక్ష సంవత్సరాలయ్యింది

ఉట్టి కట్టుకొని వేళ్ళాడు అన్నదొకటి

హరిశ్చంద్రుడిని తలపోస్తూ

నెట్టన సత్యంబు నెరపెద ననుచు
ఉట్టి గట్టుకు వ్రేలుచున్నాడు వాని
గలచి బొంకింప నెక్కడ సందు లేఖ
తలపోసి ఈ రీతి తపము సాలించి
తిట్టున కొడిగట్టి తిరుగుచున్నాడ

అని ఒక పద్యము ఉన్నది కూడాను మనకు

ఉట్టిలో పెట్టిన గుమ్మడికాయలా ఉన్నాడు అని ఇంకొకటి

ఎంత ఇది వచ్చినా కదలక మెదలక మట్టగా కుదురుగా కూర్చునేవాడిని చూసి పుట్టిన మాట అది

గుమ్మడికాయ సంగతి వచ్చింది కాబట్టి - ఉట్టిలో గుమ్మడి కాయ పెట్టి గృహప్రవేశం సమయంలో ఇంటికి వేళ్ళాడదీస్తారు

దానికి ఆకాశ ఉట్టి అని పేరు

ఆకాశానికి దిష్టి కొడితే ఎక్కడికి పోను

అందువలన ఆ గొప్ప పేరుతో వచ్చినారు మన దేవతాసమాన పూర్వులు

ఎంతటి పదసంపద ఉన్నదండి, ఎట్లా పోగొట్టుకుంటున్నామండి?

ఉట్టికెక్కలేనమ్మ ...అంటూ ఇంకొకటి

చిన్న పనులే చెయ్యలేని వాళ్ళు పెద్ద పనులు ఎట్లా చెయ్యగలరు అని ప్రశ్నిస్తూ ప్రశ్న సమాధానం రెండూ ఇచ్చివేసే సామెత ఇది

ఉట్లు ఊడిపడేట్టు వచ్చింది అన్నది మరొకటి

అంటే ఓ సారి ఊడిందంటే ఆ పడిపోయే ఉద్ధృతి ఆపడం ఈ ప్రపంచకంలో ఎవడి వల్లా కాదు

ఇక్కడో చిన్న వేదాంతం చెప్పుకుందాం

ఉట్టికి తాడే ఆధారం అని చెప్పుకున్నాం కదా పైన

ఎంత బరువు మోస్తుంది ఆ ఉట్టి అన్నది వివాదమే. ఈ ఉట్ల తాళ్ళను ఉట్టిశేర్లు అంటారు. వివాదం పక్కనబెట్టి ఇంకో చిన్న సంగతి మాట్లాడుకుందాం

ఎంత బరువైన కుండ పెట్టినా ఆ ఉట్టికి ఆధారం ఆ తాడే, అది తెగిందంటే అంత బరువూ ఢామ్మనాల్సిందే

కర్మ కూడా అంతే, అది తాడు లాంటిది

మంచి చేసేవా బరువు తేలికైపోయి ఉట్టిలాటి ఆ పరమాత్ముని ఒడిలో చక్కగా కూర్చొనుంటావు

చెడు చేసావా బరువు పెరిగిపోయి ఉట్టిలాటి ఆ పరమాముంచి ఒడిలోంచి చక్కగా జారి పడిపోతావ్

నువ్వు పడిపోతావ్ అనటం కన్నా ఆయనే వదిలేస్తాడు అనటం సబబేమో

సరే వేదాంతం పక్కనబెడితే చింతపండు వాడేప్పుడు ఈనెలు అవీ ఉంటాయే వాటిని చింత ఉట్లు అంటారు

అతిశయంగా ఉన్నవాళ్ళని ఉట్టిపడుతున్నారు అనటం కద్దు. జీవకళ ఉట్టి పడుతోంది అంటే తెగిపోయిన ఉట్టి అకస్మాత్తుగా ఎంత ఉధృతిగా వస్తుందో అంత జీవం కళ కళగా ఉన్నదని అర్థం

అట్లా అంత చరిత్ర ఉన్న ఉట్టి ఈ రోజు ఎక్కడో తప్ప కనపడట్లా....దాని కర్మం అట్లా కాలింది

అది కాలటమేమి? మనమే చేజేతులా కాల్చేశాం

ఓం తత్ సత్

(February 13, 2013)

అనగనగా

నది

సరస్వతీ నది

ఎన్నో యుగాలు మన దేశానికి ఫాలభాగాన ప్రవహించిన జీవనది

దేవతల నది

దేవతలకోసమే ఆ నదిలో పద్మాలు వికసించి లెక్కకు మిక్కిలిగా, కోటానుకోట్లుగా ప్రవహించేవి

ఆ పద్మాల కాంతిలో ఎర్రగా ధగధగలాడిపోయేది ఆయమ్మ. ఆ పద్మాలు తీసుకొనిపోయి దేవతలు ఆ పరమాతమ నివాసాలైన కైలాసాన్ని, వైకుంఠాన్ని అలంకరించేవారు

అదంతా వేదకాలం నాటికి

ఆ వేదాలు చదివే వారి స్వరాలు వింటూ వారి కంఠోధ్భృతిని బట్టి
ఆ వేదంలో ఓలలాడుతూ ప్రవహించేది ఆయమ్మ

మంద్ర స్థాయి వేదపఠనమప్పుడు మంద్రంగా సాగిపోయింది

ఘనాపాఠీలతో ఘనాపాఠీగా నడిచింది ఆయమ్మ

ఇంతలో కలి వచ్చినాడు

యుగప్రవేశం చేశినాడు

తరువాత విదులు జడులు అయినారు

అమ్మ కూడ నెమ్మదిగా జడతవాన్ని సిద్ధించుకొనె

పద్మాలు ఏడ్చినాయ్

అమ్మా ఇట్లా అయితే మా బతుకు ఏమి కావాలె అని
ఏడ్చినాయి

తమలో తాము నలిగిపోయినాయి

కోపంతో మరింత ఎర్రబారినాయి

వాటి నలుగుడుతో అమ్మ మరింత భీకర రక్తారుణ రూపం దాల్చింది

వేదాధ్యాయులలో కలి అనుచరగణం నిండిపోయినారు

లక్షల సంవత్సరాల మౌఖిక వేదం కొన్ని వందల సంవత్సరాల్లో నాశనమైపోయింది

కలికల్మషంతో పాడుపడినారు సౌమ్య స్వరూపులైన ఘనాపాఠీలు

ఓ రోజు మాత్సర్యము కమ్మి కొట్టుకున్నారు. ఒక పండితుడు ఇంకొకాయనను నాకన్నే నీకేమి ఎక్కువ వచ్చురానని గొంతు పిసకి ముక్కునోట రక్తం వచ్చేస్తుండగా నదిలో పడవేసినాడు

ఆ రక్తంతో తడిసి పాపపంకిలమైపోయిన అమ్మ దు:ఖం పట్టనలవి కాలా. ఆ దు:ఖంతో పొంగిపొరలే నది స్థబ్ధుగా నిలబడిపోయింది. తన ప్రవాహం నిశ్చలం చేసేసుకున్నది. రక్తారుణవర్ణం అట్లానే నిలచిపొయ్యింది

అది చూసిన అక్కలు యమున, గంగ సరస్వతిని తన అక్కున చేర్చుకున్నవి. అంతే ఆ రోజటినుంచి సరస్వతి అంతర్ధానమైపోయింది

ముందుగా కావలించుకొన్న యమున అందుకే కాసింత రక్తారుణ వర్ణంతో ఉండటంతరువాత కావలించుకొన్న గంగమ్మ తన చెల్లెలి బాధ బయటకు, బయటి ప్రపంచానికి కనపడనివ్వనని తెల్లని నురగలతో తన జలాలను కప్పివేసింది. అట్లా అక్కల ఒడిలో ఇంకా ఏడుస్తూనే ఉన్నది ఆ తల్లి. ఏనాడు వేదం పునరుద్ధరించబడుతుందో, ఏనాడు మరల విదులు తమ ధర్మాన్ని నిర్వర్తిస్తారో ఆనాడే ఆ దు:ఖానికి అంతం

ఆ రోజే ఆయమ్మ మరల అక్కల ఆలింగనం నుంచి బయటకు రావటం. అందాకా దేవతలు, కైలాసం, వైకుంఠం ఆ తల్లి ఒడిలోని పద్మాల కోసం వేచి ఉండవలసిందే. ఓం తత్ సత్

ధర్మం, వేదం పునరుద్ధరించబడాలన్న తీవ్రమైన ఆకాంక్షే తప్ప ఇందులో బ్రాహ్మలను కానీ, వేదాధ్యాయులను కాని కించపరిచే ఉద్దేశమేమీ లేదని తెలియచేసుకుంటూ, ఎవరి మనసైనా కష్టపడి ఉంటే క్షమాపణలతో..

అనగనగా

తడి

చెమ్మ

తేమ

నెమ్ము

ఇవన్నీ ఒకేదానికి పేళ్ళు

తడి లేకపోతే జీవితమే లేదు

తడి లేని జీవితం, భక్ష్యం, మనిషి ఈ ప్రపంచకంలో నిలబడవు

వ్యవసాయములో ఆరుతడి, ఇరుతడి, చిత్తడి అని యున్నవి

ఆరుతడి అనునది మెట్ట పంటలకు సరీసరిపోయేట్లుగా నీరు పెట్టటం

ఇరుతడి అనునది ఒకసారి తడి పెట్టినతరువాత వెంటనే మళ్ళీ నీరు పెట్టటం

చిత్తడి అనునది దాదాపుగా బురదతో తడిగా ఉండే నేల

శరీరానికొస్తే గుండెకు నెమ్ము చేసింది ప్రయోగం సామాన్య జనానికి తెలిసిందే

తడి కళ్ళల్లోకొస్తే కంటతడి

తడి నోట్లోకొస్తే లాలాజలం

తడి ముక్కులోకొస్తే జలుబు

ఆకాశంలోంచి పడితే వాన

గోడకు తడి పడితే చెమ్మ

ఒంటికి తడి పడితే స్నానం

ఎప్పుడూ నీళ్ళు కారే కన్నుకు తడికన్ను అని పేరు

తడి లేని భక్ష్యం భక్ష్యమే కాదని వంటవాళ్ళ ఉవాచ

గంజి తీసుకోండి అందులోని తడే ఒంటిని చల్లారుస్తూంది

మజ్జిగ పులుసు తీసుకోండి అందులోని తడే సెగ పుట్టిస్తుంది.

వంకాయ పులుసు తీసుకోండి అందులోని తడే పంకజముఖిని ముద్దాడిస్తుంది

అన్నం పొడిగా అవ్వాలంటే అందులోని తడి ఆరాల్సిందే. ఆ ఆర్పటాన్ని ఊటార్చటం అంటారు

అన్నం ఇగటారలేదు ఇంకా అంత తొందరేమి - ఆగు ఒక నిమిషం అని ప్రతి అమ్మా అరిచే అరుపే. ఆతరువాత పళ్ళెంలో ఆ తడి అన్నమే పెట్టి వేళ్లతో సవరించి తడి ఆర్చి కడుపు నింపేదీ ఆ అమ్మే

తలంటోసుకొని తడిగా ఉన్న కురులతో భార్యామణి కొప్పు ముడిపెట్టి అలా తులసి కోట దగ్గర నుంచొని ఉంటే ఎంత మగాడికైనా పొద్దున పొద్దునే మనసు దూదుపింజలా తేలిపోదూ? అలాగే మొగుడి తడి వెంట్రుకలకు సాంబ్రాణి వేసే అమ్మాయికి ప్రేమ పులకించదు?

హరవిలాసంలో

తేట నులివెచ్చ నీరు తీర్థమాడి
వేణి ఈటార్చి సురపొన్న విరులు ముడిచి
మడుగు కట్టి కాటుక యిడి తొడివి పూసి
భసితరేఖాత్రిపుండ్రంబు నొసట దీర్చి...

అంటూ ఒక వర్ణన ఉన్నది కూడాను

దుర్మార్గులకు తడిగుడ్డతో గొంతుకొయ్యటం బాగా అలవాటు

దర్శకులకు హీరోయినులను తడిబట్టలలో చూపించటం బాగా అలవాటు

అంటీ ముట్టనట్టు ఉండేవాణ్ణి తడిపొడిగాడని పిలవడం కద్దు

తడి తగిలితే ఉక్కు ఇనుము కూడా నాశనమే

చెమ్మను మించిన నాశకారి లేదు

ఆలోచనలున్నప్పుడు మనసు చిత్తడి

కరుణ రసం ఉప్పొంగుతున్నప్పుడు మనసంతా తడి

బాధాతప్త హృదయనికీ తడే ఆసరా

అయినవాళ్ళకేదన్నా అయితే ఆ బాధలోని తడిని పొడిగా చెయ్యటం ఆ భగవంతుడికి కూడా సాధ్యం కాదు

జ్వరం వచ్చినవాడికి కాస్త వేణ్ణీళ్ళ తడిబట్ట వేసి తుడిస్తే జ్వరం తగ్గిపోవును

నుదుటి మీద ఉడుకులాన్ కూడిన తడిబట్ట వేస్తే చల్లగా ఉండును

తడి చందనం రాసుకుంటే ఎండాకలం చలికాలమైపోతుంది

పిడచకట్టుకుపోయిన గొంతుకు తడే అమృతం

అట్లా తడితో ఎన్ని ఉపయోగాలు, ఎన్ని అనుభవాలు, ఎన్ని అనుభూతులు - ఎన్నైనా, ఎంతైనా రాసుకోవచ్చు

ఓం తత్ సత్

అనగనగా

చిగురు

నోటియందున్న పండ్ల చుట్టూ ఉండునది

చెట్టుయందున్న ఆకులు పెరుగుటకు ముందు పూచునది

శాకాహారులకేనా చిగురు పదము మీద గుత్తాధిపత్యము అని మాంసాహారులకు కోపమటఅందువలన మాంసాహారులు ఎముకల చివరన ఉన్నటువంటి మెత్తని భాగమును చిగురు అని పిలిచి కసి తీరుచుకొందురట

చిగురులు కాంపట్టగానే అడవులలో సంగీతము ప్రవహించును

ఆ సంగీతములందు పక్షుల సంగీతము పరమాద్భుతము. ఆ పక్షి సామ్రాజ్యానికి ఆస్థాన సంగీత విద్వాంసురాలైన కోకిలకు చిగురులు చూడగనె ఆనందము పట్టనలవి కాకుండగ మత్తు కలిగించును

తన పేరును చిగురులమేపరి అని పెట్టుకొన్నది కూడాను

కవితాపిపాసకులైన నావంటి వారు సిగ్గుతో ఎర్రబారిన బుగ్గలు చూచి లేచిగురువలె ఎర్రబారినవి అని రాసుకోవటం ఆశ్చర్యకరమైన విషయము కాదు

క గుణింతములోని కు ని చేర్చి "చిగురు"ను "చిగురుకు" చేయగా - ఆ చిగురుకు, ఆ చివరకు, మొత్తానికి అని మరికొన్ని అర్థములున్నవి

అప్పుడెప్పుడో పాతకాలంలో జుట్లు ఇంతబారున పెరగటం మామూలే కాబట్టి అవి శిఖపట్లకు దాపురించకుండా ఒక పనిముట్టు ఉపయోగించేవారు

ఆ పనిముట్టు పేరు చిగురు గోరు

జుట్లను ముడి వేసి బిగించి కట్టటంలో జబరుదస్తుగా ఉపయోగపడే సాధనం

అందరూ వాడగా లేనిది మనమేమి తక్కువని రైతన్నలు చిగురును పట్టి దుక్కిలా దున్నివేశినారు

పైరు పొట్టకు మొదటి గింజ పట్టుబోవు సమయమునకు ఒక నిమేషకాలం ముందు స్థితిని చిగురుపొట్ట అని పేరు పెట్టినారు

ధాన్యమును తూర్పారబట్టు సమయమున వచ్చు పొల్లును చిగురుబొత్తు అని పిలుచుకొని మురిసినారు

క్రొంచిగురువిలుకాడు అని మన్మథుడికి పేరు

చిగురుబోడి అనగా యవ్వనవతి

చెట్టుకు పూత పూయవచ్చును కాని నోటికి పూత పూస్తే ఇంతే సంగతులు చిత్తగించవలెను

అందువలన ఆ చిగురు ఈ చిగురు ఒకటి కాదన్న సత్యమును చదువరులు ఆస్వాదించవలె

తెనుగు పదముల ఉపయోగార్థ గొప్పతనుమును గ్రహించవలె

చిగురుబోడిని చూచి ఎంత పులకింత కలుగునో చెట్టు చిగురును చూచిన అంతే పులకించును, పులకించవలెను

లేనిచో వాడు సౌందర్యారాధకుడు కాదని ఘంటాపథముగ తీరుమానించవచ్చును

ఈ భూప్రపంచమున రెండిటి సౌందర్యమూ ఒకటే

భక్ష్యభోజ్యములలో చిగురు పచ్చడికున్న రుచి ఇంకొకదానికి లేదు గాక లేదు

నమ్మనివారు చింతచిగురు పచ్చడి చేసుకొనవలె,
వేడియన్నమున వేసికొని గంగాళము నెయ్యి పోసికొని తినవలె

చింతచెట్టు చిగురు చూడు - చిన్నదాని సొగసు చూడు అని పాట కూడ ఉన్నది

దానికి వివిధ అర్థములు ఉన్నవి.అందు ఒక్క విశేసార్థము చెప్పుకొని ముగించెదము

ఇది ఎక్కడనో చదివినాను, ఎవరు చెప్పినారో గుర్తుకులేదు ఈనాడు

నా మనసును కట్టివేసిన గొళ్ళెమువంటి సారాంశము ఇది

చిన్నదాని సొగసు చింతచిగురు వలె ఉన్నదని సామాన్య అర్థము

కాసంత లోనికి వెళితే, చింతచిగురు అని వదిలివేయక ప్రత్యేకముగ చెట్టు శబ్దము ఎందులకు వాడినారని ప్రశ్న వచ్చును

ఆ ప్రశ్నను కాసింత శోధించిన పిదప అర్థమగునట

చిన్నదాని సొగసు చిగురు వలె చాలా అందముగనున్నదని, ఆ సొగసును చూచిన యువకులు వేరొక ఊహ లేక కదలలేని చెట్టువలె నిలబడి స్తబ్ధులైపోయినారని అందువల్ల చింతచెట్టు అని వాడినారని ఆ పాటను ఆసాంతము కూలంకషముగ చదివిన ఆ పెద్దాయన వివరించిన తీరు బహుధా ప్రశంశనీయం

మామూలు పాఠకులకు అర్థము కానిది ఇది

మర్మము తెలిసినవారికి అంతులేని ఆనందము కలిగించును

ఓం తత్ సత్

అనగనగా

ఖాన్

అబ్బూఖాన్

మేకల అబ్బూఖాన్

ఆ ఊళ్ళో అబ్బూఖాన్ అంటే తెలియందెవరికి?

ఎన్నో మేకలుండేవి అబ్బూఖాన్ దగ్గర

కావలసినవాళ్ళు అబ్బూఖాన్ దగ్గరికొచ్చి కొనుక్కుపోయేవాళ్ళు

వేట కోసం, జాతర కోసం, నోట్లో తగలాల్సిన ముక్క కోసం

కొనుక్కోటానికి వచ్చే రకరకాల జనాలు, వాళ్ళ మాటలు

చాలా కాలక్షేపంగా ఉండేది అబ్బూఖానుకు. పనిలో పనిగా పైకం కూడా

ఇహనేం? ఇల్లు కట్టాడు, దాన్ని బంగళా చేశాడు

ఇంకా ఎన్నో ఎన్నో చేశాడు ఆ పైకంతో

అయితే అన్ని రోజులూ ఒకలా ఉండవుగా

ఎక్కడినుంచో ఒక తోడేలు వచ్చింది

అబ్బూఖాన్ ఇంటి పక్కనే ఉన్న కొండమీద ఉన్న కొండగుహలో కాపరం పెట్టింది

అబ్బూఖాన్ మేకలు, రోజూ ఈయన పెట్టేవి చాలక కొండగాలి తిరిగింది అని పాటలు పాడుకుంటూ కొండ మీదకెళ్ళిపోదామని చూస్తూ ఉండేవి

కట్టిన తాళ్ళు తెంచుకుని కొన్ని పోయేవి కూడాను

ఉన్నదాంతో సుఖంగా ఉండాలని లేకపోతే తాళ్ళు ఒక లెక్కా డొక్కా?

అంతే మరి, అలా పోయిన వాటిని చూసి మిగతావాటికి ఉబలాటం. ఒకటి అరా రెండూ మూడు నాలుగు ఇలాగలాగ కొన్ని రోజులకి మేకలన్నీ ఖాళీ

అబ్బూఖాను కానీ, ఆ ఊళ్ళో జనాలు కానీ ఆ తోడేలుని ఏమీ చెయ్యలేకపోయారు

తోడేలు రాజ్యంలో తోడేలు చెప్పినట్టే అన్నీ

సరే, చివరిగా మిగిలున్న మేకలకు చెప్పి చూసాడు అబ్బూఖాన్

అటువైపు వెళ్ళబాకండి పోతారు అని

అయినా వింటేగా మేకల మంద

సందు చూసుకోవటం, స్వాతంత్రం లభించిందని పరుగెత్తుకుంటూ కొండమీదకు వెళ్ళిపోవటం

సందు మేకలకు, పసందు తోడేలుకి

అలా జీవితార్పణం చేసుకునేవి

కేవలం పచ్చని పచ్చగడ్డి కోసం, దూరపు కొండల నునుపు కోసం, తాళ్ళ వంటి బంధాల నుంచి స్వాతంత్రం కోసం

అబ్బూఖానుకు అర్థమయ్యేది కాదు

బాధపడుతూ ఉండేవాడు

చివరకు ఒకే ఒక్క మేకపిల్ల మిగిలింది

ఇదంతా చూసి అబ్బూఖానుకు ఓ రోజు చిరాకొచ్చింది

ఇక మేకలూ లేవు ఏమీ లేవు అని కూర్చున్నాడు

ఉన్న ఒక్క మేక పిల్లను అమ్మేద్దామనుకొన్నాడు

కానీ అలవాటైపోయిన ప్రాణం వల్ల చేతులు రాలా

ఏం చేస్తాడు?

ఆలోచించి ఆలోచింది మొత్తానికి ఒక ఉపాయం చేశాడు

ఈ మేకపిల్ల కొండమీదకు పారిపోకుండా ఒక దొడ్డి ఏర్పాటు చేశాడు

దొడ్డి నిండా గడ్డి ఏర్పాటు చేశాడు

దొడ్డి నిండా తొట్లు పెట్టించాడు

దొడ్డి నిండా చెట్లు నాటించాడు

ఇక ఎటు నుంచి చూసినా కొండ కనపడితేగా

అన్నీ అయ్యాక ఒక బలమైన గుంజ కట్టాడు

ఆ గుంజకు ఇంకా బలమైన తాడు కట్టాడు

ఈ చివరన మేకపిల్లను తగిలించాడు

మేకపిల్ల చాలా అందంగా ఉండటంతో దానికో పేరూ పెట్టాడు ఏమని?

చాందినీ అని

చాందినీ అంటే ఏమిటి?

చాందినీ అంటే మేలుకట్టు

చాందినీ అంటే చంద్రోదయం

అంతందంగా ఉన్నదీ మేకపిల్ల

ఒకసారి పేరు పెట్టామంటే అనుబంధం మరింత బలపడినట్టే

అది వస్తువు కావొచ్చు, జంతువు కావొచ్చు

ఇక ప్రాణాలన్నీ దానితో పెనవేసుకుపోయినట్టే

ప్రాణాలు పెనవేసి పెంచుతున్న మేకపిల్ల పెద్దదవుతున్నది

ఈయన తాడు పొడవు పెంచుతూనే ఉన్నాడు, కాసంత దూరపు గడ్డి అందుబాటుకు రావాలని

నోటికి పట్టాలని

పొట్టకు పట్టాలని

చిన్ని పొట్టకు శ్రీరామరక్ష అవ్వాలని

అయితే స్వాతంత్ర తృష్ణ ఉన్నది చూసారూ?

దాని ముందు బంధాలు ఎంత?

ఆ అగ్గికి ఊతంగా జన్యువుల పాత్ర ఒకటి

పిల్ల వాళ్ళమ్మ కూడా స్వాతంత్రాభిలాషతో కొండ మీదకెక్కేసింది ఒకప్పుడు

పిల్ల వాళ్ల నాయన కూడా అదే అభిలాషతో కొండకు ఆహారమైపోయినాడు

అదే! కొండ మీద తోడేలుకు ఆహారమైపోయినాడు

ఆ జీవులు ఉత్పత్తి చేసిన ఈ చాందినీకి కూడా లోపల ఎక్కడో ఆ జన్యువు సలపరం ఉన్నది

అదే జీవోత్పత్తి క్రమం

అదే జీవన్యాయం

అదే ప్రకృతిన్యాయం

ఆ న్యాయం హృదయాల్లో ప్రతిష్టితమైపోతుంది

అది తప్పించుకోవటం ఎవరి వల్లా కాదు కదా

పెద్దదవుతున్న కొద్దీ ఆ తృష్ణా పెద్దదైపోయింది

తాడు తెంచుకోవాలని చూసింది

ఉహూ కుదరలా

ఇక ఇలాక్కాదని సత్యాగ్రహం మొదలుపెట్టింది

తిండి తినటం మానేసింది

అబ్బూఖానుకు అర్థం కాలా

అరే ఇదేమిటి ఇలా చిక్కిపోతున్నదని వైద్యులను పిలిపించాడు

వాళ్ళన్నారూ – నాయనా అబ్బూ, దీనికి మనోవ్యాధి
పట్టుకున్నది, దానికి మందు లేదన్నారు

అది విని దిగాలుగా చాందినీ పక్కన కూర్చున్నాడు

నీక్కావలసినవన్నీ చేస్తున్నాం ఇంకా ఏమిటి నీ బాధ అన్నాడు

ఇదే సందు అని, కొండ మీదకు వెళ్ళాలి నేను అంటూ మనసులో
మాట బయటపెట్టింది చాందిని

అవాక్కయ్యాడు అబ్బూఖాను.

అరెరే, ఆ ఆలోచన ఎట్లా వచ్చిందే నీకు, అక్కడ తోడేలు ఉన్నది అక్కడకు వెళితే అనవసరంగా చచ్చూరుకుంటావు అని చెప్పచూశాడు

వినలా, అసలు వినసే వినలా

పైగా, సమర్ధనగా – అబ్బూజాన్, నువ్వెన్నా చెప్పు ఇక్కడ అంతా బందిఖానాగా ఉన్నది నాకు, ఇక్కడ ఉండలేను, అయినా చూశావా దేవుడు నాకు రెండు కొమ్ములిచ్చాడు, వాటితో ఆ తోడేలు పని కట్టేస్తానని బీరాలు పలికింది

ఇక ఇలా లాభం లేదని గుంజ నుంచి వేరు చేసి, గదిలో బంధించేశాడు

అయితే తెలివైన వాళ్ళు కూడా ఎక్కడో ఒకచోట తప్పు చేస్తారు

ఆ తప్పు అబ్బూఖాను, ఆ గదికి ఉన్న కిటికీ మూయకపోవటం

అంతే! పొద్దున్న వచ్చి చూసేసరికి మేకపిల్ల మాయం

ఆ తెరిచి ఉన్న కిటికీ లోనుంచి పారిపోయింది చాందినీ

అబ్బూఖాను లబోదిబో

చేతులు కాలాక ఆకులు పట్టుకొని లాభమేమి?

ఇదీ అంతే!

ఆ కిటికీ వంక చూశాడు అబ్బూఖాను

నోరంతా తెరుచుకొని పగలబడి నవ్వుతున్నట్లనిపించింది

దైన్యంగా చూస్తూ నిలబడిపోయినాడు

అక్కడ మేకపిల్ల కొండ ఎక్కేసింది

చెంగు చెంగున దూకుకుంటూ

అక్కడ ఉన్న చెట్లూ చేమలూ, పచ్చగడ్డీ, పూలమొక్కలు అన్నీ
తన కోసమే అనుకున్నది

గంతులు వేస్తూనే ఉన్నది

వేస్తూ వేస్తూ కొండ చివరకు వచ్చేసింది

అక్కడినుంచి ప్రపంచం మొత్తం కనపడుతోంది

కింద ఉన్న అబ్బూఖాన్ ఇంటివంక చూసి నవ్వుకుంది

ఇల్లు, దొడ్డి అంతా చిన్నగా కనపడ్డవి

అంత చిన్న ఇంట్లోనేనా నేనున్నది అనుకొన్నది

అంత చిన్న దొడ్డిలోనేనా నన్ను బంధించింది అనుకొన్నది

ఇప్పుడు చూడు నేనెక్కడ ఉన్నానో అని మరల చిందు వేసింది

ఇప్పుడు నేనెంత ఎత్తున ఉన్నానో అని మరల మరల చిందు వేసింది

చిందులు వేస్తూనే ఉన్నది

ఇంతలో సాయంత్రం. సూరీడు దిగిపోతున్నాడు

చాందినీ చిందులు వేస్తున్న ఆ కొండనానుకునే దిగిపోతున్నాడు

ఏకాంతం, స్వేచ్ఛ అంటూ ఆ మేకపిల్ల పడిన సంతోషం కూడా ఆ కొండ అంచునుంచి దిగిపోవటం మొదలయ్యింది

ఇంతలో ఎక్కడో దూరంగా కొంకికర్ర చప్పుడు

దానివెంటే అబ్బూఖాన్ పిలుపు

చాందినీ చాందినీ చాందినీ అంటూ గొంతు పగిలేలా అరుపు

సంతోషం ఆవిరైపోతున్న చాందినీకి ఆ పిలుపు ఆశ పుట్టించింది

అంతలోనే మళ్ళీ నిరాశ ఆవరించుకొన్నది

అయ్యో, మళ్ళీ బందిఖానాలోకి పోవాలానని సంకటంలో పడ్డది

ఇంతలో మరో అరుపు

అలాటిలాటి అరుపు కాదది

ప్రాణాలు తోడేసే అరుపు

తోడేలు అరుపు

కొండపైనుంచి, అటుపక్కగా

భయం, ఆశ్చర్యం కలిగినాయ్ మేకపిల్లకు

అప్పటిదాకా లేని ఆలోచనలు హఠాత్తుగా చుట్టుముట్టాయి

ఏమో అబ్బూఖాన్ చెప్పినట్టు తినేస్తుందేమో

ఏమో అబ్బూఖాన్ చెప్పినట్టు చంపేస్తుందేమో

అబ్బూఖానుతో వెళ్ళిపోదామా వద్దానని ఊగిసలాడిన సంకటం కాస్త ఇప్పుడు తోడేలు రాకతో ప్రాణసంకటంగా మారిపోయింది

ఒకసారి చుట్టూ చూసింది,

అటూ ఇటూ అంతా పచ్చదనం, ఆహారం,

బంధాలు లేని స్వేచ్ఛ

అప్పుడనిపించింది ఆ మేకపిల్లకు, చాందినీకి – అక్కడ బానిసగా బతకటం కంటె ఇక్కడ తోడేలుకు ఆహారమైపోవటమే మంచిదని

అబ్బూఖాను పిలుపు ఆగిపోయింది

దట్ అని చప్పుడు పక్కనే

ఉలికిపడి ఇటు చూచింది

ఇంకేముంది?

రానే వచ్చింది

ఎవరు?

ఇంకెవరు తోడేలు

ఎర్రగా మెరిసిపోతున్న కళ్ళు, వికృతమైన పళ్ళు – ఆ తోడేలుకు ఆభరణాలు

అవన్నీ చూసి మొదట్లో భయపడినా, చచ్చిపోయేప్పుడు వెంటవచ్చే తెగువతో, ఆ తెగువ ఆసరాతో కొమ్ములు విదిల్చింది

తోడేలు ఒకడుగు వెనకడుగు వేసింది

అంతే! మేకపిల్లకు దమ్ము ధైర్యం వచ్చేసినాయ్

హోరాహోరీ మొదలయ్యింది

ఆ హోరాహోరీ మేకపిల్లకే, మేకపిల్ల మనసుకే

తోడేలుకు అది ఒక ఆట

మేకలు ఏమీ చెయ్యలేవని తోడేలుకు తెలుసు

అయినా ఆడుకుంటోంది మేకపిల్లతో

మేకపిల్ల మధ్య మధ్యలో ఆకాశం వంక చూస్తోంది

ఆ మిణుకు మిణుకు నక్షత్రాల వంక చూస్తోంది

ఆ దేవుణ్ణి వేడుకుంటోంది

కొమ్ములు విదిలిస్తోంది

ఉదయం దాకా ఇలా యుద్ధం జరగనిస్తే, ఎవరో ఒకరిని ఆ దేవుడు సాయానికి పంపిస్తాడని ఆశగా ఎదురుచూస్తోంది

నెమ్మదిగా నక్షత్రాలు మాయమైపోయినాయి. తొలివెలుతురు కిరణాలు. తొలికోడి కూత

మేకపిల్ల ఉన్న శక్తంతా కూడగట్టుకొని పోట్లాడుతోంది

చివరిగా మిగిలున్న శక్తంతా కూడదీసుకుని మరీ పోట్లాడేస్తోంది

తోడేలుకు ఆశ్చర్యం, ఒకింత భయం కూడా కలగటం మొదలుపెట్టింది

కిందనున్న మసీదులోనుంచి నమాజు వాణి – తెరలు తెరలుగా

అల్లాహో అక్బర్ అని తలుచుకుంటుండగానే రాయి తగిలి కిందపడిపోయింది

తోడేలు వెయ్యాల్సిన దెబ్బ వేసేసి ....

కొండ మీద పక్షులు మాట్లాడుకుంటున్నాయి

చాందినీ ఓడిపోయిందని అనుకుంటున్నాయి

ఒక ముసలి పక్షి మాత్రం చాందినీ గెలిచిందని పొలికేక పెట్టింది

ఇంతకీ ఎవరు గెలిచినట్లు?

పుస్తకాలంటే ప్రాణం పెట్టే మన రాష్ట్రపతి, మూడవ రాష్ట్రపతి డాక్టర్ జాకిర్ హుస్సైన్ గారి రచన "అబ్బూ ఖాన్ కి బక్రీ" చదివినాక, 2009లో నాకొచ్చిన మాటల్లో స్వేచ్ఛానువాదంగా రాసుకున్న ఒక చిన్న కథ....

అనగనగా

కుక్క- శునకము- విశ్వాసమునకు మొదటినోరు.

నమ్మికకు మారుపేరు.

ఆటపాటలందు ఆరితేరు.

ఎప్పటి విశ్వాసం.

ఎప్పటి కుక్క.

భారత కాలం నాటిది.

కుక్క లేకపోతే ఏకలవ్యుడు ఈ ప్రపంచానికి తెలిసేవాడా?

అసలు ఏకలవ్యుడెవరు ?

నిషాద రాజ కుమారుడు.

కిష్టప్పకు వరసకు సహోదరుడు అని కథ.

నిషాదులకు దత్తతకే వెళ్ళాడని ఒక కథ.

నిషాదులంటే అప్పట్లో అందరికీ చిన్నచూపు.

నిషాదులకు రాకుమారుడు కానీ బయటి ప్రపంచానికి పనికిరాని వాడు.

ఇంటికి పులే కానీ బయటకు ఏదోనని ఒక సామెత.

ప్రపంచానికి అలుసు.

అలా ద్రోణుడికి కూడా అలుసే.

అవును, ఆచార్యుడికి కూడా అలుసే.

నీకేమి, నా శిష్యరికమేమి అని వెళ్ళగొట్టినాడు.

వెళ్ళగొడితేనేమి?

ఏకలవ్యుడికి గురువులంటే అభిమానం.

గురువులంటే గౌరవం.

పెద్దలంటే ఆదరణ.

అలా ఒక బొమ్మ చేసుకుని కూర్చున్నాడు.

ఎక్కడ?

మగధ రాజ్యం సరిహద్దుల్లో.

ఎందుకు?

ఆ రాజ్యంలో వాళ్ళ పెంపుడు నాన్న సామంతుడు.

జరాసంధుడు సామంతుల్ని సైన్యాధిపతులుగా చేసి ఊడిగం చే యించేవాడు.

అవును, జరాసంధుడి కొలువులో నిషాదులు సైన్యాధిపతులు.

అలా ఏకలవ్యుడు మగధలో పెరిగాడు.

ఆ చుట్టుపక్కల ఉన్నవన్నీ తిరిగాడు.

అడవులు ఔపోసన పట్టినాడు.

అవసరం వచ్చినప్పుడు, విద్య నేర్చుకోవాలనుకున్నప్పుడు ఆ అడవినే ఆశ్రయించినాడు.

సరే ఇదొక కథ, దీనికి ఇంకో రూపం కూడా ఉన్నది.

మహానుభావుడు ఆరుద్ర రాసిన ఒక కథలాటి వ్యాసంలో, వ్యాసం లాటి కథలో.

ఆయనంటాడూ – ఏకలవ్యుడు జరాసంధుడి సేనాధిపతి.

ద్వారకమీదికి 18 సార్లు జరాసంధుడు దండెత్తినప్పుడు ఏకలవ్యుడు సేనాధిపతి అని.ధర్మజుడు చేసిన రాజసూయంలో ప్రముఖ పాత్ర వహించినాడని తెలియచేస్తాడాయన.

పుట్టుపూర్వోత్తరాలకు వస్తే కిష్టప్ప, ఏకలవ్యుడు మేనత్త మేన మామ బిడ్డలని చెప్తాడు కూడాను.

సంస్కృత హరివంశంలో

దేవశ్రవా: ప్రజాతస్తు
నైషాదిర్య: ప్రతిశృత:
ఏకలవ్యో మహారాజ
నిషాదై: వధివర్ధిత:

అని ఉన్నది

సరే అది అంతా పక్కనబెట్టి అడవిలోకి వచ్చేద్దాం.

ఏకలవ్యుడు బొమ్మ చేసినాడు అని చెప్పుకున్నాం కదా

ఇంతకీ ఆ బొమ్మ ఎవరిదీ?

ద్రోణుడిది. ఆచార్యుడిది. పరమవిద్య పారంగతుడిది.

బొమ్మతో మాట్టాడుకుంటూ విల్లెక్కుపెట్టి తీవ్రమైన అభ్యాసం చేసుకునేవాడు.

అలా కళ్ళు మూసుకొని బాణం వేసాడంటే జేజమ్మ దిగిరావల్సిందే!

అంత గురి.

ఓ రోజు ఆటాడుకుంటున్నాడు.

విద్యకు సానపెట్టుకుంటున్నాడు.

ఇంతలో పాండవులూ పాండవులూ తుమ్మెదా అయ్యింది.

అంటే, వాళ్ళంతా కలిసి మగధ అడవుల్లోకొచ్చారు.

ఎందుకు?

అదేం ప్రశ్న?

వాళ్ళూ రాచబిడ్డలే

అప్పట్లో రాచకుమారులకు వేట ఒక ఆనందం

అందుకని వచ్చారు.

అర్జునుణ్ణి నువ్వు వీరా కాబట్టి బాణం వెయ్యిరా అని ఓ పొగిడి ఆ యన వేటాడుతుంటే చోద్యం చూస్తున్నారు.

ఆ ఆటలో వీళ్ళెక్కిన గుర్రాలు ఏకలవ్యుడున్న ప్రాంతానికి వచ్చినై

వేటకొచ్చినప్పుడు కుక్కలు వెంటబెట్టుకుపోవటం మరింత సాధా రణం.

పాండవుల దగ్గరున్న కుక్కొకటి దారితప్పో, దారిచేసుకునో ఏకల వ్యుడి దగ్గరికొచ్చింది.

దానికేమో పాండవులంటే విశ్వాసం.

ఈ ఏకలవ్యుడెవరో తెలవదు.

కొత్తవాడు కనపడగానే పళ్ళికిలించి అరవటం మొదలుపెట్టింది.

ఈయన చూశాడు.

విద్య భంగం అవటం మొదలెట్టింది.

కుక్క అరవటం చూసి అర్జునుడొచ్చాడక్కడికి.

యజమానిని చూసి మరింత రెచ్చిపోయింది ఆ కుక్క.

అరుపులు మెరుపులుగా కురిపిస్తోంది

ఈ గోలంతా ఏమిట్రా నాయనా అనుకున్నాడు ఆయన.

అర్జునుణ్ణి, ఒరే నాయనా నువ్వెవరు, ఈ కుక్క ఏమి, నీ కత ఏమి అన్నాడు.

నేనెవరా? నన్నే అడుగుతావా, ముందు నువ్వెవరు చెప్పు అన్నాడు ఫల్గుణుడు.

నేను ఏకలవ్యుణ్ణి, ఇదీ సంగతి, అదీ సంగతి అని మొత్తం కతంతా చెప్పినాడు కోపం తెచ్చుకోకండా.

కుక్కేమో అరుస్తూనే ఉన్నది.

ఈయన చెప్పేది అర్జునుడికి సగం వినపడీ వినపడక గోల గోల.

ఈ కుక్క అరుపులు తగ్గే మార్గం కనపట్టల్లా

సరే ఇట్లా కాదని ఏకలవ్యుడు విల్లందుకున్నాడు

నారి సవరించాడు

కన్ను మూసి కన్ను తెరిచేలోగా గుప్పెడు బాణాలు ఆ కుక్క నోట్లో కొట్టాడు.

విచిత్రంగా దానికి దెబ్బా తగలకుండా, గొంతులోకి వెళ్ళిపోకుండా నోరంతా నిండిపోయినాయ్ ఆ బాణాలు

అంతే ఆ కుక్క మౌనవ్రతం దాల్చింది. అరుపులు ఆగిపోయినై

ఇప్పుడు ప్రశాంతంగా మాట్లాడుకోవచ్చు అబ్బాయ్, ఏమిటి సంగతి అన్నాడు అర్జునుడితో

కుక్క పరిస్థితి చూసి అర్జునుడికి కళ్ళు బైర్లు కమ్మినై

కుక్క నోరు, కన్ను మూసేలోగా మూసేయించాడు ఈయనెవడండీ అని విభ్రమంగా చూస్తున్నాడు

అవును, సాక్షాత్ కిరీటి నోట్లో కూడా మాట పడిపోయింది

ఒక రెండు నిముషాలకు తేరుకున్నాడు

బాబూ, స్వామీ, నాయనా నీకు దణ్ణం పెడతా, ఈ విద్య ఏందండి, ఎక్కడ నేర్చుకున్నావు ఇందాక ఏదో
అనుకున్నా, నా పేరు అర్జునుడు, నువ్వెవరో ఇప్పుడు చెప్పు అన్నాడు

ఓ నువ్వు అర్జునుడివా? అంటే కుంతి కొడుకువేనా అన్నాడీయన

అవును అన్నాడు అర్జునుడు

నా పేరు ఏకలవ్యుడు, మా అమ్మ పేరు శ్రుతదేవ మీ అమ్మ పేరు పృథ.ఇద్దరూ తోడబుట్టిన చెల్లెళ్ళు కాబట్టి నువ్వు నాకు కజిను వి అన్నాడు

అటు చేసి ఇటు చేసి నా అన్నవా నువ్వు, ఆనందమే ఆనందం, ఆనందమే జీవిత మకరందం అన్నాడు అర్జునుడు

బయటకైతే ఆనందం అన్నాడు కానీ లోపల టెంటేలు, కుతకుత

వీరుడికి తనకన్నా ఒక మెట్టు పైనున్నవాణ్ణి చూస్తే అలానే ఉం టుంది.

సరే, పిచ్చాపాటీ అయిపోయినాక, అర్జునుడు వెళ్ళిపోతూ – అన్నా ఆ కుక్క సంగతేం చేద్దామని అడిగె

ఆ బాణాలు ఊరకే చేత్తో సుతారంగా తాకితే వొచ్చేస్తయ్ కానీ ఖం గారు పడమాక అన్నాడు అన్న.

అర్జునుడు సుతారంగా తాకినాడు.

ఏదీ రాలేదే? ఊహూ బాణాలు రాలా! కుక్క నోట్లో ఇరుక్కున బా
ణాలు రాలా!

దిగాలుగా చూచినాడు అన్న వంక.

ఏకలవ్యుడు ఇంతేనా నువ్వా నీ సుతారం అని నవ్వి తన
సుతారం ఉపయోగించి బాణాలన్నీ బయటపడేసాడు

ఒక్క రక్తం బొట్టు లేదు, ఒక్క గాయం లేదు, ఒక్క పన్ను ఊడలే
దు.కుక్క, నాలిక బయటపెట్టి రింగులా తిప్పుతూ మూతి అంతా
తడిమి తడిమి చూసుకుంది

తర్వాత ఆనందంతో గంతులేసింది

నాయనా ఇంకోసారి నీ దగ్గర అరిస్తే ఒట్టు అనుకుంటూ ఏకలవ్యు
డి కాళ్ళని నాకి నాకి వదిలి పెట్టింది.అడవిలో ఉన్నాడు, దుమ్ము
కొట్టుకుపోయున్నాడు, కాళ్ళు సుబ్బరమైపోయినై ఈ నాకటంతో

నాకింది చాల్లే అని అర్జునుడు ఆ కుక్కను తీసుకుని బై బై చెప్పి
అన్నకు వీడ్కోలు పలికినాడు

వేట ముగిసింది. రాత్రయ్యింది.

అందరూ నిద్రపొయ్యేవేళ.

గుడారాల్లో గురకలు గుర్రుగుర్రుమంటూ వినపడుతున్నయ్

ఒక్కడు మటుకు నిద్దరోవట్లా.

ఆ ఒక్కడు ఎవరు?

అర్జునుడు

కన్ను మూస్తే కుక్క

కన్ను తెరిస్తే బాణం

కన్ను మూస్తే విల్లు

కన్ను తెరిస్తే ఏకలవ్యుడు

పక్క మీద ఎటు తిరిగినా కుక్క నోట్లో బాణాలే గుర్తుకొస్తున్నయ్

ఈ బాణాల గోల తట్టుకోలేక లేచి పక్కనే ఉన్న గుడారంలోకి పో య్యాడు

ఆ గుడారం ఎవరిది?

ద్రోణుడిది

గుర్రుపెడుతున్న ఆయన్ని లేపాడు

నాయనా బీభత్స, ఈ అర్ధరాత్రి నాకు అంకమ్మ శివాలు ఏమిటి అ న్నాడు

కాదు ఆచార్యా, ఇవి ఏకలవ్య శివాలు అన్నాడు అర్జునుడు

అదేమి శివాలు, కొత్తగా ఉన్నాయి, కథేమిటి చెప్పు అన్నాడీయ న

కత చాలా ఉన్నది కానీ ఆచార్యా, ఇప్పుడే మిమ్మల్ని చూశాక, ఒక సంగతి గ్యాపకం వచ్చిందన్నాడు అర్జునుడు

నాయనా అర్ధరాత్రి నాకు ఈ చిత్రహింస ఏమిటి నాయనా అన్నాడు గురువుగారు

ఆచార్యా మీరు ఆరోజు గురుకులంలో ఏమన్నారు?

ఏ రోజు? అన్నాడు గురువుగారు

ఆ రోజు, ఆ రోజు పేద్ద విష్ణుయాగం జరిగిన రోజు

ఏమన్నాను ?

ఈ అర్జునుడికి సరిజోడీ ఈ ప్రపంచంలోనే లేకుండా చేస్తానని అందరి ముందు చెప్పారా లేదా?

అవును చెప్పాను

ఈరోజు మీ మాట నిలబెట్టుకోలేకపోయినారు

అంతే, ఆ మాట వినగానే ఉగ్రుడైనాడు కుంభసంభవుడు

నేను మాట తప్పానని అభాండం వేస్తావా అని భాండం మీద ఉన్న విల్లు అందుకున్నాడు

అభాండం కాదు, మీకు ఋజువు చూపిస్తాను అని ఈల వేసాడు అర్జునుడు

తోక ఊపుకుంటూ కుక్క వచ్చింది

ఋజువు చూపిస్తానని కుక్కను పిలుస్తావా అని మరింత ఆగ్రహోదగ్రుడైనాడు ద్రోణుడు

దీని నోట్లో ఏముందో చూడండి అన్నాడు కిరీటి

నిద్ర లేపింది కాక, మాట తప్పానని చెప్పి చిమ్మచీకట్లో నల్లకుక్క నోరు చూడమంటావా! ఇక లాభం లేదుఅని వింటినారి రక్ రక్ లాడించాడు ద్రోణుడు

అది కాదు ఆచార్యా ఓ సారి చూడండి మీరు అన్నాడు అర్జునుడు

ఈ చీకట్లో ఏం కనపడుతుంది ఆ దివిటీ ఇటు తీసుకురా అన్నాడు కుంభసంభవుడు

ఆ తర్వాత దివిటీలో ఆ నోరు చూసి ఆశ్చర్యపోయాడు

అర్థమైపోయింది ఆయనకు

నేను చిన్నప్పుడు నేర్చుకున్న విద్య, నేను తప్ప ఈ ప్రపంచకం లో ఎవరూ వెయ్యలేని విద్య ఎవరు ఉపయోగించారు అని తల గిర్రున తిరిగింది ఆయనకు.ఈ విద్య తెలిసినవాడికి ప్రపంచకంలో తిరుగు లేదు, ఎవరు ఈ పని చేసింది అన్నాడు

మీ శిష్యుడే అని అర్జునుడు సమాధానం

నా శిష్యుడా? నాకు తెలియని శిష్యుడా? ఎవడు వాడు అన్నాడీయన

ఏకలవ్యుడు, వరుసకు మా అన్న, మీరు విద్యనేర్పనని పంపేసిన నిషాదుడు, మీ బొమ్మ పెట్టుకొని మిమ్మల్ని గురువుగా పూజిస్తూ అడవుల్లో కుక్కనోట్లో బాణాలు కొట్టి నాకు మాట రాకుండా చేసినవాడు అనె అర్జునుడు

ఇది చాలా ప్రమాదకరం! నా మాట నిలబడాలంటే ఏదో ఒకటి చెయ్యాల్సిందే! ద్రోణుడు మాట తప్పాడంటే ఇంకేమున్నా ఉందీ? నువ్వు పో, రేప్పొద్దున్నకల్లా సంగతి తేల్చేస్తా! ఆ కుక్కని కూడా తీసుకుపో నీతో పాటు అని ఆలోచనలో పడిపోయాడు

కుక్కను తీసుకుని అర్జునుడు వెళిపోయె

తెల్లవారగానే అడవుల్లోకి ద్రోణుడు వెళిపోయాడు

ఏకలవ్యుణ్ణి పట్టుకున్నాడు

ఏకలవ్యుడి బొటనవేలు తీసేసుకున్నాడు

అర్జునుణ్ణి ధనుర్విద్యలో ఏకవీరుడిగా నిలబెట్టినాడు

అలా కుక్క, దాని అరుపులు చేసిన సాయంతో అర్జునుడు ఏకవీరుడిగా నిలబడిపోయినాడు

అయ్యా, అమ్మా –

అందువల్ల కుక్క లేకపోతే మనకు తెలిసిన భారతం మరోలా ఉండేది అన్న సంగతి మీకు ఇప్పటికి తెలిసిపోయుండాలి.

అయితే కుడిచేతి బొటనవేలు లేకుండా కుడిచేత్తో బాణాలెయ్యలే మోమో కానీ, ఎడం చేత్తో వెయ్యొచ్చు.

అదికాకుంటే ఎడమ చేత్తో కత్తియుద్ధం చెయ్యొచ్చు, ఇంకా బోల్డు చెయ్యొచ్చు. అందువల్ల ఏకలవ్యుడిని సేనాధిపతి పదవి నుంచి పీకెయ్యలా జరాసంధుడు

అలా ఎన్నో ఏళ్ళు ఆ జరాసంధుడి దగ్గర పంజేసి చివరికి తన నిషాద రాజ్యానికి రాజుగావెళ్ళిపోయాడు.

ఇంతలో ధర్మరాజు రాజసూయం వచ్చి పడింది.

రాజసూయం మొదలైపోతోంది.

ఎవరూ ఏకలవ్యుణ్ణి జయించడానికి రాలేదు.

రాజసూయానికి రాజులంతా ఓడిపోవాలి.

ఆ తర్వాత ఆ యాగానికి రావాలి.

ఇదేమి సంగతండి అని రాజసూయానికి వచ్చినప్పుడు కిష్టప్పని అడిగినాడు

కిష్టప్ప చిరునవ్వి నవ్వి, అయ్యా –
రాజులెవ్వరూ నీతో పోట్లాడరు అన్నాడు

ఎందుకు అన్నాడు ఈయన

రెండు కారణాలు,ఒకటి నువ్వు నిషాదుడివి కాబట్టి నీతో పోట్లాడితే వాళ్ళకు తలవంపు, రెండు నీతో యుద్ధంలో నిలబడి గెలవటం అంత సులభం కాదు కాబట్టి

ఈ లెక్కన రాజైనా ఉపయోగమేమీ లేదన్నమాట అని నిట్టూర్చి, పరమాత్మా ఈ జీవితమ్మీద విరక్తి పుట్టేసింది, ఇన్ని యుద్ధాల తర్వాత శాంతి కావాలి నాకు, మన:శ్శాంతి కావాలి నాకు, నీ మీదకు అన్నిసార్లు యుద్ధానికి వచ్చినా ఎప్పుడూ ఏమీ

అనకుండా వదిలేసావే నన్ను. నాతో నువ్వు పోట్లాడతావా ఒక్కసారి అన్నాడు ఏకలవ్యుడు

అదే నీ కోరికైతే అలాగే కానివ్వు అన్నాడు కిష్టప్ప

ఎప్పుడు? ఎప్పుడు? ఎప్పుడు? పరమాత్మా ఎప్పుడు? అని ఆ నందభాష్పాలు కారుస్తూ కరిగిపోయినాడు ఏకలవ్యుడు

తొందరెందుకు నాయనా వస్తా! ఇంతలో నువ్వెళ్ళి ఆ ధర్మరాజుకి బంగారు పాదరక్షలు ఇచ్చిరా అన్నాడీయన

అంతా అయిపోతూండగా, పనీపాట లేని శిశుపాలుడు లేచి గావు కేకలు పెడుతుంటే, నాయనా టైమొచ్చింది, ఓ సారి వాడి పని చూడు అని సుదర్శనానికి పని చెప్పాడు పరమాత్ముడు

అది చూసి అంతా గప్ చుప్ అయిపోయి ఇంటికి పోయినారు.

ఏకలవ్యుడు కూడా వెళ్లిపోయినాడు కానీ, శిశుపాలుణ్ణి అలా చంపెయ్యటం నచ్చలా ఆయనకు

మానవుడుగా మరి! అంతే! ఓ క్షణం ఆనందభాష్పాలు, ఓ క్షణం రక్తభాష్పాలు! ఏం చేస్తాం!

కొద్ది రోజులు, కొన్ని ఏళ్ళు గడిచిపోయినయ్

అంతకుముందు చెప్పిన
విధంగానే ఈయన టైమొచ్చినప్పుడు కిష్టప్ప
వచ్చి యుద్ధం చేసి ఖతం చేసినాడు

ఇదంతా భారత యుద్ధం మొదలవ్వకముందే

మొదలయ్యాక జరాసంధుడు, ఏకలవ్యుడు, శిశుపాలుడు వీళ్ళంతా బతికుంటే యుద్ధానికొచ్చేవాళ్ళు

అప్పుడు వీళ్ళను ఆపటం పాండవుల వల్ల ఏమవుతుందీ అని అందరినీ పరిహరించాడు పరమాత్మ

అదీ లెక్కన్నమాట

ఉద్యోగ పర్వంలో సంజయుడి సందేశంలో ఇలా చెప్పించాడని కథ

అయం స్మ యుద్ధే మన్యతేఽన్యైరజేయం
తమేకలవ్యం నామ నిషాదరాజం।
వేగేనైవ శైలమభిహత్య జంభః శేతే స కృష్ణేన హతః పరాసుః ॥ 5-48-77 (33649)

అలా కిష్టప్ప చేతిలో హతమైనాడు.

కోరుకున్న విధంగానే హరీమన్నాడు.

భగవంతుడి మీదకు యుద్ధానికి పోయి, చివరకు సత్యం తెలుసుకుని ఆయన చేతిలోనే హతమైనాడు

అరివీర భయంకరుడు, అఖిలబాణవిద్యా పారంగతుడు, ప్రపంచంలోనే మేటి శూరుడు ఏకలవ్యుడు

అలా భారతంలో కుక్క ప్రాధాన్యం మనకు పూర్తిగా తెలిసింది.

కుక్క మూలాన ప్రపంచానికి ఒక వీరుడు పరిచయమైనాడు.

అదే కుక్క మూలాన ఆ వీరుడి బొటనవేలూ తెగిపోయింది.

అదే కుక్కను తీసుకొని పాండవులు స్వర్గారోహణానికి వెళ్ళినారు

అలా భారతంలో ఎన్నో వింతలు, ఎన్నెన్నో వింతలు.

భారతం పక్కనబెడితే తెలుగువాళ్ళకు కుక్కతో ఎంతో అనుబంధం

సామెతలలో
(1) కనకపు...

(2) కరిచే కుక్క....

(3) కుక్కకు సయ్యాట....

వృక్షవిశేషాల్లో (కుక్కతులసి....)

భక్ష్యాల్లో (కుక్కగొడుగు.....)

పద్యాల్లో (జాగిలములు మొఱసడములు...)

జనజీవనంలో (కుక్కజట్టీ.....)

అలా అలా ఎన్నో విధుల్లో, విధానాల్లో, జీవనాల్లో ఉన్నది కుక్క.

అందువల్ల మీరు తెలుసుకొనవలసినది –
కుక్క అంత గొప్ప జంతువు ఈ ప్రపంచకంలోనే లేదు అని!

అనగనగా

జుట్టు.

గిరజాల జుట్టు.

రింగు రింగుల జుట్టు.

అందమైన జుట్టు.

ఎంతో అందమైన జుట్టు.

అబ్బబ్బా జుట్టు.

అమ్మమ్మా జుట్టు.

మదిని దోచేసే జుట్టు.

మనసుని గిరజాలుగా తిప్పే జుట్టు.

కళ్ళను రింగుచక్రాల్లా చుట్టేసే జుట్టు.

హృదయాన్ని గిరగిరా తిప్పి గిరవాటు వేసే జుట్టు.

అంత రసికుడు గిరీశానికే వన్నెతెచ్చిన జుట్టు.

గిరజాలు లేపోతే వాడి మొహం మధురవాణి చూసేదీ ?

చస్తే చూసేది కాదు. తన్ని తగలేసేది.

నున్న మొహం, సన్న కళ్ళజోడు, తెల్ల లాల్చీ, గిరజాల జుట్టు.

బండ మొహం, బండ కళ్ళజోడు, పంచె, గిరజాల జుట్టు.

ఇలా ఏ మొహాలతో పని లేకుండా అందాన్ని ఇనుమడింపచేసేది గిరజాలు.

జుట్టున్నవాడి అందం వేరు.

జుట్టులేనివాడి అందం వేరు.

గిరజాల జుట్టున్నవాడి అందం మరీను.

గిరజాలు చూసి చటుక్కున పడిపోని ఆడవాళ్ళు ఉండరని ఎవరిదో ఉవాచ.

ఆ గిరజాలు ఆడవారికుంటే ఆ అందమే వేరు.

కొప్పున్నమ్మ ఏ తిప్పు తిప్పినా అందమే అని ఒక నానుడి.

గిరజాల జుట్టువారికా బాధ లేదు.

ఏ తిప్పు తిప్పినా ఒకే రకంగా రింగులుగా ఉంటుంది.

అదీ సౌలభ్యం.

దువ్వెనతో పనిలేదు.

దువ్వెనతో పని ఉన్నా పనిలేనట్టే. దువ్వినా దువ్వకున్నా ఒకటే

తలంటి పోసుకుంటే ఆరబెట్టినా ఆరబెట్టకున్నా ఒకటే

రింగుల్లో పడి నీళ్ళు తళతళ మెరుస్తుంటే నెత్తి మీద నీళ్ళుంటే ఏమి? జలుబొస్తే ఏమి?

ఆ అందం చూట్టానికి కళ్ళు చాలవ్.

ఆమధ్య గిరజాలున్న ప్రతివారు భావకవులైపోయినారు.

భావకవులవాలనుకున్నవారు గిరజాలు తిప్పుకున్నారు.

అలాటి భావకవుల్లో ఒకరు, ప్రముఖులు, దేవులపల్లి కృష్ణశాస్త్రి

ఆయన ఎంత భావకవి అయినా బోలెడంత హాస్యప్రియత్వం ఉన్నది

భావకవుల అతిని చూచి విసుగుపుట్టిందేమో మరి - గిరజాలు ఇరికించిన ఈ ప్యారడీ వచ్చింది

మెరుగుకంటిజోళ్ళు గిరజాలు సరదాలు
భావకవికి లేని వేవిలేవు
కవితయందుతప్ప గట్టివాడన్నింట
విశ్వదాభిరామ....

మరి ఒక్క భావకవి గారి గురించే మాట్లాడుకుంటే ఏం బాగుంటుంది.

ఒకసారి జ్ఞానపీఠం గురించి కూడా మాటాడుకుందాం

వారు తెలుగు సాహిత్యంలో తొలి జ్ఞానపీఠ అవార్డు గ్రహీత

అదేనండి విశ్వనాథ వారి గురించి

మరి విశ్వనాథ వారు వారి ఆత్మకథలో ఇలాగంటున్నారు.

నా రెండవ ఫారములో రాగం సత్యనారాయణ యని యొక డుండెడివాడు. అతని తండ్రి ఫారెస్టు ఆఫీసరు. ధనవంతులు వారు. కాపు లనుకొందును. అతడు కొంచెము బొద్దుగా నుండెడి వాడు. జుట్టు మాత్రము- హిందీలో గొప్పకవి సుమిత్రానందన్ పంత్, తెలుగులో నొక గొప్పకవి దేవులపల్లి కృష్ణశాస్త్రి- వీరి

జుట్టువలె నుండెడిది. వీరిద్దఱిని నేను పెద్దనైన తరువాత నెఱుగుదును. ఆ జుట్టు మాత్రము చిన్నప్పుడు యెఱుగుదును. అప్పటి నా వేషము చెప్పినచో మీకిప్పుడు నవ్వు వచ్చు ననుకొందును. ఒక లాగు, ఒక చొక్కా, చేతులకు మురుగులు, కాళ్ళకు కడియాలు, నెత్తిమీద జుట్టు, ముందు వసారా గొఱిగింపు, జుట్టుముడి వెనుక గిరజాలు, ముందు సన్నని గిరజాలు- ఇది నా వేషము. ఆ రాగం సత్యనారాయణ జుట్టు నా కబ్బురము గొల్పెడిది. నా వేషము సహజ మన్న మాట!"

మనకు తెలిసిన విశ్వనాథ వారికి వాస్తవంగా గిరజాల జుట్టు ఉండెడిది అన్న సంగతి తెలియట్లా?

రాజకీయ నాయకులవరకు వస్తే చిలకమర్తి వారు టంగుటూరి వారి గురించి చేసిన వర్ణనలో ఆ అందగాడి గిరజాలను ఇలా వర్ణించారు.

వలె వాటు కండువా వైచినాడు
చెవుల సందున గిరజాలు చిందులాడ
మొగము మీదను చిరునవ్వు మొలకలెత్త
టంగుటూరి ప్రకాశము రంగు మెరయ
ధవళగిరి తీర్థము నకును తరలివచ్చె

ఇక జగమెరిగిన చిత్రకారుడు వడ్డాది పాపయ్య గారి చిత్రాల్లోని పురుషులను చూడండి

ఆడవారి అందాన్ని అత్యద్భుతంగా చిత్రించే ఆయన కలం మగవాళ్లను ఎంతో సుకుమారులను చేసి కొసతేలిన ముక్కుతో చక్కగా గిరజాల జుట్టుతో చిత్రించి మనకు వదిలిపెట్టింది

సినిమాల్లో హీరోలకు కూడా గిరజాల జుట్టంటే ఎంత ఇష్టమో.

కృష్ణగారిని, శోభనుబాబుగారిని చూడండి.

మొత్తం గిరజాలున్నా లేకున్నా, ఫాలభాగంలో మటుకు ఒక వంకీ తిరిగి వుంటుంది.

మొత్తంగా లేదే అన్న బాధను అలా ఒకటి తిప్పి ముందుకు పడవేసి కోరిక తీర్చుకున్నారు.

ఇహ కొబ్బరినూనె రాసి నున్నగా దువ్వితే హారోం హరహర.

చేతిలో ఇంత నూనె వేసుకొని గిరజాలకు మర్దన చేస్తూ ఉంటే మాడులో కూసాలు కదిలి జ్ఞానం పదింతలవ్వదూ?

ఎలాగైనా గిరజం గిరజమే! దాని అందం దానిదే! ఆ అందం ఇంకోదానికొస్తుందీ?

దిష్టి కొట్టే పనీ లేదు. పొడుగు జుట్టున్నవారి మీద అనవసరంగా దుర్మార్గపు కళ్ళు పెట్టి నాశనం చేస్తారు కానీ గిరజాలను చెయ్యమనండి చూద్దాం? జేజమ్మ దిగిరావాలి, గిరజాలకి దిష్టి తగలాలంటే!

అసలు చెప్పాలంటే, గిరజాలు మన పుట్టుకతో ముడిపడి వున్నవి

బిడ్డ పుట్టినప్పుడు చూడండి.

జుట్టు చుట్టలు చుట్టలుగా ఉంటుంది.

దాన్ని సాపు చేసి మంత్రసానో, డాక్టరమ్మో, నర్సమ్మో మనకిస్తుంది.

అలా జననంలోనే గిరజాల ప్రాముఖ్యత ఉన్నది.

దేవుళ్ళకి కూడా గిరజాల జుట్టంటే చాలా ఇష్టం

మన కోరికలు తీర్చి బదులుగా మన జుట్టు పుచ్చుకుంటారు

కొంతమంది పుట్టువెంట్రుకలు తీయించాలని అట్టిపెడతారు.

అప్పుడు చూడండి ఎంత చక్కగా రింగులు రింగులు తిరిగిపోయుంటుందో.

అలా మొక్కుల్లో కూడా గిరజాల ప్రాముఖ్యత ఉన్నది.

ఇక రింగుల గిరజాలు వదలి, ఒకసారి గిరజాల మీద చలామణిలో ఉన్న వాక్ ప్రయోగాలు చూద్దాం

"ఆయన పెద్ద గిరజా పెట్టించినాడులేబ్బా!"

"వాడిది గిరజాలు జుట్టులేయ్యా, తలంటిపొయ్యాలంటే చచ్చేచావు"

"ఇంత పొడుగు జుట్టు ఆరబెట్టుకోలేక చస్తున్నామమ్మా, దాన్ని చూడు కురచగా ఒక్క నిముషంలో ఆరిపోతుంది"

ఇక ఇంకో పక్కకు వస్తే, గుళ్ళో వైష్ణవ సాములు పెట్టించేది గిరజా! ముందు భాగంలో కాస్త గొరిగేసి ఉంటుందే అదీ గిరజా! అలా గొరిగిన తరవాత నామం ప్రస్ఫుటంగా కనిపిస్తుంది.ఫాలభాగం ఎక్కువైపోయి ముఖంలోని తేజస్సు చండప్రచండంగా ఉంటుంది.అదీ లెక్క అన్నమాట.

క్రీడాభిరామంలో వల్లభరాయుడు ఇలా చెప్పిస్తాడు.

కర్పూర బూచాయ కరమొప్పు నీర్కావి
మడుగుదోవతి పింజె విడిచి కట్టి
గొజ్జంగి పూనీరు గులికి మేదించిన
గంగమట్టి లలాటకమున దీర్చి
వలచేత బంగారు జల పోసనముతోడ
ప్రన్నని పట్టు తోరము ధరించి
జరిగొన్న వెలి పట్టు జన్ని దంటుల లుంగ
యంటులు వాయంగ నరుత వైచి
తళుకు చెంగావి కోకయు వలుదశిఖయు

చిగురు బొమ్మంచు పెదవులు చిన్ని నగవు
నంద మొందంగ వచ్చె గోవిందశర్మ
మాధవునిపట్టి యొసపరి మన్మథుండు

వలుదశిఖ అంటే లావుపాటి శిఖ అని అర్థం.

అంత లావు శిఖ కావాలంటే జుట్టు బ్రహ్మాండంగా పెంచాలె, ఆ తర్వాత చటుక్కున గిరజా పెట్టించాలె.

అప్పుడు ఎంతందంగా ఉంటుందీ?

అందుకు కాదు తన పద్యంలో మన్మథుడిని చేశాడు వల్లభరాయుడు?

అదండీ సంగతి.

ఇక ఇతిహాసాలకు వెళ్లిపోతే బోల్డు చెప్పుకోవచ్చు.

అన్నిటికన్న ప్రముఖమైనవి ఒకటి రెండు మాత్రం చెప్పుకుందాం ఇప్పుడు.

మొదటిది ద్రౌపదికి గిరజాల జుట్టు ఉంటే వాడు, ఆ దుర్మార్గుడు ఆ జుట్టు, అంత కుఱచ వేణి పట్టగలిగేవాడా?

అది లేకపోబట్టి, ఆయమ్మకు ఇంతలావు జడ ఉండబట్టి కాదూ, వాడు జుట్టుపట్టి లాక్కురావటం జరిగింది?

అందుకు కాదూ మహాభారత యుద్ధం జరిగిందీ?

అలా గిరజాలు లేకపోబట్టి అంత హననం జరిగింది.

దీన్నే ఇంకో విధంగా చెప్పుకోవచ్చు. గిరజాలు లేకపోబట్టి మహాభారతం మనకు మిగిలింది.

ఆ గిరజాల మహత్యం పరమాత్మకు తెలిసే తనకు గిరజాలు అట్టిపెట్టుకుని మిగిలినవారికి లేకుండా చేశాడు.

పరమాత్మ గిరజాల జుట్టు గురించి మాట్లాడుకున్నాం కాబట్టి ఇప్పుడు రెండవది

పోతన తన భాగవతంలో యుద్ధ సమయంలో నల్లనయ్య జుట్టుని వర్ణిస్తాడు.

ఎలా?

ఇలా – ఒక చక్కని పద్యంతో

హయరింఖాముఖ ధూళి ధూసర పరిన్యస్తాలకోపేతమై
రయజాతశ్రమ తోయబిందుయుతమై రాజిల్లు నెమ్మోముతో
......

"సూక్ష్మంగా దీని అర్థమేమమనగా అర్జునిడి రథానికి సారథి అయినా పరమాత్మ నుదిటి మీద పట్టిన చెమటకు, ఆ నుదుటి మీద ముంగురులు గుండ్రంగా రింగులు తిరిగిపోయి గిరజాలు గిరజాలుగా అతుక్కుని పోయి ఆ నుదురు చెప్పలేనంత అందంగా ఉందిట. గుర్రాల డెక్కల వల్ల రేగిన దుమ్ము బూడిదవర్ణపు రంగుతో మరింత అందంగా ఉన్నాడట పరమాత్మ. మరి అంత అందగాడిని వర్ణించడం పోతన గారికి తప్ప ఎవరికి సాధ్యం?

సరే, అది అలా పక్కనబెడితే - గిరజాల జుట్టుకు ప్రత్యేకంగా ఒక జీన్ ఉన్నది.

దాన్ని ట్రైకోహ్యాలిన్ జీన్ అని అంటారు.

ఈ జీన్ ఉన్నవాళ్ళ సంతానం ఆ జీను నుంచి తప్పించుకోలేరుట.

అంత శక్తివంతమైంది ఆ గిరజ జీను.

తెల్లవారిలో గిరజాలు తక్కువ.

నల్లవారిలో గిరజాలు ఎక్కువ.

క్రౌంచద్వీపంలో సలూనుల నిండా గిరజాలు తిప్పే యంత్రాలే.

గిరజాలను సరిచేసే యంత్రాలే.

అదో పెద్ద బిజినెస్సు కూడాను.

ఎన్ని కుటుంబాలు బతుకుతున్నయ్యో ఆ గిరజాల ఆదాయమ్మీద.

అయ్యా, ఇలా బోల్డు చెప్పుకుంటో పోవచ్చు, ఆ గిరజాల జుట్టు మీద. ఇహ ఇక్కడికాపి వచ్చే జన్మలోనైనా గిరజాల జుట్టు కావాలని, ఆ గిరజాలతో ఏ దేశానికి లేని అందం మన దేశానికి సొంతం కావాలని అందరూ ఆ పరమాత్మను కోరుకోవాలని నే కోరుకుంటూ

శలవు

అనగనగా

రాముల వారు.

శ్రీరాముల వారు.

సీతాసమేత రాముల వారు.

వాళ్ల నాన్న ఎవరు?

దశరథుడు.

దశరథుడి నాన్న ఎవరు ?

అజుడు.

ఈయన నాన్న ఎవరు ?

రఘు మహారాజు.

రఘు మహారాజు ఎక్కడుండేవాడు ?

కోసలపురంలో.

అయోధ్య రాజధాని.

రఘు మహారాజు బోల్డంత మంచోడు.

జపతపాలు బాగా చేసినవాడు.

తపస్సులు కూడా చేసినవాడు.

ఓ రోజు సభలో కూర్చోనున్నాడు.

సభ అన్నాక బోల్డంత మంది.

ఆటపాటలు, చర్చలు దేనికవే నడుస్తున్నై.

ఎవరిక్కావలసినవి వాళ్ళు చూసుకుంటున్నారు.

ఇంతలో ఒక వార్తాహరుడు వొచ్చాడు.

చేతులు కట్టుకొని, అయ్యా దణ్ణం అన్నాడు.

ఏవిటి ఆ చేతులు, ఏవిట్రా సంగతీ అన్నాడాయన.

మరేనండి, విదర్భ నుంచి సందేశం వచ్చిందండి అన్నాడు.

ఆ కాలంలో ఈ సందేశాలు అవీ మనుషులే అందించేవాళ్ళు.

మాటలు మనుషుల మధ్య ఉండేవి. మరల మధ్య కాకుండా. మరల ద్వారా కాకుండా. ఎంత అదృష్టవంతులో!

ఏవిటా సందేశం అన్నాడీయన.

పురోహితుల వారు వచ్చారండి, ఆయన చెపుతాడు అన్నాడు వార్తాహరుడు.

పిల్చుకురా ఆయన్నిటు అన్నాడీయన.

ఆ వార్తాహరుడు పరుగున పోయినాడు పిలుచుకొని రావటానికి.

ఇంతలో మంత్రులందరికీ అనుమానాలు.

పురోహితుడు రావటమేవిటి ?

పెళ్ళికేవన్నా వచ్చాడా?

రాజుగారికి పెళ్లైపోయింది. మరెందుకు వచ్చాడు? రాయబారానికి వచ్చాడా? రాయబారానికి మనమధ్య పెద్ద గొడవలేవీ లేవే - ఇలా నానారకాలుగా మాటాడుకుంటున్నారు.

ఇంతలో నుదురు మీద ఈలావున ఓ పెద్ద వీభూతి, మెళ్ళో రుద్రాక్షలు, ధగధగ మెరిసిపోతూ తెల్లగా ఉన్న ఒహాయన వచ్చాడు.

ఆయనే ఆ పురోహితుడు.

నవ్వుతున్నాడాయన.

మంత్రుల మనసు స్థిమిత పడింది.

ఇదేదో మంచి వార్తలానే ఉంది అనుకున్నారు.

గుసగుసలు తగ్గినై.

రాజుగారన్నారు ఆయనకో కుర్చీ ఇవ్వండి అని.

కుర్చీలేవీ ఖాళీ లేవయ్యె.

రాజుగారి నోటి వెంట మాట రావటం, అది కాకపోటమే?

విదర్భుడు అని ఒహ మంత్రిగారు లేచి ఆయన కుర్చీ ఈయనకిచ్చాడు.

అది చూసి రాజుగారు మంత్రిగారికి ఒహ 500 పరగణాలు బహుమానంగా ఇచ్చాడు.

అది చూసి మిగిలిన మంత్రులంతా కుతకుతలాడారు.

సరే ఆ కుతకుతల సంగతి తర్వాత, పురోహితుడు కూర్చున్న తర్వాత ఏమయ్యింది ?

రాజు గారు ఆ పురోహితుణ్ణి పట్టుకొని, అంతా బాగేనా? తమరి రాకకు కారణమేవిటి ? విదర్భలో అంతా బాగున్నారా? మీ ఇంటో అంతా బాగున్నారా ? అని నానారకాల కుశల ప్రశ్నలు వేశాడు.

ఆ కాలంలో కుశల ప్రశ్నలు అవీ చాలా సామాన్యం.

మనుషుల్లో మంచి మానవత్వం ఉండేది.

మా సభలో సంభారాలు ఇలాగున్నై, అలాగున్నై అని గొప్పలు గప్పాలు రాజుగారి దగ్గర ఉండేవి కావు.

ఇంటికి వచ్చినవాణ్ణి నెత్తి మీద కూర్చోబెట్టుకొని వాడు సంతోషపడిపొయ్యేదాకా వదిలేవాళ్ళు కాదు.

ఈరోజు ఇంటో ఉన్న అత్తగారికీ, మావగారికే దిక్కులేకుండా పోతుంది. బయటివాళ్ళ సంగతి, బంధువుల సంగతి బెమ్మ దేవుడికెరుక.

సరే అదలా పక్కనబెడితే, రాజుగారు అడగ్గానే పురోహితుడు పులకించిపొయ్యాడు.

పెద్దాయన చల్లని కరివేపాకు నిమ్మ మజ్జిగ కూడా ఇప్పించటంతో పురోహితుడు కళ్ళనీళ్ల పర్యంతం కూడా అయిపోయినాడు.

అంతా బానే ఉంది! అన్నాడు ఆ సత్కారాలకు పొంగిపోతూ.

మరి అంతా బాగుంటే మమ్మల్ని చూసిపోటానికి వచ్చారా మీరు అన్నాడీయన నవ్వుతూ.

మజ్జిగిచ్చాక ఈ మాటతో మోతమోగించడంతో పురోహితుడన్నాడు, కాదండి మా రాజుగారి అమ్మాయికి పెళ్ళి చేద్దామనుకుంటున్నారు అని.

అప్పుడు వెలిగింది పెద్దాయనకు, మంత్రులకు వెలక్కాయిపోయినా.

అజుడు ఉన్నాడుగా, ఆ యువరాజు గారికోసం సంబంధం కలుపుకుందామని మాటలు మాట్టాడదామని వచ్చాడాని అనుకున్నాడాయన.

చిరునవ్వు నవ్వాడు అప్పుడు రఘుమహారాజు.

ఏమాటకామాటే చెప్పుకోవాలె. రఘు మహారాజు చాలా అందగాడు.

రాజసంగా ఉన్నాడేమో, ఇంకా వెలిగిపోతున్నాడు.

అందులోనూ నవ్వితే బుగ్గలు సొట్టపడతయ్యిట.

సూర్యుడి వంశం వాళ్ళైనా సొట్టబుగ్గలు కనపడతవి, అంత సూర్యుడి వెలుగులోనూ.

సభంతా వెలిగిపొయ్యింది. సమ్మోహనమైపోయింది ఆ నవ్వుతో.

ఆ చిరునవ్వుతో.

అందరి కళ్ళు ఇటేపు తిరిగినై.

అయినా పురోహితుణ్ణి కొద్దిగా ఉడికిద్దామని, ఏవిటయ్యా పెద్దాయనా, ఆ చిన్న పిల్లతో నాకు పెళ్ళేవిటీ అన్నాడు.

అమ్మమ్మా, ఎంత మాటన్నారు, మీక్కాదండి మీవాడికి అని బయటపడ్డాడు ఆ పురోహితుడు.

అదీ ఇప్పుడు దారిలోకొచ్చావ్. సంగతి పుర్తిగా చెప్పు అన్నాడాయన.

మీకు తెలీందేముందండి, ఈ కాలంలో అందరూ స్వయంవరాలు ఏర్పాటు చేస్తున్నారు. తండ్రి నేనైతే అబ్బాయికి ఇచ్చేద్దును. కానీ రాజ్యధర్మం పాటించాలె కదా. కాబట్టి స్వయంవరానికి మీ వాణ్ణి రమ్మని చెప్పడానికి వచ్చాను అన్నాడు పురోహితుడు.

అది విని రఘు మహారాజు ఆనందపడ్డాడు. ఏ భేషజం లేకుండా చక్కగా సంగతి చెప్పినందుకు ఆ పురోహితుడికి ఓ మూడువేల ఆవులు, ముప్పై గ్రామాలు ఇచ్చి పంపించేసాడు.

సభలో అంతా ఆనందం. కలకలం. రాజు గారి కొడుకు పెళ్ళి అని.

సాయంత్రం అజుణ్ణి పిలిచాడు పెద్దాయన.

నీకు పెళ్ళి అన్నాడీయన.

అదేంటి, నాకు చెప్పకుండా పెళ్ళేవిటి, నువ్వెవరు అని అడక్కుండా సరే నాన్నగారూ అంటూ సెలవు తీసుకోబోతుంటే అప్పుడన్నాడాయన.

పెళ్ళంటే పెళ్ళి కాదు, ఇప్పటికి స్వయంవరం. అందులో నువ్వు ఆ అమ్మాయి మనసుని గెల్చుకొని కోడలిగా తీసుకొచ్చెయ్ నా ఇంటికి అన్నాడు పెద్దాయన.

మన శ్రేయస్సు కోరే పెద్దవాళ్ల మాట శిరస్సున ధరించడమే తెలుసుకానీ, కాదు అని వ్యతిరేకించే మనస్తత్త్వాలు లేకపోడంతో అంతా శాంతంగా. ప్రశాంతంగా గడిచిపోయింది.

ఆ రోజొచ్చింది. బయల్దేరాడాయన.

ఎవరు ?

అజుడు.

బోల్డు మంది పరివారన్నెంటబెట్టుకొని విదర్భకు.

రథాలు సాగుతున్నై, పరుగులు తీస్తున్నై గుర్రాలు.

ఇంతలో ఓ పేద్ద అడవి వచ్చింది.

ఆ అడవంతా దట్టంగా ఉన్నది.

అడవిలోంచి వెళుతుంటే బోల్డన్ని జంతువుల అరుపులు.

ఇంతలో హృదయవిదారకమైన కేకలు వినపడ్డై.

చూస్తే ఒక పెద్ద బెబ్బులి, ఒక లేడిని నోట కరచుకొని తీసుకుపోతోంది.

అది చూశాడు అజుడు.

ఇంతవరకూ చెప్పుకోలేదు కానీ, మనవాడు చాలా గొప్ప వీరుడు.

విల్లు పట్టుకున్నాడంటే ఇహ ఆయన్ని ఓడించటం ఆ బ్రహ్మ తరం కూడా కాదన్న మాటే.

అలాటి వీరుడికి బెబ్బులి ఎదురు పడింది. ఇహనేం?

బెబ్బులి కూడా అజుణ్ణి చూసింది.

ఎవర్రా నువ్వు, నా అడవిలోకొచ్చి నా కళ్ళల్లోకి కళ్ళు పెట్టి చూస్తావా అన్నట్టు చూస్తోంది.

దాని కళ్ళు చింతనిప్పుల్లా వున్నవి.

అంత దట్టమైన అడవిలో, దాని కళ్ళు ధగధగా మెరిసిపోతున్నై.

ఇద్దరూ కళ్ళు దించకుండా ఒకళ్ళొంక ఒకళ్ళు చూసుకున్నారు.

ఉన్నట్టుండి భూమి ఆకాశం బద్దలయ్యేట్టు బొబ్బలు పెట్టింది ఆ పులి.

మరి బెబ్బులి కదా.

బొబ్బలు పెట్టాల్సిందే.

మనవాడు ఊరకుంటాడు?

అసలే యువరాజు.

దబ్బపండులా మెరిసిపోతున్నాడు.

సింహం నడుం మనవాడిది.

దానికి పచ్చలతో బిగించిన పటకా.

దానికొక కత్తి వేళాడుతోంది.

మనవాడు బొబ్బలకు ప్రతిగా సింహనాదం చేశాడు.

ఆ నాదానికి నెత్తినున్న వజ్రపు తురాయి ఊగింది.

అది ఊగిందంటే మూడిందన్నమాటే.

బెబ్బులికి బాణం ఎందుకనుకున్నాడో ఏమో, పక్కనున్న బల్లాన్ని అందుకున్నాడు.

దక్షిణ హస్తంతో అందుకున్నాడు.

ఎంత సుందరంగా అందుకున్నాడో.

ఆయుధాలు పట్టుకోటం కూడా ఒక కళేనండి.

మాడ్రిడ్డు నగరంలో పోతుపోట్లాటల్లో మాటడోరు ఎంత వొడుపుగా దిగేస్తాడు బల్లేన్ని?

జీవహింసే అయినా ఆయుధాన్ని వొడుపుగా ఎలా ప్రయోగించాలె అన్నదానికి అదో గొప్ప ఉదాహరణ.

అది పక్కనబెడితే, మనవాడు అందుకున్న బల్లాన్ని అంతే వొడుపుగా విసిరాడు దాని మీదకు.

ఓస్ ఇలాటి బల్లాలు చాలా చూసా నేనన్నట్టు నిర్లక్ష్యంగా ఒక అడుగు పక్కకేసింది ఆ బెబ్బులి.

బల్లెప్పోటు తప్పిపోయింది.

మనవాడి మొహం ఎర్రబడిపోయింది.

రోషం వచ్చేసింది. మామూలువాడికి రోషం వస్తే పక్కనబెట్టొచ్చు కానీ వీరుడికి రోషం వస్తే పట్టుకోగలమూ?

గుర్రాన్ని దుమికించాడు.

తెల్లని తెలుపైన గుర్రమేమో, అంత గుయ్యారంలోనూ మెరిసిపోతోంది.

ఇక్కడ ఒకటి చెప్పుకోవాలె - అరబ్బీ గుర్రాలని ఇప్పటి వాళ్ళకు తెలుసుకానీ, అసలు ఆ అరబ్బీ గుర్రాలు అనే మాట మన రబ్బు నుంచి వచ్చింది.

రబ్బంటే ఏవిటీ ?

కాంతి. ధగధగలాడిపోయ్యే కాంతి.

ఒగిప్రబ్బు బిగిరబ్బు నగుమబ్బు జిగినుబ్బులను డ్రొబ్బుగ....అంటూ శాస్త్రంలో ఒకానొక పద్యం కూడా ఉన్నది.

కాంతితో సమానంగా పరుగులుపెడతవి కాబట్టి వాటికి రబ్బులని పేరు ఆ కాలంలో.

అలాటి మన రబ్బు గుర్రాలని ఆ అరబ్ వాళ్ళు తీసుకునిపొయ్యి అరబ్బీ గుర్రాలుగా మార్చేసారు.

అది మనవాళ్లకు తెలీక అరబ్బీ గుర్రాలు వాళ్ళవే అనుకుంటున్నారు.

సరే గుర్రాల పుట్టుపూర్వోత్తరాలు అవీ వొదిలేస్తే, మనవాడి గుర్రం దూకింది.

రౌతు రోషం రత్యానికి తెలియకపోతే ఎట్లా?

అందుకని అదీ యజమానంత రోషంగానూ దూకింది.

బెబ్బులి కళ్ళు జిగేల్ జిగేల్ మన్నాయి ఆ తెలుపుకి.

అలా జిగేల్ జిగేల్ మనటంతో గుడ్డిదైపోయింది ఒహ నిముషం.

ఇంతలో మనవాడు ఇంకో బల్లెం అందిపుచ్చుకున్నాడు.
అంత పరుగులోనూ, దుంకులాటల్లోనూ.

అదీ నైపుణ్యం అంటే.

అదీ వీరుడంటే.

అందుకోటమేవిటి, విసరటమేవిటి అన్నీ కన్నుమూసి తెరిచేలోపల జరిగిపోయింది.

ఆ ఒక్క పోటుకు బెబ్బులి బజ్జుండిపోయింది. బొబ్బలూ లేవు. బెబ్బులీ లేదు. బెబ్బులి శాశ్వతంగా బజ్జుంది కాబట్టి మనవాడు మళ్ళీ ఒక సింహనాదం చేసినాడు.

దాంతో అప్పటిదాకా బెబ్బులికి భయపడి దూరంగా చెట్ల వెనకాల దాక్కుని చూస్తున్నవాళ్ళంతా బయటకొచ్చారు. జయజయధ్వానాలు చేసారు. అలా దాక్కునే వాళ్ళను ఈరోజుల్లోనూ చూడొచ్చు మనం. మాట్టాడేవాణ్ణి ఒకణ్ణి ముందుకు తొయ్యటం, చోద్యం చూట్టం, మనకనుకూలంగా వచ్చేసిందనుకుంటే జయజయధ్వానాలు చెయ్యటం. అదీ లోకం పోకడ.

మనవాడికి ఆ సంగతి తెలుసు కాబట్టి ఆ జయజ్యధ్వానాలు అవీ పట్టించుకోకండా, ఇహ పొద్దు గుంకిపోతోంది, అడవిలోనే గుడారాలేర్పాటు చెయ్యమని పక్కనే ఉన్న ఏరు దగ్గరికి స్నానానికెళ్ళిపోయాడు.

అప్పుడు గ్యాపకం వచ్చింది మనవాడికి, అది నర్మదా నదీ తీరం అని.

అంటే విదర్భ ఇంకొంత దూరంలోనే ఉన్నదన్నమాట.

స్నానం అవీ చేసి, భోంచేసి సుబ్బరంగా నిద్దరోయి పొద్దున్నే పోవచ్చులేనని ఆయన నదిలోకి దిగాడు. నింపాదిగా స్నానం చేస్తున్నాడు.

అప్పుడు జరిగిందయ్యా ఇంకో సంఘటన..

ఒక మదగజం వచ్చింది.

నీళ్ళు తాగాలనో ఏమో.

కానీ మదంలో ఉందిగా, అందుకూ దార్లో ఉన్నవాటన్నిటినీ తొక్కి పారేస్తోంది. చెరుకుతోటలో పడ్డట్టు నాశనం చేసేస్తోంది. అది చూసి భటుల్లో కొంతమంది వీరులు పరిగెత్తుకుంటూ వచ్చారు. ఎవడొస్తే ఏవిటి నాకు అని వాళ్ళను కూడా తొక్కి పారేసింది ఆ మత్తగజం. దాని కాళ్ళ కింద పడి పచ్చడి పచ్చడైపోయారు చాలా మంది.

ఇది చూసి ఆయన ఒడ్డుకు వచ్చేసాడు. ఒడ్డున వదిలిన విల్లు, బాణం అందుకున్నాడు. గజానికి గురిపెట్టాడు.

అంతే ఆశ్చర్యంగా గజం కిందపడిపోయింది. మత్తొచ్చినట్టే, కిందపడిపొయ్యింది. పడిపోటమేవిటి, ఆ స్థానంలో తెల్ల పొగలు రావటమేమిటి, ఆ పొగల్లోంచి ఒక దివ్యపురుషుడు రావటమేమిటి, అన్నీ వరసాగ్గా జరిగిపోయినై.

ఎవరు బాబూ నువ్వు, ఆ పొగలేవిటీ, ఏవిటి నీ సంగతి అని అడిగాడు ఈయన.

పొగల్లోంచి వచ్చిన నా పేరు ప్రియంవదుడు! గంధర్వ్వుణ్ణి. ఓ రోజు తాగిన మైకంలో ఒళ్ళు పై తెలీకుండా మతంగ మునిని ఏదేదో మాటలన్నాను. ఆయన నీకు మదమెక్కిందిరా, నువ్వు మదగజమైపో అని శాపమిచ్చాడు. మత్తు దిగిపోయి నేను భోరుమన్నా. అప్పుడు ఆయన, మీరొచ్చి మీ దివ్యమైన విల్లు పట్టుకుని నా మీదకు గురిపెడతారనిన్నీ, అప్పుడు ఆ బాణాన్ని ఆపడం ఎవరి వల్లా కాదు కాబట్టి అప్పుడే నీకు శాపవిమోచనమని శలవిచ్చి ఆయన వెళ్ళిపోయాడు. ఇప్పుడు మీరొచ్చారు. విల్లెక్కుపెట్టారు. పొగలొచ్చినై. నేను బయటకొచ్చాను అని అన్నాడు.

సరే ఈ కథంతా బాగుంది కానీ, ఇప్పుడు ఏవిటి చెయ్యాలి నేను అన్నాడీయన.

మీరేం చెయ్యక్కరలేదు, నేనే మీకు ఒక అస్త్రం బహూకరిస్తా కానుకగా. ఇదిగో తీస్కోండి అని ఒక అస్త్రం ఇచ్చాడు ప్రియంవదుడు.

ఆ అస్త్ర విశేషాలు ఏవిటి అని అడిగాడు ఈయన.

అప్పుడన్నాడు ఆ ప్రియంవదుడు.

అయ్యా ఇది సమ్మోహనాస్త్రం.

ఒకసారి ఎక్కుపెట్టి వదిలారంటే ఇందులోంచి సమ్మోహనం అనే వాయువొస్తుంది. అందరూ మూర్ఛలో పడిపోతారు. ఎవరూ లేవను కూడా లేవలేరు చాలా సేపటిదాకా. ఇహ నాకు శలవు అని మాయమైపోయాడు..

వీరుడికి ఇట్లాటివన్నీ ఇస్తాడేమిటి ఈయన అని అజుడు ఆశ్చర్యపోతునే ఉన్నాడు.

ఎందుకా ?

వీరుడన్న వాడికి, ఎదురైనవాడితో స్వంతంగా పోట్లాడాలని ఉంటుంది కానీ ఈ సమ్మోహనాలు, మూర్ఛలు అవీ ప్రయోగించటానికి ఇష్టం ఉండదు. అందుకూ. అయినా సరే ఇచ్చాడు కదాని తీసుకున్నాడు.

ప్రియంవదుడు మాయమైపోయాడు. పొగలు మాయమైపోయినాయ్. గజమూ మాయమైపోయింది. పొదిలో కొత్త అస్త్రం వచ్చి చేరింది.

ఆ ఆనందంలో గుడారానికి వెళ్ళిపోయాడు. చక్కగా అందరూ నిద్దరోయారు.పొద్దున్నయ్యింది. పైగా వసంత ఋతువు.

వసంత ఋతువులో అరుణకిరణాలు ఎంత బాగుంటవో ఆ సమయానికి చూస్తేనే కానీ తెలియదు.

భానుడు బాలుడైపోతాడు. కేరింతల కిరణాలు అలా అలా భూమ్మీదకు వచ్చేస్తుంటే ఎవడి మనసు పులకించదు. దానికితోడు కోయిలలు. మావిచిగుళ్ళు తింటున్నవి పొద్దున

పొద్దున్నే. చిగుళ్ళు తినగానే బోల్డంత శక్తి. బోల్డంత తీపి వగరు కలగలుపు. దాంతో పరవశం. దాంతో పాటలు.

ఇవన్నీ చూసి వాయుదేవుడికి ఆనందం. ఆయనా పిల్లవాడిగా మారిపోయి, పిల్లలగాలులు వీస్తూ ఉంటాడు. ప్రకృతి అంతా శాంతం. ప్రశాంతం. చుట్టుపక్కల ప్రశాంతంగా ఉన్నప్పుడు మనమూ ప్రశాంతమే, మన మనసూ ప్రశాంతమే. అలా ఆ ప్రశాంతతలో కాలకృత్యాలు అవీ అయిపోయాక, ఉపాహారాలు అవీ అయ్యాక బయల్దేరారు.

నర్మద దాటగానే విదర్భ.

ఈయన వెంట బోల్డంత పరివారం ఉందని చెప్పుకున్నాంగా. అంత పరివారం ఎందుకు అని అనుమానం రావొచ్చు.

స్వయంవరాలంటే మాటలా.

అంతమంది ఉండగా ఆడపిల్ల ఒకడి మీదే మనసు పారేసుకుని మెళ్ళో మాల వేస్తే మీసాలు తిప్పుతున్న వేరే కుర్రరాజులకు కాలదూ?

అలా కాలిన కుర్రాళ్ళు యుద్ధాలకు దిగిపోరూ? అందులోనూ వీరులు, యువరాజులు, ఉడుకురక్తాలు. ఆ ఉడుకురక్తాల వల్ల అవి, చినుకుగా మొదలై గాలివానగా మారిపోయే అవకాశాలు బాగా ఎక్కువ.

అందువల్ల వెంట పెద్ద పరివారం, దానికితోడు సైన్యం ఉన్నదనుకో అన్నీ చక్కబెట్టుకోవచ్చు.

అలా కొన్ని కొన్ని సార్లు ఇలా మాల పట్టమేవిటి, అలా పెళ్ళి అవటమేవిటి – యుద్ధం మొదలు.

పెళ్ళాంతో కాదండోయ్. ఆ పెళ్ళామ్మీద పోట్లాటకొచ్చిన వాళ్ళతో. విరగదియ్యటమే.

సరే పరివారం అంతా దిగారుగా విదర్భలో!

అక్కడంతా పెళ్ళి సందడి.

పెళ్ళి సందడంటే రాఘవేంద్రరావు తీసిన సినిమా కాదు.

నిజమైన పెళ్ళి సందడి.

ఎట్లా ఉందిట అక్కడ ?

అంత ఎత్తున ప్రాకారాలు.

వాటి మీద దివిటీలు.

పగలు కూడా ధగధగా వెలుగుతున్నయ్యి

ఆ ప్రాకారాలకు పాకుతున్న లతలు.

ఆ లతలకు సువాసనొచ్చే చిన్న చిన్నపువ్వులు.

ఆ ప్రాకారాల్లోపల విడిగా వనాలు. వాటికలు.

విశాలమైన వీధులు.

అంత పెద్ద వీధుల్లో ఇంకా పెద్ద పందిళ్ళు.

ఒక్కటేవిటి, అన్నీ కళ్ళు చెదిరిపొయ్యేలా ఉన్నవి.

బోల్డంత మంది జనాలు. చిన్నా పెద్దా ముసలీ ముతక.

విసవిసగా అధికారులు.

పకపకగా ఆడపిల్లలు.

తైతకలుగా నాట్యాలు.

వికవికలుగా చెలికత్తెలు.

ఆటపాటలు. చిందులు. సందోహాలు.
ఇక స్వయంవరం మంటపం.

ఇంద్రుడికున్న వెయ్యి కళ్ళు ఎందుకు పనికొస్తై చూట్టానికి. ?

అంతలా ధగధగ మెరిసిపోతోంది.

మద్దెలలు మోగుతున్నై.

సన్నాయిలు సాగుతున్నై.

అరిటాకులు ఊగుతున్నై.

వాయుదేవుడు సన్నగా ఈలలు వేస్తున్నాడు.

ఇహ స్వయంవర సమయం వొచ్చింది.

అమ్మాయీమణి వారు వచ్చారు.

రాకుమారులంతా ఆవిడను చూశారు.

అంతే. కళ్ళల్లో చక్రాలు తిరిగినై.
వశీకరణం జరిగిపొయ్యింది.

రాజకుమారులకు మూర్చలొక్కటే తక్కువ.

మాటలసలే లేవు.

అంతందంగా ఉన్నది ఆ అమ్మాయి.

జగదేక సుందరి.

ఆణిముత్యాలన్నీ పోగుచేసి ఒక కుప్ప చేసి రూపు కల్పిస్తే ఎట్లా ఉంటుందీ?

అంతందంగా ఉన్నది.

ఇంత అందమైన అమ్మాయి ఎవరి మెళ్ళో మాల వేస్తుందో?

ఎవరిని ఎంచుకుంటుందో?

అందరి గుండెలు గుబగుబలాట్టం మొదలుపెట్టినై.

నాకు దక్కితే బాగుండు, నాకు దక్కితే బాగుండునని ప్రతి రాజకుమారుడు కలలు కంటున్నాడు.

వాళ్ళలా కలల్లో ఉండగానే, ఆ అమ్మాయి దండ తీసుకుని బయలుదేరింది.
అందరి మనసుల్లోనూ ఒకే కోరిక.

"ఈ భువనైకం నన్నే వరించాలి!" అని ఆత్రపడిపోతున్నారు.

అమ్మాయి యువరాణి. కాబోయే రాణి.

అప్పట్లో యువరాణులకు చెలులు ఉండేవారు.

చెలులందు నెచ్చెలులు వేరయా అని వేమన తన ఐదువేల పూర్వజన్మల వెనకాల చెప్పాడు.

అలాటి నెచ్చెలి ఒకావిడ యువరాణి వారికి

ఆవిడ పేరు సునంద. యువరాణి వారి దగ్గరున్న నెచ్చెలులులందరిలోనూ సునంద అంటే బాగా ఇష్టం ఆ అమ్మాయికి.
యువరాణి గారి మనస్సు, రహస్యం, ఇష్టం, అయిష్టం అన్నీ తెలిసిన్న చెలి ఈ సునంద.

అలాటి సునంద వెంటరాగా వరమాలను సుకుమారమైన చేతులతో పట్టుకొని ఒక్కొక్క రాజునే చూస్తూ ముందుకు నడుస్తున్నది.

సునంద ఆ ఆమాయి పక్కనే నడుస్తూ ఆ రాజ కుమారుడిను గురించి యువరాణివారికి పరిచయం చేస్తోంది.

పరిచయం అంటే పరిచయం కాదది.

ఏడేడు జనమల తాతముత్తాతల దగ్గరినుంచి వంశ చరిత్ర, ఆ కుమారుడి చరిత్ర ఒక్క మాటలో చెప్పేస్తోంది.

ఒక్కోసారి ఎన్నో మాటలని ఒక్కమాటలో చెప్పొచ్చు. సైగతో చెప్పొచ్చు.

అది అందరికీ సాధ్యం కాదు కానీ సెచ్చెలులకు సాధ్యం. అది వారికే ప్రత్యేకం.

సునంద చెప్పటం, సైగ చెయ్యటం, యువరాణివారు ఒక్క క్షణం ఆ రాజకుమారుడి ముఖాన్ని కళ్ళు విప్పారించి నిశితంగా చూట్టం. అసలే చేపల్లాంటి కళ్ళేమో, విప్పారించేప్పటికి ఆ కళ్ళను చూస్తున్న, చూసిన రాకుమారుడికి అమ్మా తమ్ముడు మన్ను తినేను పాట తర్వాత యశోదా దేవి ఆ నోట్లోకి చూసి పడ్డ పరిస్థితిలా అయిపోతోంది. మనసంతా కకావికలం. సత్వ గుణం అయిపూ అజా లేకుండా పోతోంది. దానిస్థానే తమోగుణం రెచ్చిపోతోంది. అంత రెచ్చిపోతలోనూ, ఆ అమ్మాయి చూసిన క్షణాన ఆ రాజు ముఖం వెలిగిపోతున్నది

“ చూసింది నన్నే చూసింది. నావంకే చూసింది. నన్నే చూస్తోంది! అంతే! ఇక ఆ మాల నా మెళ్ళో పట్టమే మిగిలింది” అనుకుంటూ

అష్ట వొంకరలూ తిరిగిపోతున్నారు. అసలు ఆ అమ్మాయి చూస్తోందన్న ఊహకే వాళ్ళ ముఖాలన్ని పెట్రోమాక్సు బల్బుల్లా వెలిగిపోతున్నై.

ఆ పెట్రోమాక్సు లైటు చూసిన యువరాణికి ఆ లైటు నచ్చకపోవటం వల్ల తల త్రిప్పేసి ముందుకు వెళ్ళి పోతోంది. ఎంతో ఆశ పెట్టుకున్న రాకుమారుడు నీరసపడిపోతున్నాడు. మొహం నల్లగా అయిపోతోంది.
అవమానం పాలైనట్టు. అలా వరుసలోని వారందరిదీ ఇదే పరిస్థితి.

దీన్ని కాళిదాసు వర్ణించాడు, బ్రహ్మాండంగా ఇలా

సంచారిణీ దీపశిఖేవ రాత్రౌ
యం యం వ్యతీయాయ పతింవరా సా ల్
నరేంద్ర మార్గాట్ట ఇవ ప్రపేదే
వివర్ణ భావం స స భూమిపాలః

కాస్త వివరంగా చెప్పుకుందాం దీన్నే

దివిటీలు ఇప్పటివీ అప్పటివీ కావు.

ఎప్పటివో!

రాముడి కన్నా ముందు కాలం నాటివి.

ఆ కాలంలో రాత్రిపుట నడిచేటప్పుడు దివిటీలు తీసుకువెళ్ళేవారు.

ఎప్పుడైనా సరే వెలుగు పడ్డంతసేపే వెలుగు. కదా?

అలా ఆ దివిటీ కాంతి భవంతుల మీద పడ్డప్పుడు అవి కాంతివంతాలయ్యేవి. దివిటీని ముందుకు తీసుకువెళ్ళిన తరువాత వెనుకనున్న భవంతులు వెలవెల తెలతెల.

అలా ఆ రాకుమారుల ముఖాలు వెలాతెలా పోతున్నాయని కాళిదాసు ఉవాచించాడు.

సునంద అట్లా రాకుమారి చెయ్యి పట్టుకొని తీసుకొనిపోతోంది ముందుకు, ఒక్కొక్కరిని వర్ణిస్తూ.
అమ్మాయీమణివారు చూట్టం, ముందుకు నడవటం.

రాజుల, రాకుమారుల మొహాలు ఎర్రబట్టం.

ఆ కోపమంతా సునంద మీదకు తిరగటం.

సునంద సరిగ్గా చెప్పలేదేమో నాగురించి, అందుకే ఆ సుందరి అలా వెళ్ళిపోయింది. సునందకు నేను నచ్చలేదేమో, ఏదో చెడు చెప్పుంటుంది చెవిలో, అందుకే ఆ సుందరి అలా వెళ్ళిపోయింది. సునంద, సునంద, సునంద అని అందరి మనస్సుల్లో సునంద పేరే. రాకుమారి అట్లా దాటటం, అందరి మనస్సుల్లో సునంద మీద కోపం పెల్లుబికటం.

ఉరుము ఉరిమి మంగలం మీద పడటం అంటే ఇదేనేమో.

కాస్త శాఖాచంక్రమణం చేసి వద్దాం. మంగలం అంటే వేపుడు చట్టి. మాంసం అవీ పెట్టుకుని తినే పెద్ద చిల్లపెంకు ముక్క. పెంకునొదిలి చట్టి గురించి మాట్లాడుకుందాం కాసేపు. చట్టి అంటే కుండ. ఆ కుండకొకపక్క చిల్లెట్టి అందులో మిరపకాయలు పడేసి అగ్గి మీద కుమ్ముతారు. అలాగే పేలాలు కూడా వేయించుకోవచ్చు. అసలే ఓటి కుండ. దానికో చిల్లు.

పైగా కింద అగ్గి.దాని బాధలో అది. ఉరుముడు దేవుడు బలం ఉంది కదాని ఉరుము ఉరిమి దాని మీద పడ్డాట్ట.

మిరపకాయలు, పేలాలు కాచుకునే ఓటికుండకు విలువ ఏమి? అది కాపోతే ఇంకోటి. అంతేగా!

అలాటి మంగలమ్మీద ఉరుము పడితే ఏమి, బరువు పడితేనేమి. పోయేది ఉత్త ఓటికుండేగా? అంతకుమించి పోయేదేమీ లేదు.

అద్దానికోసం ఉరుముకున్న బలం అంతా నష్టమయ్యిందని చెప్పటమన్నమాట.

సరే చట్టినొదిలి చిల్లపెంకు దగ్గరకొద్దాం.

దీన్ని గురించి ధూర్జటి కాలంలోనే ప్రస్తావన ఉన్నది.

“ఎంగిలి మంగలంబులగు దొప్పల్ రా గతంబేమి?” అని తిన్నడి కతలో చెప్పిస్తాడు ధూర్జటిగారు.

ధూర్జటంత ఆయనచేత పద్యాల్లో ఇరికించబడే విలువ కూడా వున్నది మంగలానికి.

అలా ఉరుము ఉరుమి మంగలం మీద పడ్డట్టు కథ చెప్పేసుకున్నాక మాళ్ళీ అసలు కథలోకి వెళ్ళిపోదాం

రాకుమారి మీద కోపం సునంద మీదకు తిరగటం అందరికీ అనుభూతికి వస్తోంది.

మరి ఆవిడ అలా అందరినీ కాదనుకుని వెళ్లిపోతే ఎట్లా?

దాటిపోయిన ఒక్క రాజకుమారుడి ఛస్, ఎంత అవమానం అనుకుంటో చెయ్యి కత్తి మీదకు వెళ్ళిపోతోంది. అలా వెళ్ళిపోయి వెళ్ళిపోయి వెయ్యిస్థంభాల్లా నుంచొన్న రాకుమారులనందరినీ వద్దనుకొని ఇక చివరివాడి దగ్గరకొచ్చింది.

ఆ చివరాయన ఎవరో కాదయ్యా!

మహావీరుడు, నాన్నగారి ఆజ్ఞ మీద నర్మదను దాటి వచ్చేసిన సుందరుడు మన అజుడు.

ఈయన మంటపానికి వచ్చేప్పటికి రాకుమారులతో నిండిపోటంతో ఈయన సివరాఖరికి నుంచున్నాడు.

ఆయన్ని చూసి ముందు సునందకు కళ్ళు తిరిగినయ్. సంభాళించుకున్నది. ఆతర్వాత అమ్మాయి గారి చెయ్యి సుతారంగా నొక్కింది. అంతే అమ్మాయిగారికి అర్థమైపోయింది.

నాకు నచ్చిందేదో దీనికి దొరికింది అని తల పైకెత్తింది. అంతే! సునంద నోటినుంచి మాట కూడ రాకముందే, ఈవిడ చేతిలో మాల మనవాడి మెళ్ళో పడిపోయింది.

“లలాటలేఖానపున:ప్రయాతి” అని ప్రమాణవాక్యం. దాన్ని అధిగమించేది ఈ భూప్రపంచకంలోనే లేదు.

ఏ శక్తీ దాన్నడ్డగించలేదు. ఏ శక్తి దాన్నోడించలేదు. సాక్షాత్ పరమేశ్వర ప్రసాదం. ఈ లోకానికి ఆ దేవదేవుడు ప్రసాదించిన వరం. ఆయన ఆ పనికి బ్రహ్మను నియోగించినాడు. అంత శక్తిమంతం.

అందరి కళ్ళూ అటువైపు తిరిగినాయ్.

కొంత మంది కళ్ళల్లో చింతనిప్పులు. కొంతమంది కళ్ళల్లో భాష్పపరిపూర్ణలోచనం. కొంతమంది కళ్ళల్లో ఆశ్చర్యజనకం. కొంతమంది కళ్ళల్లో విభ్రమం.

అలా నవరసాలు కురిసినాయ్ ఆ సభలో. ఆ స్వయంవర మంటపంలో.

అజుడిని అంతవరకూ చూడనివారు, నగరప్రజలు ఆయన సౌందర్యానికి ముగ్ధులైపోయినారు.

త్రిలోక మోహినికి జగదేకసుందర వీరుడు దొరికినాడని జేజేలు పలికినారు.

మాల పడటమేమి ? కల్యాణమగుటమేమి ? అన్నీ వరసాగ్గా జరిగిపోయినాయ్.

అమ్మాయిామణివారికి చీరలు, సారెలు, నగలు, మణిమాణిక్యాలు, రతంఖచితాలు, ఏనుగులు, అంబారీలు – అబ్బో ఒకటా రెండా అన్ని ఇచ్చి అజుడి వెంట పంపించారు.

అప్పుడు జరిగిందయ్యా ఒక సంఘటన.

జరిగిన సంఘటనకు కారణం మత్సరం.

మత్సరం అంటే అసూయ.

తనకులేనిది వాడికున్నదేనని అసూయ.

తను చేజిక్కించుకోలేనిది వాడి పరం అయ్యిందేనన్న అసూయ.

పెళ్ళి అయ్యేంతవరకూ మౌనంగా వున్నవారు, అజుడు అమ్మాయిని, భార్యను తోడ్కొనిపోతుంటే ప్రయాణం పెటాకులు చేద్దామని నిశ్చయించుకొనినారు. దానికంతటికీ కారణం మత్సరం.

మానవుడికి బయటి శత్రువుల పీడ ఉన్నా లేకున్నా, అంత:శ్శత్రువుల పీడ తప్పక ఉంటుంది.

వాటికి అరిషడ్వర్గాలని పేరు.

అవే కామ క్రోధ లోభ మోహ మద మాత్సర్యాలు.

మాత్సర్యం అన్నిటికన్నా చివరిది.

అన్నిటికన్నా చివరిదానికి పవరెక్కువ. అసలు కన్నా కొసరెక్కువ కదా, అలాగన్నమాట. మాత్సర్యంతో ఉడికిపోయేవాడికి విచక్షణ వుండదు.

మునిపల్లె సుబ్రహ్మణ్య కవిగారు తన ఆధ్యాత్మ రామయణ కీర్తనల్లో చెప్పిస్తారు

పావనులై యీ క్రమ మెఱిగిన మ, ద్భక్తులు మత్సరము
జెందుదు
రీ వసుధను భక్తివిహీనులుగ, గర్వితులై దుర్మతులై
కేవలమును శాస్త్రగర్తములబడి, కెరలిభవశతములు, నొందుచు
భావము చెడి సుజ్ఞానదూరులయి, పోవుట నిశ్చయము.....

అలాగే త్యాగరాజులవారు తెర తీయగ రాదాలో ఈ విధంగా అనిపిస్తారు.

తెర తీయగ రాదా లోని
తిరుపతి వేంకట రమణ మత్సరమను (తెర)
పరమ పురుష ధర్మాది మోక్షముల
పార-దోలుచున్నది నా లోని (తెర)

సరే అదలా పక్కనబెట్టి అసూయాగ్రస్తులైన రాజకుమారుల దగ్గరకొద్దాం.

పెటాకులు చేసి అమ్మాయిామణిని తీసుకొని పోవాలని వారి ఆశ.

అయితే పెటాకులకు విస్తరాకులకు భయపడే వీరులా మన సైన్యం ?

ఆ సైన్యానికి నాయకుడెవరు ? అజుడు! మహావీరుడు. వీరాధివీరుడు.

చుట్టుముట్టారు. నాదాలు, నినాదాలు అవీ వినపడుతున్నాయ్.

రథాల పరుగుల చప్పుడు. దుమ్ము రేగిపోతోంది. ఆకాశమంతా దుమ్ముతో కప్పబడిపొయ్యింది.
ఎర్రగా జేగురు రంగు. సూర్యుడు అస్తమించే సమయం కావొస్తోంది కూడాను.

ఇదంతా చూసి ఇక సమయం వ్యర్థం ఎందుకు చక్కగా సూర్యుడు పొద్దుగుంకేలోపల అటో ఇటో తేల్చేద్దాం అని రంగంలోకి దిగిపోయాడు మనవాడు. అలాగ్గా శత్రుసేనల్ని చెండాడేస్తున్నాడు. విల్లు పట్టుకుంటే తిరుగే లేదని చెప్పుకున్నాంగా!

ఆ విల్లు పట్టుకుని రణరంగంలో నుంచుంటే ఎట్లా వున్నాడయ్యా అంటే వందమంది కోదండధారుల సమానంగా వెయ్యి దిక్కులనుంచి లక్షల బాణాలు విసిరే తేజంతో వున్నాడు.

అయితే అవతలి కలగాపులగ సైన్యం తక్కువదేమీ కాదు.

అజుడి రథాశ్వాలపై నాలుగొందల బాణాలు. రథసారథిపై ఆరొందల బాణాలు. ధ్వజం మీద యాభై, అజుడిపై అరవైవందల బాణాలు వేసారు. వాటినన్నింటినీ ఎడమచేత్తో గాల్లోనే ఖండించి అవతల పారేసాడు మన వాడు. ఆ తర్వాత ఉగ్రరూపం దాల్చాడు. అంతే ఆకాశం ఫెటిల్లుమని పగిలింది. అమ్ములతో నిండిపోయింది.

వాళ్ళందరి శిరస్సుల మీద, లలాటాల మీద, మెడల మీద, బాహువులమీద, వక్షస్థలాల మీద ఉరుములు పిడుగులు పడ్డట్లుగా బాణాలు కురిపించే సరికి భీతిల్లిపోయి పరుగులు పెట్టారు

అందరూ కకావికలు. పరుగులు. ఉరకలు.

రక్తాలు. గాయాలు. శరీరాలు.

అటూ ఇటూ కేకలు.

రక్షించు రక్షించుమని కేకలు.

వీరుడు ఒకసారి శత్రువు మీద విల్లు ఎత్తాడంటే దించటం సామాన్యం కాదు.

కానీ ఎప్పుడైతే రక్షించండి అని వినపడిందో అప్పుడు విల్లు దించేసాడు. బాణాల శరపరంపర ఆపేశాడు.

అవతలి సైన్యం కాస్త కోలుకుంది.

ఆహా ! ఇంత వీరుణ్ణి చిరకాలానికి చూసాం అని ఒకడు

ఓహో ఏమా బాహుబలం ఏమా ఆకారం అని ఇంకొకడు

యువరాజుగా ఉన్నప్పుడే చక్రవర్తిలా వున్నాడు, చక్రవర్తయ్యాక ఎట్లా వుంటాడో అని ఒకడు.

ఇన్ని యుద్ధాలు, ఇంతమందితో చేసాం కానీ, ఇంత వీరుణ్ణి ఎక్కడా చూడలేదయ్యోయ్ అని ఒకడు.

ఇలా అవతలి పక్క సైన్యంలో మాటలు వినిపిస్తున్నాయ్.

ఇంతలో ఇదే అదను అనుకొని విశ్రవసుడనేవాడు ఆ వెయ్యిస్థంభాల్లా నుంచొనున్న రాకుమారుల్లో

నాలుగొందల స్థంభాలను తీస్కొని ఒక్కుమ్మడిగా మీద పడ్డాడు.

అజుడి చెయ్యి అమ్ములపొదిలోకి వెళ్ళింది.

చేతికి సమ్మోహనాస్త్రం తగిలింది.

దాని సంగతే మరచిపోయినాడు ఆయన.

ఇలాటి ఆపత్సమయంలో ఉపయోగానికొచ్చేందుకే చేతికి తగిలిందిలే అనుకొని దాన్ని సంధించాడు. అంతే సమ్మోహనం రావటం, ఆ నాలుగొందల రాకుమారులు, వాళ్ల సైన్యం అంతా మూర్ఛ పోవటం జరిగిపోయింది.

అంతమంది అలా శలభాల్లా పడిపోవటం చూసి, మిగిలినవారు కూడా కింద పడిపోయారు దణ్ణాలు పెడుతూ

అలా విజయం ఆ వీరుణ్ణి వరించింది

సరే, ఈ పెళ్ళి సంగతులు అవీ రఘు మహారాజుకు చేరిపోయినాయ్

పెళ్ళి సంగతి చెప్పినవారు యుద్ధం సంగతి కూడా చెప్పారు

అందరు తండ్రుల్లా ఆయన, ఆ రఘు మహారాజు ఖంగారు పడలా

అన్నాడు, ఈ పాటి యుద్ధాలు ఇంకో వంద చేసి, గెలిచి ఇంటికొస్తాడు మావాడు అని మీసమ్మెలేసి చెప్పాడు

అంత నమ్మకం పిల్లలంటే ఆ రోజుల్లో

పిల్లలూ ఆ పెద్దల నమ్మకాలను వమ్ము చేయకుండా నూటికి వెయ్యి శాతం ప్రయత్నించేవారు ఈ జమానా వారిలా కాకుండా

కోడలు వచ్చేసింది ఇంటికి
కనీవినీ ఎరగని రీతిలో ఉత్సవాలు జరిపినాడాయన

సాక్షాత్ మహాలక్ష్మే ఇంటికొచ్చేసింది అన్నంత ఇదిగా జరిగిపోయినాయ్ ఆ ఉత్సవాలు

కొన్ని సంవత్సరాలు గడిచిన తర్వాత ఇక సమయం వచ్చింది పెద్దాయనకు

ఏం సమయం ?

అదేనండీ వానప్రస్థ సమయం. చక్కగా తపాలు, జపాలు చేసుకుంటూ శేష జీవితం గడుపుతానని చెప్పి రాజ్యాన్ని అజుడి చేతిలో పెట్టి వెళ్ళిపోయినాడాయన

ఈ వానప్రస్థం గురించి భాగవతంలో ఒక మాంచి పద్యం ఉన్నది

దృష్టిపూతం న్యసేత్పాదం వస్త్రపూతం పిబేజ్జలం
సత్యపూతాం వదేద్వాచం మనఃపూతం సమాచరేత్ – 16
(శ్రీమద్భాగవతం 11-18-16)

అలా చక్కగా, సౌఖ్యంగా గడపాలని రూలు

వయసొచ్చాక అంతకన్నా కావలసిందేముంది ?

అందువల్లా ఆయన శేష జీవితం చక్కగా గడిచిపోయింది

ఆ పైన అజుడు ఎన్నో ఏళ్ళు పెద్దాయన బాటలోనే రాజ్యాన్ని పరిపాలిస్తూ గడిపాడు

అరివీర భయంకరుడు దశరథుణ్ణి కన్నాడు

ఆ తర్వాత ఆయన కథ, రాములవారి కథ మనకు తెలిసిందే!

బతికితే అజుడిలా, వీలైతే ఇంకా బ్రహ్మాండంగా రఘు మహారాజులా బతకాలి

ధర్మంగా బతకాలి, వీరత్వంతో బతకాలి, జనరంజకంగా బతకాలి, పరిపాలనాదక్షుడిగా బతకాలి, మనిషిగా బతకాలి, మానవత్వంతో బతకాలి

ఇంతకీ అజుడి భార్య పేరేమిటో తెలుసునా ?

ఏ సుకుమారి కోసం ఇంత కథ జరిగిందో తెలుసునా?

ఏ సౌందర్యరాశి కోసం ఈ కథ జరిగిందో తెలుసునా?

ఆవిడే ఇందుమతీదేవి

ఈ కథను కాళిదాసు ఎంతందంగా వర్ణిస్తాడని?

అందుకు కాదు ఆ కథలు, ఆ ఇతిహాసాలు మనలో నిలిచిపోయింది

అవును అందుకే!

- ఏనాడో రాసుకొన్న కథ ఇది - వివిధ పత్రికలలో కూడా అచ్చు అయ్యింది - నా కథే అయినా ఆ పత్రికాధిపతుల అనుమతితో పునర్ముద్రణ ఇక్కడ

అనగనగా

అనగనగా ఒక ఊరు.

ఊరంటే మామూలు ఊరు కాదు.

అందమైన ఊరు.

అంతకన్నా అందమైన మనుషులు.

ఆ అందమైన మనుషులకు ప్రకృతి అంటే ప్రాణం.

అందువల్ల ఆ ఊళ్ళో పచ్చ పచ్చటి చెట్లు.

ఆ పచ్చా పచ్చాని చెట్లను చూసి వనదేవత తెల్ల తెల్లని చెరువులు, పొంగిపొర్లే చెరువులు ఇచ్చింది.

ఓసోస్ వనదేవతేనా పులకించిపోయేదని, వరాలిచ్చేదని భూమాత ఆ ఊరికి నీలి నీలపు కొండలు ఇచ్చింది.

గరుత్మంతుడు ఎర్రగా బుర్రగా ఉండే పిట్టలు పంపించాడు.

ఎన్ని రంగుల పిట్టలో? రంగురంగుల పిట్టలు.

నీలి నీలి నెమళ్ళు.

ఆకుపచ్చని చిలకలు.

ఎర్ర ఎర్రని లకుముకిపిట్టలు.

వంగపండు వడ్రంగిపిట్టలు.

పసుప్పచ్చని పైడికంటిపిట్టలు.

నారింజరంగు జీనువాయిపిట్టలు.

ఇల్లా ఒకటి కాదు రెండు కాదు బోల్డు బోల్డు పిట్టలు.

ఆ ఊరు చూసి అందరూ అసూయపడేవారు.

చివరికి దేవతలు కూడా.

వంగపండు వడ్రంగి పిట్టలు టకటక తకధిమి అని తలలతో సంగీతం వాయించేవి

అరెవా! అంత సంగీతానికి తగ్గట్టు నాట్యం ఉండొద్దూ అంటూ నీలి నెమళ్ళు రోజూ బయట పురులు విప్పి నిలబడేవి.

ఆ పురులు, ఆ అందాలు, ఆ సంగీతాలు చూసి పిట్టలన్నీ కేరింతలు.

కేరింతలంటే ఏమిటి?

సంతోషంతో చేసే గోల, ఆర్భాటం. సంతోషం ఎక్కువైన చోట పిల్ల పిట్టల ఆటలు, పాటలు తప్పకుండా ఉంటవి.

పిల్లల ఆటలంటే ఉరకలు, పరుగులు.

ఈ ప్రపంచకంతో సంబంధం లేనట్టుండే ఉరకలు, పరుగులు, పాటలు, సంగీతాలు

ఓ రోజు ఆకాశంలో దేవతలంతా, రాజుగారైన ఇంద్రుడితో పాటు కైలాసానికి వెడుతూ ఈ ఊరిని దాటుతున్నారు

కిందంతా గోల గోలగా ఉన్నది
ఇంత గోలగా ఉన్నదేమిరానని తల వంచి చూసినారు

అందరితోపాటు ఆ ఆటలు పాటలు తాను కూడా చూసాడు ఇంద్రుడు.

ఆయనకు ఆ ఆటల ఆలోచన నచ్చింది

ఆ వెంటనే ఒక ఆలోచన వచ్చింది

ఆలోచన, అది కూడా ఇంద్రుడికి వచ్చింది.

ఇంద్రుడంటే ఎవరు ?

ఇంద్రుడంటే రాజుగారు.

దేవతలకు రాజుగారు.

రాజుగారంటే మాటలా?

రాజుగారు ఏది చెపితే, ఏదనుకుంటే అది అయిపోవాల్సిందే

దేవతలందర్నీ పిలిచాడు.

మనం కూడా ఆటలాడుకుందాం అన్నాడు.

అంతే, గుసగుసలు మొదలైనాయి.

కొంతమంది వింతగా చూసారు.

కొంతమంది మా వల్ల కాదన్నారు.

కొంతమంది మమ్మల్నొదిలెయ్ నాయనా అన్నారు.

ఎప్పుడూ రాక్షసులతో యుద్ధాలు, అప్సరసల నాట్యాలు ఏవిటి చూస్తాం అనుకున్న కొంతమంది సంబరపడ్డారు.

తర్జనభర్జన పడుతున్నారు.

తర్జనతోనూ భర్జనతోనూ ఏమిటొస్తుందీ?

ఇహ ఇలా లాభం లేదని అష్టదిక్పాలకుల్ని పిలిచాడు.

ఆడుకుందాం పదండన్నాడు.

ఎవరికి తప్పినా వాళ్ళకు తప్పదుగా!

రాజు గారి దగ్గర కొలువులో ఉన్నారయ్యె.

ఆజ్ఞ ధిక్కరిస్తే తల తీసి ఆకాశగుమ్మానికి వేళ్ళాడదీస్తాడేమో!

ఏమో మరి, అంత పని చేస్తాడు, చెయ్యగలడు ఆయన.

అదీ భయం. ఆ పవరు అంటే భయం

అవతలివాడికి పవరున్నవాడంటే, ఏం చేస్తాడో తెలియని భయం.

అందువల్లే ఆ పవరుకోసం పోట్లాటలు

ఈ లోకంలో అందరూ అర్రులు చాచేది దానికోసమే

ఆ గొడవంతా పట్టం ఎందుకని సరేనన్నారు వాళ్ళు.

ఏ ఆట ఆడడం అనడిగారు. ఎలా ఆడతామన్నారు ? మరి రూల్సు రాళ్ళు రప్పలు ఏమిటన్నారు ?

అలా రూల్సు గట్రా ఏమిటని అడగ్గానే ఇంద్రుడు తలగోక్కొని ఆలోచించాడు.

మళ్ళీ ఓ సారి కిందకు చూచాడు.

ఆ కింద, రూల్సు రప్పలు ఏవీ ఉన్నట్టు కనపడని ఉరకలు పరుగులు కనపడ్డాయ్.

రూల్సు గట్రా ఏమీ లేవు , అందరం పరుగులెత్తుదాం పదండి అన్నాడు ఇంద్రుడు.

ఇదేమి ఆటండీ ? అయినా ఆకాశంలో ఎక్కడ పరుగులు పెడతాం అన్నారు దిక్పాలకులు ?

ఏవండీ అంటే అన్నానంటారు, ఆ తెల్ల మబ్బులున్నవి ఎందుకు, వాటి మీద పెట్టండి అన్నాడు ఇంద్రుడు.

తెల్ల మబ్బులు ఖంగారు పడ్డాయ్.

కొన్ని మబ్బులు ఈ రాజుగారి ఆట మా ప్రాణానికొచ్చిందిరా అనుకున్నాయ్.

పొరపాటున బయటకే అనేసాయ్.

అది చూశాడు ఇంద్రుడు. అది విన్నాడు ఇంద్రుడు.

ఛస్! నా ఆజ్ఞకు ముహం మాడుచుకుంటారా? ఆ మాడ్పు లానే మీరు కూడా మొత్తం నల్లగా అయిపోయి జీవితమ్మొత్తం అలాగే గడపండి అని శాపం పెట్టిపారేశాడు.

మొహం మాడ్చుకున్న మబ్బులన్నీ నల్లగా అయిపోయినై.

ఏడుస్తున్నాయ్.

వాటి ఏడుపే వాన అయిపోయింది.

ఆరోజునుంచి, పైనుంచి పడే వానకు ఆ నల్ల మబ్బుల ఏడుపే కారణం

ఇంద్రుడికి ఇంకా కోపం తీరక, మిగిలిన తెల్ల మబ్బులన్నీ ప్రేక్షకులుగా ఉండమని ఈ నల్లమబ్బుల మీద ఆట మొదలుపెట్టాడు.

ఆట మొదలయ్యింది. దేవతల పరుగులాట మొదలయ్యింది. కొంతసేపు అందరూ అటూ ఇటూ పరుగెత్తాక, గందరగోళంగా ఉండటంతో, అందరూ ఓ చోటికి చేరి తూర్పు చివరి నుంచి మొదలుపెట్టి పశ్చిమం చివరి దాకా ఎవరు వేగంగా పరుగెత్తుతారో వాళ్ళు గెలిచినట్టు అని తీర్మానించారు

సరే, ఈ రూల్సు లంపటం నాకు పెట్టకుండా వాళ్ళే తీర్మానించారుగానని చంకలు గుద్దుకొని ఇంద్రుడు పరిగెత్తటం మొదలెట్టాడు.

వాయువు, ఓస్ ఇంతేనా! రాజుగారండీ, మీరు మీ పరుగూ ఓ లెక్కా నాకు అని, దడదడలాడించి పరుగెత్తటం మొదలుపెట్టినాడు.

అది చూసాడు ఆదిత్యుడు. వార్నీ కొంపలంటుకుపోతాయ్ ఈ వాయువుగాడు రాజుగార్ని ఓడించాడంటేనని ఏడు గుర్రాల

బండెక్కి పరిగెత్తిపోయి వాయువుని – ఒరే నెమ్మదిరా నాయనా, రాజుగార్ని గెలవనియ్యమని ఒప్పించి ఆ వేగం తగ్గించాడు.

అలా ఇంద్రుడు గెలిచాడు.

కేరింతలు కొట్టాడు.

ఆ సంతోషంలో ఓడిపోయినవాళ్ళందరి మబ్బుల మీద వజ్రాయుధంతో ఓ దెబ్బా వేశాడు.

మెరుపులు పుట్టినై.

ఆ మెరుపులే మనం చూసే మెరుపులు

ఇంకోసారి పరిగెత్తుదాం అన్నాడు రాజుగారు.

ఇప్పో, అప్పో అని అనుకుంటూ , కాళ్ళీడ్చుకుంటూ దిక్పాలకులు పరుగులెట్టారు.

రాజుగారు కాబట్టి ఆయన్నే మళ్ళీ గెలవనిచ్చారు.

నాలుగు రవుండ్లయినై.

నాలుగు సార్లూ ఇంద్రుడే గెలిచాడు, మబ్బుల మీద దెబ్బలు వేసి మెరుపులు తెప్పిస్తూనే ఉన్నాడు.

ఐదో రవుండ్లో కూడా గెలిచి మబ్బుల మీద కొడుతుంటే వజ్రాయుధం సర్రున చేతిలోంచి జారిపోయింది.

ఆ ఊళ్ళో పడిపోయింది.

భూమి లోపలికంటా వెళ్ళిపోయింది.

భూమాతకు కోపం వచ్చేసిందయ్యోయ్.

ఆవిడ కాళికా మాత అయిపోయింది.

ఓరోరి ఇంద్రా, నీ వజ్రాయుధంతో నాకు నొప్పి పుట్టిస్తావా? ఇక నువ్వది తీసుకోలేవ్ ఫో అని ఆ ఆయుధాన్ని పొడి పొడి చేసేసి వజ్రాలుగా మార్చేసింది.

ఇంద్రుడు బిక్కమొహం వేసాడు, ఇదేమిట్రా ఇలాగయ్యిందని.

ఇప్పటిదాకా ఆడుకున్నాం. పాడుకున్నాం. గెలిచాం. ఓడాం. ఇంతలో ఈ విపరీతం ఏమిటి, చేతిలో ఉన్న ఒక్క గొప్ప ఆయుధం పోయిందేనని దిగాలుగా కూర్చున్నాడు.

రాజుగారు దిగాలుగా కూర్చోటం చూసి కొంతమంది కష్టపడ్డారు, కొంతమంది ఇష్టపడ్డారు

మనసు కష్టపెట్టుకున్నవాళ్లలో సూర్యుడు ఒకడు.

ఎప్పుడు కానీ, అప్పుడప్పుడు కాని దిగాలుగా కూర్చునే వాళ్ళంటే సూర్యుడికి పడదు.

అందుకు ఆయన ఉరుకులు పరుగుల మీద వొచ్చేసి ఓ రాజరాజ నీకు ఆయుధం కావాలి అంతేగా! నేనిస్తా, ఇంత పెద్దదిస్తా, అన్నిటికన్నా పెద్దదిస్తా తీసుకో అన్నాడు.

ఇంద్రుడి ముహం వెలిగిపోయింది.

సరే ఇవ్వు అన్నాడు సూర్యుడి చేతులు పట్టుకొని తబ్బిబ్బైపోతూ!

సూర్యుడు ఉండు ఒక్క నిమిషం, తెచ్చిస్తా అని కింద ఉన్న ఊళ్ళోకి వచ్చేశాడు.

పిట్టల్ని పిలిచాడు. మీ ఈకల్లో కొన్ని నాకిచ్చెయ్యండి అన్నాడు.

అన్ని పిట్టలు సూర్యుడొచ్చాడని ఊగిపోతూ ఈకలిచ్చేసినై.

అవన్నీ కుప్ప చేసుకుని పొయ్యాడు సూర్యుడు.

అందులో వెలిగిపోతున్న రంగుల్ని కొన్ని తీసుకున్నాడు.

చకచకా ఒక ఆయుధం తయారు చేసాడు.

తీసుకెళ్ళి ఇంద్రుడికిచ్చాడు.

ఇంద్రుడు దాన్ని పట్టుకోలేక సతమతమైపోయినాడు.

చేతులు పట్టనంత పెద్దదైపోయింది అది.

మొత్తానికి కష్టపడి చేతుల్లోకి తెచ్చుకున్నాడు.

దీన్ని పెట్టుకోవాలంటే దేవేంద్రలోకం సరిపోదు. ఎక్కడ దాచిపెట్టాలన్నాడు.

ఇప్పటిదాకా ఆడుకున్నావుగా రాజా మారాజా, ఆకాశం ఉందిగా అక్కడ పెట్టుకో అన్నాడు సూర్యుడు.

సరే, మళ్ళీ ఓ సారి పరుగులాట ఆడదాం అని ఆట మొదలుపెట్టాడు.

షరా మామూలుగా గెలిచాడు.

గెలిచిన ఆనందంలో చేతిలో ఉన్న ఆయుధాన్ని మబ్బుల మీద తాటించాడు.

ముసిముసిగా నవ్వుకుంటూ సూర్యుడు దాక్కున్నాడు, ఆ నవ్వు ఎక్కడ కనపడుతుందోనని.

ఆకాశం అంతా ధగధగా మెరిసిపోయింది ఉన్నట్టుండి.

ఆ రంగులతో. ఆ ప్రకాశవంతమైన రంగులతో. ఏడు రంగులతో!

ఇంద్రుడు ఆటాడినప్పుడల్లా, గెలిచినప్పుడల్లా, నల్ల మబ్బులు ఏడ్చినప్పుడల్లా, ఆయుధం

తాకించినప్పుడల్లా ఆకాశం మెరిసిపోతూనే ఉంది.

సూర్యుడు ముసిముసిగా నవ్వుతూనే ఉన్నాడు.

అదే ఆకాశంలో ఇంద్రధనస్సు అయ్యిందయ్యా!

అలా ఇంద్రధనస్సు పుట్టిందయ్యా!

అయ్యా అదీ ఇంద్రధనస్సు సంగతి….

ఎప్పుడో చాలా ఏళ్ల క్రితం ఒక బల్గేరియన్ కథలో ఒక అబ్బాయి రంగు పిట్టల ఈకలు చూసి ఇంద్రధనసు ప్రస్తావన తీసుకొని రావటం చదివాక, అదే మూసలో ఆశ్చర్యంగా 1920ల్లోని ఆంధ్ర పత్రికలోని ఒక కథ చదివాక రాసుకున్న పిట్ట కథ ఇది…పిట్టల కథ ఇది… ఇంద్రధనస్సు కథ ఇది…

అనగనగా

అనగనగా ఒక ఊరు

ఆ ఊళ్ళో ఒక భవనం

ఒకప్పుడు రాజభోగాల భవనం

ఇప్పుడో ?

పాడుపడిపోయిన భవనం

దయ్యాలు కాపురముండే భవనం

ఆ ఇంటి యజమాని - దానాల ధర్మరాజు చనిపోయినాడు

అంతు చిక్కకుండా చనిపోయినాడు

పిల్లలు పాడుపెట్టేసినారు

ఎన్నో సంవత్సరాలు గడిచినాయ్

దయ్యాల కొంపను ఎవడూ కొనటానికి రాలా

చివరికి పక్కూరి నుంచి ఒక షావుకారు వచ్చినాడు

భయమూ గియమూ అంటే తెలియదు ఆయనకు

దేనికైనా ఎదురెళ్ళిపోయేవాడు

జీవితానిక్కూడా

అట్లాటి వాడు ఆ ఇల్లు చూచినాడు

లంకంత కొంప. బూజులు పట్టిపోయి ఉన్నది

ఆలనా పాలనా లేదు

ఇంత కొంప బాగుచేసుకుంటే వైభోగంగా బతకొచ్చు
అనుకున్నాడు

అనుకోవటం ఆలస్యం ఆ ఊళ్ళో ఇంకో చివరన నివసిస్తున్న పిల్లలకు డబ్బులిచ్చి కొనేసుకున్నాడు

వాళ్ళూ చచ్చిన బర్రెకు వచ్చిందే ధర్మం అని ఇచ్చిన డబ్బు తీసుకొని మారుమాటడలా

ఆ రోజు రాతిరి షావుకారు నిద్దర చేసినాడు

దయ్యమొచ్చింది

అటు ఇటూ పరిగెత్తింది. బోలెడు చప్పుడు

గజ్జెల గలగలలు. ఇనప సంకెళ్ళ ఆక్రందనలు. ఇట్లా భయపెట్టాలని చూసింది

లేచి చూసినాడు

ఒరే దయ్యం, ఆ తుప్పట్టిపోయిన గజ్జెలు సంకెళ్ళు వేసుకొని పరుగెత్తుతావేమిరా - సెప్టిక్ అయి చస్తావ్ అన్నాడు

దయ్యానికి దడ పుట్టింది

వీడెవడు నాకు సెప్టికు అవుతుందని నన్ను భయపెడుతున్నాడని రారెత్తింది

ఇంకా భయపెట్టాలని చూసింది

ఉహూ! షావుకారు లొంగితేగా...

లాభం లేదని గుండెల మీదకెక్కి కూర్చుంది

గురకలు పెట్టాడు షావుకారు

దయ్యానికి మతిపోయింది

వీడెవడండి అనుకుంటూ, ఇక ఏమీ చెయ్యలేక కిందకు దిగి భోరుమంటూ ఏడవటం మొదలు పెట్టె

ముందు నువ్ ఏడుపు ఆపెయ్, వెధవ గోల. చచ్చేంతవరకూ చేసిన పిచ్చ పనులు నిన్ను దయ్యపు రూపానికి తీసుకొచ్చినాయ్. ఈ రూపంలో కూడా ఇంకా ఇలాటి జనాలని ఏడిపించే పనులు చేస్తే ఎన్ని వందలేళ్ళైనా ఇట్నే ఉంటావ్ అన్నాడు షావుకారు

ఆలోచిస్తే నువ్ చెప్పిందీ నిజమే, ఇప్పటికి మూడొందలేళ్ళయ్యింది నేనీ దయ్యం రూపానికొచ్చి. జనాలను ఏడిపిస్తూనే ఉన్నా ఇన్నేళ్ళ నుంచీ...ఈ రోజటి నుంచి ఏడిపించే పని పెట్టుకోను అని ఆ బంగళా కప్పు మీదకెళ్ళి కూర్చుండిపోయింది దయ్యం

ఆరోజటి నుంచి ఆ ఊళ్ళోనే కాదు, షావుకారు మాట విన్న ఏ దయ్యాముూ ఏ ఊళ్ళోనూ మళ్ళీ దయ్యం రూపంలో తిరిగిరాలా!

విముక్తి దొరికేసింది వాటికి

ఓం తత్ సత్

(1920ల్లోని ఆంధ్రభారతి పత్రికలో ఒక దయ్యం కథ జులై 26, 2013న చదివినాక ట్విస్టు చేసి రాసుకొన్న కథ)

అనగనగా

అనగనగ ఒక ఊరు

ఆ ఊళ్ళో ఒక రైతు

రైతుకు ఓ పేద్ద పొలం

పొలంలో జొన్న విరగ కాసింది

కోతల ఊడ్పుల సమయం

ఎక్కడినుంచో ఓ కాకుల గుంపు వచ్చె

నోతికందినంత జొన్న ఎత్తుకుని పోతున్నవి

చూశినాడు రైతు

లటుక్కున ఒక పిల్లకాకిని పట్టుకొనె

పిల్లకాకి నోట్లో ఉన్న గింజ చిటుక్కున జారి పక్కనే ఉన్న చెట్టు తొఱ్ఱలో పడిపోయె

అరే నా గింజ నాకు తెచ్చివ్వు లేకపోతే నిన్ను కీమా చేస్తా అనె రైతు

పిల్లకాకేమో ఆ కాకుల గుంపు రాజుగారి కొడుకు

లబలబ ఏడుస్తుంటే కాకిరాజు వచ్చె

అయ్యా మా వోణ్ణి వదిలిపెట్టు అనె

మీరు పట్టుకెళ్ళిన గింజలన్నీ తీసుకొచ్చేస్తే వదిలేస్తా అన్నాడు రైతు

సరే అని కాకులన్నీ కలిసి ఎత్తుకుపోయిన గింజలన్నీ తిరిగి తీసుకొచ్చె

ఓ పేద్ద గాదె నిండింది దాంతో

గింజలన్నీ ఇచ్చేశాం వదిలెయ్ మా వాణ్ణి అనె కాకిరాజు

పిల్లకాకి గింజ రాలేదన్నాడు రైతు

ఇదెక్కడి గొడవరా నాయనా గాదెడు తెచ్చిచ్చినాం, ఒక్క గింజ కోసం ఇంత గలభా చేస్తావేంది వదిలెయ్ అనె కాకిరాజు

కష్టపడినాక, గింజ గింజే ఒక్కటీ వదిలిపెట్టేది లేదన్నాడు ఆయన

సరే ఎక్కడుంది ఆ గింజ అనె కాకిరాజు

అదిగో ఆ తొట్టిలో అని చూపిచ్చినాడు రైతు

ఇదేమి అంత లోతు తొట్టిలో ఉన్నదాన్ని ఎట్లా తేవాలె వదిలెయ్ అన్న కాకిరాజు మాట తోసిపారవేసినాడు

కాకిరాజు కొడుకుని రక్షించుకోవాలె

ఎట్లా ?

పక్కనే గొడ్డలి పట్టుకొని ఉన్న ఓ కూలి ఆయన్ని అడిగె

- అయ్యా, అయ్యా
- నాకొచ్చె ఓ కటకట
- జొన్న గింజ ఇరికె ఆ తొర్రలోనట
- నీవు గొడ్డలి వాడితేనట
- చెట్టుకూలి జొన్న గింజ బయటకొచ్చునట
- నా కొడుకు నా వద్దకు తిరిగి వచ్చునట

అని పాట మొదలుపెట్టె

ఆ గొడ్డలాయన అన్నాడు -

- చెట్టు లేదు చుట్టా లేదు
- నరకటం నాకలవాటు లేదు

అని సమాధానమిచ్చె

ఇది విని ఈసురోమంటూ ఆ ఊరి రాజు గారి దగ్గరకు పోయాడు కాకిరాజు

- అయ్యా, అయ్యా
- నాకొచ్చె ఓ కటకట

- జొన్న గింజ ఇరికె ఒక తొర్రలోనట
- చెట్టు కూల్చితే జొన్న గింజ దొరకునట
- నా కొడుకు నా వద్దకు తిరిగి వచ్చునట
- మనిషేమో గొడ్డలి వాడడట
- నీవు వాని తల తీసివేయాలట

అని పాట పాడె

రాజుగారన్నాడు
- పిచ్చి కాకి పిచ్చి కాకి
- తప్పు లేకుండ తల తీయను ఏమి చెయ్యను

అనె

ఇది విని కోపమొచ్చి పక్కనే తోటలో పాకుతున్న పాము దగ్గరకు పోయి
- అయ్యా, అయ్యా
- నాకొచ్చె ఓ కటకట
- జొన్న గింజ ఇరికె ఒక తొర్రలోనట
- చెట్టు కూల్చితే జొన్న గింజ దొరకునట
- నా కొడుకు నా వద్దకు తిరిగి వచ్చునట

- మనిషేమో గొడ్డలి వాడడట
- రాజేమో వాని తల తీసివేయాడట
- అందుకు రాజును నీవు కరవవలెనట

అని రెచ్చగొడదామని చూసె

పాము గరగరగా నవ్వి
- నాకు అపాయం లేనంతవరకు కరుచుట లేదు
- కొరుకుట లేదు ఫో ఫో పిచ్చి కాకి

అని ఈలలేసుకుంటూ పాకిపోబోయింది

అది విని కాకిరాజు పక్కనే ఉన్న బడితెతో మాటాడింది

- అయ్యో, అయ్యో
- నాకొచ్చె ఓ కటకట
- జొన్న గింజ ఇరికె ఒక తొర్రలోనట
- చెట్టు కూల్చితే జొన్న గింజ దొరకునట
- నా కొడుకు నా వద్దకు తిరిగి వచ్చునట
- మనిషేమో గొడ్డలి వాడడట
- రాజేమో వాని తల తీసివేయడట

- పామేమో రాజును కరవదట
- పాముకు నీవు ఒడితె పూజ చేయవలెనట

అని కాకిరాజు రాగాలు తీసె

ఒడితె పకపక నవ్వి
- రాజుకేమి పాముకేమి పూజలేమి
- వారినొదిలి నీకు చేస్తేనేమి

అని ఒంటి కాలి మీద లేచె

ఇదేదో ప్రాణాలకొచ్చేట్టుందని పక్కన మండుతున్న అగ్గిరాజును అడిగె
- అయ్యా, అయ్యా
- నాకొచ్చె ఓ కటకట
- జొన్న గింజ ఇరికె ఒక తొర్రలోనట
- చెట్టు కూల్చితే జొన్న గింజ దొరకునట
- నా కొడుకు నా వద్దకు తిరిగి వచ్చునట
- మనిషేమో గొడ్డలి వాడడట
- రాజేమో వాని తల తీసివేయాడట
- పామేమో రాజును కరవదట

- బడితేమో పాముకు పూజ చేయదట
- బడితెను నీవు మసినుసి చేయవలెనట

అని పాట సాగదీసె

అగ్గిరాజు భగభగ మండుతూ నవ్వె
- మసి లేదు నుసి లేదు
- నన్నెగదోయనక్కరలేదు
- నేనెవరిని చంపేది లేదు

అని సమాధానం సాగదీసె

కాకిరాజు అగ్గి మీద గుగ్గిలమైపోతూ పక్కనే ఉన్న కుండలో నీళ్ళను చూసి
- అయ్యా, అయ్యా
- నాకొచ్చె ఓ కటకట
- జొన్న గింజ ఇరికె ఒక తొర్రలోనట
- చెట్టు కూల్చితే జొన్న గింజ దొరకునట
- నా కొడుకు నా వద్దకు తిరిగి వచ్చునట
- మనిషేమో గొడ్డలి వాడడట
- రాజేమో వాని తల తీసివేయడట

- పామేమో రాజును కరవదట
- బడితేమో పాముకు పూజ చేయదట
- బడితెను అగ్గిరాజు మసినుసి చేయడట
- అగ్గిని నీవు ఆర్పివేయవలెనట

అని దీర్ఘాలు తీసె

నీళ్ళేమో గలగల నవ్వి

- అగ్గి లేదు బుగ్గి లేదు
- నేనెవరిని ఆర్పేది లేదు

అని కుండలో నిండుగా నిలబడె

నిండు కుండను చూసి నిట్టూరుస్తూ పక్కనే కొట్టంలో నిలబడుకొని ఉన్న ఎద్దునడిగె

- అయ్యా, అయ్యా
- నాకొచ్చె ఓ కటకట
- జొన్న గింజ ఇరికె ఒక తొర్రలోనట
- చెట్టు కూల్చితే జొన్న గింజ దొరకునట
- నా కొడుకు నా వద్దకు తిరిగి వచ్చునట
- మనిషేమో గొడ్డలి వాడడట

- రాజేమో వాని తల తీసివేయడట
- పామేమో రాజును కరవదట
- బడితేమో పాముకు పూజ చేయదట
- బడితెను అగ్గిరాజు మసినుసి చేయడట
- అగ్గిని నీరు ఆర్పదట
- నీరును నీవు తాగివేయవలెనట

అని అదిలించె

ఎద్దు ఒక్క మాటున రంకె వేసి

- సాగు లేదు సేద్యం లేదు
- నీరు లేదు నిప్పు లేదు
- ఆలోచించే ఓపిక లేదు
- దాహమసలే లేదు

అని తోక విదిలించె

కాకిరాజు తోక నుంచి తప్పించుకొని పక్కనే ఉన్న పలుపు తాడును అడిగె

- అయ్యా, అయ్యా
- నాకొచ్చె ఓ కటకట

- జొన్న గింజ ఇరికె ఒక తొర్రలోనట
- చెట్టు కూల్చితే జొన్న గింజ దొరకునట
- నా కొడుకు నా వద్దకు తిరిగి వచ్చునట
- మనిషేమో గొడ్డలి వాడడట
- రాజేమో వాని తల తీసివేయాడట
- పామేమో రాజును కరవదట
- ఒడితేమో పాముకు పూజ చేయదట
- ఒడితెను అగ్గిరాజు మసినుసి చేయడట
- అగ్గిని నీరు ఆర్పదట
- నీరును ఎద్దు తాగివేయదట
- ఎద్దును నీవు కట్టివేయవలెనట

అని ముళ్ళు వేసింది

తాడు చుట్టలు చుట్టలుగా నవ్వి

- ఎద్దూ లేదు పద్దు లేదు
- చడీ లేదు చప్పుడు లేదు
- నేనెవరినీ కట్టేది లేదు

అనె

కాకిరాజు పలుపుతాడును పరపర కొరికెయ్యాలనంత కోపంతో

పక్కనే బొరియలో ఉన్న ఎలకను చూసి

- అయ్యా, అయ్యా
- నాకొచ్చె ఓ కటకట
- జొన్న గింజ ఇరికె ఒక తొర్రలోనట
- చెట్టు కూల్చితే జొన్న గింజ దొరకునట
- నా కొడుకు నా వద్దకు తిరిగి వచ్చునట
- మనిషేమో గొడ్డలి వాడడట
- రాజేమో వాని తల తీసివేయాడట
- పామేమో రాజును కరవదట
- బడితేమో పాముకు పూజ చేయదట
- బడితెను అగ్గిరాజు మసినుసి చేయడట
- అగ్గిని నీరు ఆర్పదట
- నీరును ఎద్దు తాగివేయదట
- ఎద్దును తాడు కట్టివేయదట
- తాడును నీవు పరపర కొరికిపారవేయవలెనట

అని పళ్ళు పటపటలాడించింది

సుష్టుగా తిని కాళ్ళెత్తుకు పడుకున్న ఎలక

- నిద్దర లేదు పద్దర లేదు
- తాడు లేదు గీడు లేదు
- నేనెవరినీ కొరికేది లేదు

అని గుర్రుపెట్టె

ఇంతమంది దగ్గర ఇన్ని విని చిర్రెత్తుకొచ్చిన కాకిరాజు పొయ్యిలో పడుకునున్న పిల్లిని పొడిచి

- అయ్యా, అయ్యా
- నాకొచ్చె ఓ కటకట
- జొన్న గింజ ఇరికె ఒక తొర్రలోనట
- చెట్టు కూల్చితే జొన్న గింజ దొరకునట
- నా కొడుకు నా వద్దకు తిరిగి వచ్చునట
- మనిషేమో గొడ్డలి వాడడట
- రాజేమో వాని తల తీసివేయాడట
- పామేమో రాజును కరవదట
- బడితేమో పాముకు పూజ చేయదట
- బడితెను అగ్గిరాజు మసినుసి చేయడట
- అగ్గిని నీరు ఆర్పదట
- నీరును ఎద్దు తాగివేయదట

- ఎద్దును తాడు కట్టివేయదట
- తాడును ఎలక కొరికిపారవేయదట

అనె

ఎలక అన్న మాట వినపడగానే పిల్లి చటుక్కున లేచింది
- ఎక్కడ ఎక్కడ ఎలక
- ఆవురావురు ఎలక
- కోసేస్తా దాని పిలక

అంటూ గంతులు వేసింది

కాకిరాజు వెంటనే పిల్లిని తీసుకుపోయి గుర్రుపెడుతున్న ఎలకను చూపించె

మ్యావ్ అని గట్టిగ అరుస్తూ పిల్లి ఎలక మీదకు దూకె

మ్యావ్ వినగానే
- ఎలక సర్రున లేచె
- పటపట తాడు పట్టుకు కొరికె
- మిగిలుండాలని తాడు ఎద్దును కట్టివేసె

- కట్టివేస్తే దాహం తీరదని ఎద్దు నీటిని తాగివేసె
- తాగేస్తే ఖర్చైపోతానని నీరు అగ్గి మీద పడిపోయె
- నీళ్ళతో ఆరిపోతానాని అగ్గి బడితెను కాల్చె
- పూర్తిగా కాలకుండాలని బడితె పామునేసె
- బడితె దెబ్బ తప్పించుకోటానికి పాము రాజుగారిని కరిచె
- రాజుగారు పోయేముందు అన్ని శిక్షలు అమలు చెయ్యాలని మనిషి తల తీసెయ్యమనె
- తల తీస్తా అనగానే మనిషి గొడ్డలి పట్టుకొనె
- గొడ్డలి పట్టగనె చెట్టు తొర్ర కూలిపోయె
- తొర్రలోని జొన్న గింజ బయటపడె
- రైతేమో పిల్లకాకిని వదిలివేసె
- కాకిరాజు పిల్లకాకితో గంతులు వేసె

అట్లా పొయ్యిలో పడుకున్న పిల్లితో ఓం తత్ సత్ అయ్యె!

(1894లో ఫ్లోరా అన్నీ స్టీల్ రాసిన జానపద కథలు పుస్తకంలోని ఒక కథ ఆధారంగా - స్వేచ్ఛానుసరణ చేసినది - మార్చ్ 9, 2014)

అనగనగా

అనగనగా ఒక నది

ఆ నదికి అవతలి పక్కనే ఓ ఊరు

ఆ ఊళ్ళో ఒక ముసలమ్మ

ముసలమ్మకు నా అనేవాళ్ళు ఎవరూ లేరు

చిన్నగా ఆ ఇంట్లో, ఈ ఇంట్లో పని చేసుకుంటూ వాళ్ళు ఇచ్చింది తీసుకొనిపోయి వండుకుని తింటూ కాలం గడుపుతూ ఉండేది

ఓ రోజు ఓ ఇంటావిడ, వాళ్ళాయన బజారులో బోల్డు చేపలు కొనుక్కు రావటంతో ఓ చేప ఈవిడకు ఇచ్చింది. ఈవిడ ఇంటికి వెళ్ళి ఆ చేపను కొయ్యగానే, మెరుస్తూ గంగరేగుపండంత ముత్యం ఒకటి బయటపడ్డది. ఆవిడ ముత్యం ఎప్పుడూ చూసిన పాపాన పోలేదు. అందుకని అదేమిటో తెలియలా.

అయినా మెరుస్తోంది కదాని ఒక చిన్న డిబ్బీలో పెట్టి దాచిపెట్టింది

కాలం గడుస్తోంది

అన్ని రోజులు ఒకలా ఉండవుగా ?

ఆ ఊరికి క్షామం పట్టుకొన్నది

అందరూ ఆకలితో నకనకలాడుతున్నారు

ఆ సమయంలోనే పక్క రాజ్యం వర్తకుడొకాయన దేశవిదేశ వ్యాపారం నిమిత్తం సరుకు సరంజామా వేసుకొని వీళ్ళ ఊరి పక్కనే ఉన్న నదిలో పడవ ఎక్కి పోటానికి దాటిపోతున్నాడు. మిట్టమధ్యాహ్నం, భోజన సమయం. సుష్టుగా భోంచేసి కాసింత సేద తీరి పోదామని ఆ ఊరి రచ్చబండ దగ్గర ఆగినాడు. ఉన్న సరుకుల్లో కొన్ని తీసి వెంట ఉన్న వంటవాళ్ళు వంట చేసెయ్యగా సుష్టుగా తిని త్రేవని తేంచి నడుం వాల్చినాడు.

ముసలమ్మ ఆ దారిన పోతూ ఈయన యవ్వారం అంతా చూసి ఆగింది. ఆగి ఓ బాబూ - ఇవన్నీ ఎన్ని రోజులకు ఎంత మందికి తిండి పెట్టగలవు అని అడిగింది

దుబారాగా వాడుకుంటే మూణ్ణెల్ల దాకా, జాగ్రత్తగా ఉంటే ఆర్నెల్ల దాకా ఢోకా ఉండదు అని నవ్వినాడు ఆ వర్తకుడు

ఎందుకు నవ్వుతున్నావు అనె ముసలమ్మ

అంతా కొనేసే దానిలా అడుగుతున్నావని నవ్వు వచ్చిందన్నాడు వర్తకుడు

ఉండు ఒక పది నిమిషాలు ఇప్పుడే వస్తానని పోయి ఆ రేగుపండు ముత్యాన్ని తీసుకొచ్చి వర్తకుడి చేతిలో పెట్టి దీనికి నీ సామానంతా ఇచ్చేస్తావా అన్నదావిడ

వర్తకుడి కళ్ళు తిరిగినాయ్ ఆ ముత్యాన్ని చూసి

అమ్మా - నా దగ్గర ఉన్నదానికి పదింతల సరుకిచ్చినా దీని విలవ చేయదు. ఇది నాకిస్తే మా రాజుగారి దగ్గరకెళ్ళి లెక్కకు మిక్కిలి ధనం తెచ్చుకొని, మీ ఊరికి పదేళ్ళకు సరిపడా సరుకులు తెచ్చిస్తానని అన్నాడు వర్తకుడు

మాట తప్పవుగా అనె ముసలమ్మ

లేదమ్మా తప్పను అన్నాడీయన

ఆవిడ ఇంకో మాట లేకుండా నవ్వుతూ ఆ ముత్యం వర్తకుడి అరచేతిలో పెట్టేసి గుప్పిట మూసేసింది

వర్తకుడు మాట తప్పలేదు

ఆ ఊరికి క్షామం తీరేదాకా ఆయన తిరిగొచ్చి ఇచ్చిన వస్తువులు సరిపోయినాయ్

క్షామం పోయేసరికి ముసలమ్మ పోయింది

కానీ ఈ రోజుకీ ఆ ముసలమ్మ పేరు అట్లా నిలిచిపోయింది

ఆ ముసలావిడ పేరు కాకతాళీయంగా అన్నపూర్ణమ్మ

సాక్షాత్ అన్నపూర్ణే ఆ ఊరికి!

(ఒక హవాయియన్ జానపద కథకు మార్పులు చేసి రాసుకొన్న కథ.... ఆ కథలో ముసలావిడను వర్తకుడు మోసం చేస్తాడు...ఆ తర్వాత వాడి దురాశ వాణ్ణి తినేస్తుంది... అక్టోబర్ 2012)

అనగనగా

అనగనగా ఒక రాజ్యం

ఆ రాజ్యానికో రాజుగారు

రాజు గారు ధర్మదాత

అడిగినవాడికి లేదనకుండా అన్నీ పంచి ఇచ్చే రాజుగారు

ఒక రోజు సభ ముగించి సౌధానికి వెళ్లిపోతుండగా ద్వారం పక్కన ఒదిగి నిలబడ్డ ఒక ఆజానుబాహుడు కనపడ్డాడు

అతన్ని అంతకు ముందు అక్కడ చూసినది లేకపోవటమ్మూలాన రాజు గారు ఆగి అడిగినాడు ఎవరు నువ్వని

అయ్యా, నా పేరు విస్రంభుడు. కాలం కలిసిరాక యుద్ధాల్లో మా రాజ్యం చిన్నాభిన్నం అయిపోగా బతుకు తెరువు కోసం దూరదేశం నుంచి వచ్చాను అన్నాడు ఆ ఆజానుబాహుడు

ఆ దేశంలో ఏం చేసేవాడివని రాజుగారి ప్రశ్న

కోట కాపలాదారులకు నాయకుడిగా పనిచేశేవాడినని విస్రంభుడి సమాధానం

సరే అయితే మా సౌధానికి కాపలా నాయకుడిగా ఉందువుగాని పదమని తీసుకొనిపోయినాడు రాజుగారు

కొన్ని నెలలు గడిచినాయి

విస్రంభుడి కుటుంబం అంతా మామూలు స్థితికి వచ్చేసింది

అలా ఉండగా ఒక రోజు రాజుగారికి నిద్ర పట్టక అటూ ఇటూ తిరుగుతున్నాడు

ఇంతలో గంటలు ఖంగున మోగుతున్న ఒక శబ్దం వినపడ్డది

గవాక్షంలోని రాజుగారు బయటకు చూసినాడు

విస్రంభుడు తప్ప ఏమీ కనపడలా

ఆ శబ్దమేమిటో కనుక్కొని రమ్మని కేక వేసినాడు రాజుగారు.

విస్రంభుడు బయలుదేరినాడు

రాజుగారికీ కుతూహలం పెరిగి ఆయనా బయలుదేరినాడు విస్రంభుడి వెనకమాల

సౌధం దాటి కాస్త దూరం వెళ్ళగానే సౌధం వైపు వస్తూ యమధర్మరాజు మహిషంతో కనపడినాడు

విస్రంభుడు నమస్కారం చేసి అయ్యా, మీకు ఏం పని ఈ సౌధంలో అనె

యముడన్నాడు - మీ రాజుగారి ఆయుష్షు తీరిపోయె తీసుకొనిపోవటానికి వచ్చినాను అనినాడు

విస్రంభుడు మూగవాడైపోయినాడు ఒక నిమిషం. తరువాత తేరుకొని అయ్యా - మా రాజుగారు చాలా మంచివాడు, అప్పుడే నీవు తీసుకొనిపోవటానికి వీలు లేదన్నాడు.

యముడన్నాడు - అట్లా నడవదు నాయనా! కాలం తీరిపోతే తీసుకొనిపోవాల్సిందేనని

విస్రంభుడు తెగించినాడు - ఆయన దగ్గరకు పోవాలంటే నా కాపలాను దాటిపోవాలె నువ్వు నీ మహిషం, రా ఎట్లా దాటుతావో చూస్తానని కత్తి దూసి అంత ఎత్తున నిలబడినాడు

యముడికి ముచ్చట వేసె వాని వీరత్వం, ఆ విశ్వాసం, ఆ స్వామిభక్తి చూసి

సరే, మీ రాజుగారిని వదిలిపెడతా కానీ ఈ పాశానికి ఇంకొకరు బలి అవ్వాల్సిందే దాని బదులుగాననె

ఇంకెవరు కావాలె నీకు, ఎదురుకుండా నేనున్నానుగా నన్ను తీసుకొని పో, ఆయనను వదిలెయ్ అన్నాడు విస్రంభుడు

అతన్ని ఇంకా పరీక్షించాలని నువ్వు పనికిరావు, నీ కుటుంబాన్ని అందునా నీ కొడుకుని బలి ఇచ్చెయ్ అనె యముడు

పద, ఇప్పుడే తీసుకొనిపోదువుగాని నా కొడుకుని అని ఇంటికి తీసుకొనిపోయి కుర్రవాడిని ఆయన పాశానికెదురుగా నిలబెట్టినాడు విస్రంభుడు

యముడు పాశం తీసి కుర్రవాడి మెడకు వేసినాడు

విస్రంభుడు చలించలా

ఆ స్థిర చిత్తానికి యముడికి ఆశ్చర్యం వేసింది - ఒరే, ఆ రాజుగారంటే నీకు అంత ప్రేమ ఏల ? అనె

కష్టకాలంలో నన్ను ఆదుకున్నాడు, నా కుటుంబాన్ని రక్షించాడు, నాకో ఆధారం చూపించినాడు, ప్రజలందరినీ సుఖసతోషాలలో నిలుపుతున్నాడు - అంతకన్నా ఏమి కావాలె ఏ మనిషికైనా? నా లాటి వాడు పోతే ఇంకో వంద మంది పుడతారు. ఆయనలాటి వాడు ఒక్కడు పోతే వంద మంది అలో లక్ష్మణా అని కష్టాల్లో పడి చచ్చిపోతారు. ధర్మం తప్పిపోతుంది.

అయినా ఈ సోదంతా ఎందుకు, నీక్కావల్సింది నీకిచ్చేసానుగా, తీసుకొనిపో మా రాజుగారిని వదిలెయ్ అన్నాడు విస్రంభుడు

యముడు మెచ్చుకొని అందరినీ వదిలి వెళ్ళిపోయినాడు

ఇదంతా వెనకాలే ఉండి వింటున్న, చూస్తున్న రాజుగారు సౌధానికి వెళ్ళిపోయినాడు

విస్రంభుడు తిరిగి వచ్చినాడు కాపలాకు

రాజుగారి గవాక్షంలోనుంచి అడిగినాడు ఏమా శబ్దమని

విస్రంభుడన్నాడు - ఏమీ లేదయ్యా, మొగుడూ పెళ్ళాలు గిన్నెలు గరిటెలతో కొట్టుకుంటున్నారు వెళ్ళి ఆపి వచ్చినానని చెప్పినాడు

రాజు గారు తర్వాతి రోజున సభ ఏర్పాటు చేసి, విస్రంభుడికి అర్ధ రాజ్యం ఇచ్చినాడు

విస్రంభుడు తీసుకొనలా

ఎందుకన్నాడు రాజుగారు

అయ్యా మా రాజ్యం ముక్కలు చెక్కలు అయిపోయింది, అది సుభిక్షంగా చూడాలని నా కోరిక అది ఒకటి చేసిపెట్టండి చాలు అదే నాకు మీరిచ్చే బహుమతి అన్నాడు విస్రంభుడు

అప్పుడు రాజు గారు ఆ రాజ్యాన్ని కూడా స్వాధీనం చేసుకొని విస్రంభుడి కొడుకుని దానికి రాజుగా ప్రకటించి ఏలుకోమని ఇచ్చివేసినాడు

విస్రంభుడు మటుకు తాను చనిపోయేవరకు తన రాజును వదిలిపెట్టలా, తన కాపలా వృత్తిని మరచిపోలా!

అట్లా ఓం తత్ సత్ జరిగె

(--ఒకప్పుడు ఖాట్మండు వెళ్ళివచ్చిన శ్రీనివాస్ అన్నావజ్ఝల దగ్గర విన్న ఒక నేపాలి కథకు స్వేచ్ఛానుసరణ. ఏప్రిల్ 2013)

(విస్రంభము అంటే విశ్వాసం, నమ్మకం)

అనగనగా

అనగనగా

ఒక ఊరు

ఆ ఊళ్ళో ఒక రైతు

రైతు దగ్గర ఒక గాడిద ఒక కుక్క

కుక్క చాలా విశ్వాసంగా ఉన్నది ఎప్పట్లానే

గాడిద కూడా చాలా విశ్వాసంగా పని చేస్తోంది ఎప్పట్లానే

కాలం గడుస్తోంది

కానీ ఎప్పుడూ ఒకలాగున ఉండదుగా

రైతుకు కష్టకాలం వచ్చె

అప్పులు చేసినాడు

కొండంత అయిపోయినవి

సేటుగారు తీర్చమని వెంబడి పడుతున్నాడు

ఒక నెలరోజులు గడువు పెట్టినాడు అప్పు తీర్చేందుకు

తనఖా కింద ఏదన్నా పెట్టమని కూర్చొన్నాడు

చివరికి రైతుకు తప్పక పెళ్ళాం మెడలోని పుస్తెలు, తనదగ్గరున్న కుక్కను, గాడిదను తాకట్టు పెట్టినాడు

అంతకు పత్రాలు రాయించుకున్నాడు

డబ్బులిచ్చిన క్షణం అవన్ని తిరిగిచ్చేయాలని ఒప్పందం ఆ పత్రంలో

కొత్త ఇంట్లో అసౌకర్యంగా ఉన్నా, పాత యజమాని ఏదో ఒక కారణం లేకుండా అట్లా చేసి ఉండడులే అని సర్దిచెప్పుకొన్నాయి కుక్క గాడిద

ఆ రోజు రాత్రి సేటు గారింట్లో దొంగలు పడినారు

అంతా ఎత్తుకొనిపోతూ చీకట్లో గాడిదను తొక్కినారు

ఓండ్ర పెడుతూ లేచింది గాడిద

ఆ శబ్దాలకు ఇంటి చుట్టుపక్కల వారంతా లేచినారు

కుక్క ఆ దొంగల వెంబడి పడి అందరినీ కండలూడేలా కరిచి దొంగల నాయకుడి పిక్కలు పట్టుకొన్నది

సేటుగారు జనాలతో వచ్చి దొంగలకు దేహశుద్ధి చేసి తన వస్తువులు తాను తిరిగి తీసుకున్నాడు

అవి చేసిన సాయానికి సేటుగారు న్యాయంగా ప్రతిఫలం చెల్లించుకోవాలని రైతు అప్పు మాఫీ చేసి, కుక్క మెడకు పుస్తెల తాడు కట్టి, తనఖా పత్రం గాడిద మెళ్ళో కట్టి ఇక మీ ఇంటికి మీరు వెళ్ళిపోవచ్చునని ఒక చరుపు చరచినాడు

అర్థం చేసుకున్న అవి వడివడిగా రైతు దగ్గరకు పరుగులు పెట్టినాయ్. ఇవి రావటం చూసి రైతుకు పిచ్చకోపం వచ్చె. పారిపోయి వచ్చినాయేమోననుకొని ఇంతలావు బడితె తీసుకొని ముందు వెనక చూడక రెండిటినీ మాడు మీద ఘాట్టి దెబ్బ కొట్టినాడు

రెండూ రపీమని చచ్చూరుకున్నవి. అవి చచ్చి కింద పడిపోయినాక చూచినాడు వాటి కంఠాల్లో ఏదో కట్టి ఉన్నవని. ఏమిటని చూస్తే పుస్తెల తాడు, తనఖా పత్రం

ఇక ఆ రైతు ఏడుపు పట్టసెవరితరం?

అలా ఏడ్చి ఏడ్చి ఆ రైతూ బెంగతో చచ్చిపోయినాడు

అట్లా ముందూ వెనకా చూడక ఆవేశంగా పనులు చేస్తే చావు కొనితెచ్చుకోడం చాలా సులభం

ఓం తత్ సత్

(ఒకానొక అస్సామీసు కథ చదివినాక రాసుకొన్నది. ఆ కథలో కుక్క ఒకటే ఉంటుంది.ఆ చచ్చిపోయిన కుక్కకు ఒక గుడి కడతారు. రైతు బతికే ఉంటాడు. ఈ కథలో మార్పులు చేర్పులు చేసి ఆవేశమెంత అనర్థమో రాసినాను .

పోతే, ఇది పంచతంత్ర కథల్లోని బంగరు ముంగిస కథను పోలిన కథ అని అనిపిస్తుంది. అస్సామీసు వారు ఈ కుక్క - గుడి కథను ఒక వంద ఏళ్లుగా చెప్పుకుంటున్నారని చదివిన గుర్తు.

(ఫిబ్రవరి 2014)

అనగనగా

అనగనగా ఒక రాజ్యం

ఆ రాజ్యంలో ఒక పేద్ద కొండ

ఆ కొండకటుపక్క ఒక ఊరు

ఇటుపక్క ఒక ఊరు

అటుపక్క ఊళ్ళో ఒక బావి

అందులో ఒక కప్ప

ఇటుపక్క ఊళ్ళో ఒక చెరువు

అందులో ఒక కప్ప

ఒకదాని పేరు బభ్రాజమానం, ఇంకొకదాని పేరు భజగోవిందం

కొంత కాలం గడిచింది

భజగోవిందానికి ప్రపంచంలో వేరే ఊళ్ళూ ఎట్లా ఉంటాయో చూడాలనిపించింది

ఆశ్చర్యంగా అదే సమయంలో బభ్రాజమానానికి అదే ఆలోచన వచ్చింది

రెండూ చెరొక వైపునుంచి బయలుదేరినాయి. కొండ మీదకెక్కేప్పటికి ఇద్దరూ కలుసుకోవటం జరిగింది

ఎవరు నువ్వు అంటే ఎవరు నువ్వు అని ప్రశ్నలయినాయ్. సంగతి తెలుసుకున్నాక మీ ఊరు ఎట్లా ఉంటుందని, మీ ఊరు ఎట్లా ఉంటుందని ప్రశ్నలు వేసుకున్నారు

చెపితే తేలే లెక్కలా కనపడక ఒక ఉపాయం ఆలోచించింది బభ్రాజమానం

బావా ఈ కొండ చివరకు పోయి, మన వెనక కాళ్ళు ఇంత బారున వుంటాయి కాబట్టి, వాటి మీద లేచి నిలబడి ఒకళ్ళనొకళ్ళు పడిపోకుండా గాట్టిగా పట్టుకొని, నీ ఊరు నేను మా ఊరు నువ్వు చూద్దువు గాని అనె

భజగోవిందం సరేననె

రెండూ పోయి కొండ చివరన కాళ్ళెత్తి నిలబడి కింద పడిపోకుండా ముందు కాళ్ళు పెనవేసుకుని అటూ ఇటూ చూసినాయ్

అరె, మీ ఊరు మా ఊరి లాగానే ఉన్నదే అనె బభ్రాజమానం

అరే, మీ ఊరు మా ఊరి లాగానే ఉన్నదే అనె భజగోవిందం

సరీపోయింది - మీ ఊరు మా ఊరు ఒక్కలాగునే ఉన్నాయని అన్ని ఊళ్ళూ ఒకలాగే ఉంటాయని ఎవరి ఊళ్ళకు వాళ్ళు వెళ్ళిపోయినారు

అసలు ఆ ఊళ్ళు రెండూ ఒకటిగానే ఎందుకు కనపడ్డవి ?

ఎందుకలా కనపడ్డవంటే, కప్పల కళ్ళు నెత్తి మీద ఉంటవి కాబట్టి, అవి నిలబడి చూసినపుడు ముందుకు కాక వెనక మాత్రమే కనపడటం మూలాన వాటి ఊళ్ళే వాటికి కనపడినవి. ఆ ఊరు ఈ ఊరు ఒకలాగునే ఉన్నవని అనుకున్నవి

అట్లా ఓం తత్ సత్ జరిగె

ఆ రోజటి నుంచి బభ్రాజమానం భజగోవిందం అన్న పిలుపు తెలుగు వారింట వచ్చి చేరె

(జూన్ 2014)

అనగనగా

అనగనగా ఒకప్పుడు

ఒకప్పటి ఊరు

ఆ ఊరు పక్కనే ఒక అడివి

ఆ అడివిలో బోల్డు పిట్టలు

ఆ బోల్డు పిట్టల్లో రెండు పిట్టలు

ఒకటి చకోరం, ఒకటి రామదాసు పిట్ట

పిట్టల రాజుగారు ఒక రోజు అన్ని పిట్టల్నీ పిలిచాడు

విందులు వినోదాలు అయినాయ్

పిట్టల రాజుగారు పోటీలన్నాడు

చిన్న చిన్న పోటీలన్నీ నెగ్గి చకోరం, రామదాసు పిట్ట అసలైన పెద్ద పోటీకి వచ్చినయ్

ఇంతకీ ఆ పోటీ ఏమిటంటే...

ఆ రోజు రాత్రంతా వినపడే శబ్దాలు విని పొద్దున్నే ఆ విన్న శబ్దాల్లో ఎవరెక్కువగా శబ్దాలను అనుకరిస్తారో వాళ్ళు గెలిచినట్టు అన్న పోటీ

చకోరం, రామదాసు పిట్ట ఢీ అంటే ఢీ అని సై అంటే సై అని అన్నాయ్

రాత్రయ్యింది. తెల్లారింది. పోటీ మొదలయ్యింది

చకోరం నాలుగైదు రకాల శబ్దాలు అనుకరించింది, వినిపించింది

రామదాసు పిట్ట నోట్లోంచి ఉత్త "ట్ర్..ట్ర్..క్లిచ్...క్లిచ్" అన్న శబ్దం తప్ప ఇంకేమీ రావట్లా

చకోరాన్ని విజేతగా ప్రకటించాడు పిట్టల రాజుగారు

మిగతా పిట్టలన్నీ రామదాసు పిట్టను అడిగినాయ్ ఏమయ్యింది నీకు అట్లా "ట్ర్..ట్ర్..క్లిచ్...క్లిచ్" తప్ప ఇంకేమీ రావట్లా అని

"ట్ర్..ట్ర్..క్లిచ్...క్లిచ్" అని సమాధానం వచ్చింది

రామదాసు పిట్ట గుండు మీద ఒక్కటిచ్చింది ఒక ముసలి పిట్ట

రామదాసు పిట్ట ఆ దెబ్బకు తేరుకున్నది

పిట్టలన్నీ మళ్ళీ అడిగినాయ్ ఏమయ్యింది నీకు అని

అప్పుడు చెప్పింది

కథ చెప్పింది

రాత్రంతా ఏడెనిమిది శబ్దాలు నేర్చుకున్నా, భయంకరంగా పాడా. తెల్లవారుఝామున రెండు ఎడ్లనేసుకొని ఒక రైతొచ్చినాడు నా చెట్టు పక్కనే ఉన్న పొలంలోకి. వాటిని అదిలిస్తూ "ట్ర్..ట్ర్..క్లిచ్...క్లిచ్" అని చాలా సేపు అనటం వల్ల అదే నా

బుర్రలో పడిపోయి మిగతావన్నీ మర్చిపోయా అని నాలిక బయటపెట్టి "ట్ర్..ట్ర్..క్లిచ్...క్లిచ్" అన్నది

పక్షులన్నిటికీ ఆ కత విని ఓం తత్ సత్ అయ్యె

ఆ రోజునించి రామదాసు పిట్ట ట్ర్..ట్ర్..క్లిచ్...క్లిచ్" అని మధ్య మధ్యలో అరుస్తూనే ఉన్నది

(గ్రేట్ ఇండియన్ బర్డ్స్ మీద ఒక పుస్తకం చదువుతున్నప్పుడు అందులో పిట్టల శబ్దాలు ఎట్లా ఉంటవి అని ఇచ్చిన రిఫరెన్సు చూసి రాసుకొన్న కథ - అక్టోబరు 2014)

అనగనగా

అనగనగా ఒకప్పుడు

ఒకానొకప్పుడు

ఆ బ్రహ్మదేవుడు సృష్టి చేస్తున్న రోజులు

పిట్టల వంతు వచ్చి అవి వచ్చేసినాయ్

అన్నీ నల్లగా ఉన్నవి

తర్వాత జంతువుల పనిలో పడ్డాడు ఆయన

దాంతో పిట్టలన్నీ తలోపక్కకు వెళ్ళిపోయినాయ్

జంతువుల సృష్టి అయిపోయినాక బ్రహ్మ పక్కకు తిరిగు
చూద్దుడు కదా, పిట్టలన్నీ వెళ్ళిపోయినయ్

అన్నిటికీ కబురు పంపించినాడు

వచ్చెయ్యండి రంగులిచ్చేస్తానని

కబురు అందుకున్న అన్ని పిట్టలు బ్రహ్మ దగ్గరకు వెళ్ళిపోయినాయ్

ఆయన పక్కనే పెట్టుకున్న కూర్చం (కుంచె) ఎత్తుకొని రంగుల గంగాళంలో ముంచి ఒక్కో పిట్ట మీద విసురుగా చల్లుకుంటూ పోయినాడు

నానారకాల రంగుపిట్టలు వచ్చేసినాయ్

కోకిల మటుకు రాలా

ఎందుకు ?

తిండి దట్టంగా పట్టించి ఓ చోట కూర్చొని గుర్రు పెట్టి నిద్దరోయింది

అందువల్ల కబురు అందలా

మరి కబురు అందకపోతే ఎట్లా వెళ్తారు?

వెళ్ళలేదు

ఇక్కడ ఈయనేమో అన్ని పిట్టలు వచ్చేసినాయ్ అనుకొని గంగాళంలో చివరిగా మిగిలున్న కొంచెం నెమలి పింఛంలో పోసి గంగాళం ఖాళీ చేసినాడు

కోకిల నిద్దర లేచాక చూస్తే పక్కన రంగు రంగు పిట్టలు కనపడ్డాయ్

ఇదేమిటండి - మీకు రంగులెక్కడినుంచి వచ్చినాయ్ అని అడిగితే సంగతి చెప్పినవి అవి

పొలోమంటూ బ్రహ్మ దగ్గరకు పరుగులెత్తింది

ఆయనేమో అరెరె గంగాళం ఇప్పుడే ఖాళీ చేసవతల పారేసానే! ఎట్లా? మళ్ళీ గంగాళమంత రంగు తయారు చేస్తే మిగిలిందంతా ఎక్కడ పారబొయ్యను కానీ, ఇట్లా నల్లగానే ఉండు అన్నాడు

కళ్ళనీళ్ళ పర్యంతం అయ్యింది కోకిల

అవి చూసి ఆయన మనసు చివుక్కుమన్నది

సరే, దీనికి సాటిగా ఎవరికీ లేని గొంతు నీకిస్తాను అందరూ అసూయ పడతారు నిన్ను చూసి అని ఊరడించి తియ్యని స్వరం ఇచ్చి పంపినాడు

ఆ రోజు నుంచి అట్లా ఓం తత్ సత్ అయ్యె

(ఫిబ్రవరి 2014)

అనగనగా

అనగనగా ఒక ఊరు

ఆ ఊళ్ళో ఒక ముసలావిడ

ఆవిడ పేరు దార్వాఘూటి

వయసు వచ్చింది కానీ వివేకం రాలా

అందరి పనుల్లో, అందరి సంగతుల్లో వేళ్ళు పెడుతూ ఉండేది. అవసరమున్నదీ లేదు అనక అన్నిట్లో కలిపించుకునేది. ఊళ్ళో వాళ్ళంతా విసిగిపోయినారు. ఆవిడ బాధ పడలేక వీళ్ళంతా ఏడుస్తూ ఉండగా ఆ ఊరికి ఒక ముని వచ్చినాడు. అందరూ తమ కష్టాలు చెప్పుకున్నారు

అందరికీ ఏదో ఒక పరిష్కారం చూపించి చివరిగా ఇంకా ఎవరన్నా ఉన్నారా రావల్సిన వాళ్ళు, చెప్పుకోవాల్సిన వాళ్ళు అని అడిగాడు ముని

ఊరి జనాలు చుట్టూ చూస్తే, ఆశ్చర్యంగా అన్నిచోట్లా తానై ఉండే ముసలమ్మ కనపడలా. అదే సంగతి చెప్పినారు ఆయనకు

ఆయన ఆవిడను పిలుచుకొని రమ్మని చెప్పినాడు

కబురు వెళ్ళింది

కబురు లేకుండానే అన్నిటికీ వచ్చేసే ఆవిడ కబురొస్తే ఉంటుందీ, ఆఘమేఘాల మీద వచ్చేసింది

వచ్చీ రాగానే ఆయన్ని మాట్లాడనివ్వకుండా ముని గడ్డం గురించి, బట్టల గురించి, కమండలం గురించి ఏకధాటిగా మాట్లాడి నువ్వెందుకు పెళ్ళి చేసుకోలేదు, సన్యాసం ఎందుకు పుచ్చుకున్నావు అని నానా రకాల ప్రశ్నలు వేసి తిప్పలు పెట్టాననుకున్నది

ఆయన ఓపికగా అన్నిటికీ సమాధానము చెప్పినాడు

ఆ తర్వాత అమ్మా, నీ మాట అయిపోతే నేనొక బహుమతి ఇద్దామనుకుంటున్నాను అనె ముని

బహుమతి అనగానే మామూలుగానే నేల వదిలి సాము చేసే ఆవిడ గాల్లో జంత్రధిణతోం సాము చెయ్యటం మొదలుపెట్టింది

అయితే ముని ఒక షరతు పెట్టినాడు

ఏమని ?

నీవు ఈ బహుమతిని ఇంటికి తీసుకునిపోయేంతవరకు విప్పరాదు, అలా విప్పినావంటే అందులో ఉన్నది మాయమైపోతుంది, అప్పుడు నువ్వేం చేస్తావో నాకు తెలియదు కాని ఆ మాయమైపోయినదాన్ని వెతుక్కొని నాకు తిరిగి తెచ్చివాల్సి ఉంటుంది, తెచ్చివ్వలేకపోతే ఏమి చేస్తానో నాకే తెలియదు అనె

దార్వాఘాటి ఒప్పుకున్నది

బహుమతి మూట ఇచ్చినాడు. ఇంటికి బయలుదేరింది ఆ మూటతో. నిమిషాలు గంటలుగా నడుస్తున్నాయ్. ఎంత నడిచినా ఇల్లు రావట్లా. ఇక్కడ ఆవిడలో ఆత్రం పెరిగిపోతోంది. ఆ మూటలో ఏమున్నదో తెలుసుకోవాలన్న ఉబ్బరం పెరిగిపోయింది. తట్టుకోలేక మూట విప్పింది

అంతే - అందులోంచి ఆరుద్ర పురుగులు, గుమ్మడి పురుగులు, దిమ్మిసలు, కొతిమీర పురుగులు, చీకటీగలు, చీమలు అన్నీ కట్టకట్టుకొని బయటకొచ్చేసి అటు ఇటూ పారిపోయినాయ్

ముసలమ్మ పై ప్రాణాలు పైకి పోయినాయ్. ఇప్పుడు ఇవన్నీ ఎట్లా తీసుకొనిపోవటం? పైగా నాకు బహుమానం ఇస్తానని పురుగులు అవీ ఇస్తాడా ఆ ముని సంగతి తేలుస్తానని ఆ ముని దగ్గరకు పరుగులెత్తి ఆయన్ని దుమ్మెత్తి పోసింది

ఆయన చిరునవ్వు నవ్వి - నాకదంతా తెలియదు నువ్వు ఒప్పుకున్నావు నావి నాకు తెచ్చిచ్చెయ్ అనె

దార్వ్యాఘూటి చీపురు తీసుకొని ఆయన మీదకు పోయింది. ఆయన కమండలంలోంచి నీళ్ళు తీసి ఈ రోజటి నుంచి నీవు పిట్టపై పోయి నా బహుమతిని నాకు తెచ్చిచ్చేదాకా ఆ రూపంలోనే ఉంటావ్ ఫో అని శాపం పెట్టినాడు. ఆ రోజటి నుంచి ఈరోజటి దాకా ఆ "వడ్రంగి పిట్ట" అలా పురుగులను పట్టుకుంటూనే ఉన్నది. ఎప్పటికి అన్నీ దొరుకుతాయో! ఎప్పటికి విమోచనమో అని తలబాదుకుంటూ చప్పుడు చేస్తూనే ఉన్నది

ఓం తత్ సత్

(నవంబరు 2013)

తా.క - దార్వ్యాఘూటము అంటే వడ్రంగి పిట్ట

అనగనగా

అనగనగా ఒకప్పుడు

ఒక ఊరు ఉండేది

ఆ ఊర్లో ఇద్దరు కుర్రవాళ్ళు

ఒకని పేరు అరణ్యశ్వానకుడు, రెండవ వాని పేరు రౌహిషుడు

అరణ్యశ్వానకుడు దుర్మార్గాన్ని ఎక్కడున్నా చీల్చి చెండాడేవాడు

రౌహిషుడు మంచి ఎక్కడున్నా దాన్ని మేత మేసేసేవాడు

ఇద్దరూ పట్టుదల కలవారు

భిన్నంగా ఆలోచించేవారు

ఎవరూ వెనకకు తగ్గే పని లేకుండా ఉండేది

ఎక్కడ ఎదురు పడినా కొట్టుకునేవారు

ఎప్పుడూ అరణ్యశ్వానకుడిదే పైచేయిగా ఉండేది

ఎప్పుడూ వాడే గెలుస్తే ఎట్లాగని రోషమొచ్చి, ఇలాక్కాదని రౌహిషుడు దయ్యం దగ్గరకు పోయినాడు

ఇదీ సంగతి అని చెప్పి నాకేదన్నా దారి చూపించు అని అడిగినాడు దయ్యాన్ని

మరి నాకేంటి అన్నాడు దయ్యం

ఏం కావాలి నీకు అన్నాడు రౌహిషుడు

నా కంటికి ఈ లోకంలో ఏదీ పచ్చగా కనపడకుండా చేసేందుకు సాయం కావాలె, పచ్చగా ఏదన్నా ఉన్నదంటే నాకు భగ్గుమంటుంది అనె దయ్యం

దానికి సాయం నే చేస్తాగా ముందు దీని సంగతి చూడు అనె రౌహిషుడు

దయ్యం వానికి ఒక కొమ్ము డాలు, దానికి వేళ్ళాడే దాడిని ఇచ్చినాడు

ఆ తర్వాత మొదటి పోట్లాటలో అరణ్యశ్వానకుడు ఓడిపోయినాడు

అది చూసి జనాలంతా గోల గోల చేసినారు. ఆ గోల బ్రహ్మలోకం దాకా పాకింది. బ్రహ్మ వచ్చినాడు కిందకు. ఏమిరా ఎందుకు అరుస్తున్నారు అనె

ఇట్లా కొమ్ము డాలు, వేళాడే దాడితో విచ్చలవిడి అయిపోయింది రౌహిషుడికి నువ్వే ఏదన్నా చెయ్యాలె అన్నారు జనాలు

చూసినాడు, దృష్టితో చూసినాడు, సంగతి తెలుసుకున్నాడు

ఇది దయ్యం పని అని తెలుసుకొని నవ్వుకొన్నాడు

ఆ రోజు నుంచి అరణ్యశ్వానకుడికి వాడి వేడి చంద్రకాలు వచ్చి చేరినాయ్, భీకరమైన దంష్ట్రాలు వచ్చి చేరినాయ్. ఎదురే లేకపోయింది ఆ రోజటి నుంచి

అట్లా జీవితం మొత్తం గడిపినారు. ఆ జన్మ కర్మను బట్టి మరు జన్మలో తోడేలు, మేకపోతుగా పుట్టినారు

మేకపోతు (రాహిషము - కొండగొర్రె, మేకపోతు) పచ్చగా కనపడ్డదేదీ వదలకుండా పీకి పాకాన పెట్టి దయ్యానికి సమర్పిస్తూనే ఉన్నది

మేకపోతు కనపడిన ప్రతిసారి తోడేలు (అరణ్యశ్వానకము - తోడేలు) ఆ మేకపోతును వాడి వేడి గోళ్ళతో, బలమైన దంతాలతో చీల్చి చెండాడేస్తూనే ఉన్నది

అట్లా ఓం తత్ సత్ జరిగె

(మా అమ్మాయికి కొన్న అమెరికన్ ఎసోప్ కథల్లో ఒకటిగా ఉన్న సెయింట్ పీటర్ - తోడేలు కథను మన దానికి అన్వయించి రాసిన కథ - సెప్టెంబరు 2013)

అనగనగా

అనగనగా ఒక ఊరు

ఆ ఊళ్ళో ఒక పెద్దావిడ

ఆవిడకు ఊర్ణనాభి అని ఒక కొడుకు

మధుమక్షిక అని ఒక కూతురు

భర్త చిన్న వయసులోనే చనిపోవటంతో చాలా కష్టపడి
పెంచుకొచ్చింది పిల్లలను

పిల్లలు పెరిగి పెద్దవారయినారు

కొడుకు నేత పని నేర్చుకొని మంచి నేతగాడు అయినాడు

చుట్టుపక్కల ఊళ్ళల్లో బాగా పేరొచ్చింది. దాంతో కాసింత గర్వం తలకు ఎక్కింది

కూతురు తన తియ్యనైన మాటతో, స్వచ్ఛమైన సాయంతో ఊళ్ళో అందరికి తల్లో నాలుకలా మెలిగేది

ఇద్దరికీ కష్టపడి మొత్తానికి పెళ్ళిళ్ళు చేసింది. వేరే ఊళ్ళకు వెళ్ళిపోయినారు పిల్లలు

కాలం ఎవరికోసం ఆగుతుంది గనక?

అంత కొంపలో ఉన్న పెద్దావిడ మరీ పెద్దదైపోయింది

సమయం ఆసన్నమయ్యింది

యంధర్మరాజు వచ్చే సూచనలు కనపడ్డవి

ఆవిడ చివరిసారిగా కొడుకు కూతురు తన పక్కనే ఉండాలని అనుకుని కబురు పంపింది

కబురు వెళ్ళే సమయానికి అమ్మాయి గిన్నెలు అవీ కడుగుతోంది

వార్త వినగానే ఉన్నపళాణ గిన్నెలు అవీ పక్కన పడేసి ఆఘమేఘాల మీద వచ్చేసింది

కబురు వెళ్ళే సమయానికి కొడుకు నేత నేస్తున్నాడు. మాంఛి నేత. జమీందారు కూతురి కోసం ఒక పట్టుచీర నేస్తున్నాడు. అది వదిలి రావాలంటే మనసు ఒప్పలా. పని అయిపోగానే వస్తానని కబురు పెట్టినాడు. ఇంతలో వచ్చేశాడు

ఎవరు? యమధర్మరాజు

పెద్దావిడను తీసుకొనిపోవటానికి. తీసుకొని వెళ్ళిపోయేందుకు పాశం సంధించినాడు. కొడుకు ఇంకా రాలా. ఆవిడ అదే బెంగలో ఉన్నది.

సంధించిన పాశం ఆవిడకు పట్టగానే ఆయనకు ఏదో ఝుల్లుమనిపించింది. ఒక సారి దృష్టి సారించి తెలుసుకున్నాడు సంగతి

అంత మంచావిడకు న్యాయం చెయ్యాలనుకొన్నాడు

అమ్మా - నా దగ్గర చివరి కోరికలు కోరటమూ అది ఏదీ ఉండదు, కానీ నీవు పెట్టుకున్న టెంగకు న్యాయం చెయ్యాలె అని ఒక పని చేశినాడు

అంతే - ఆ రోజటి నుంచి కొడుకు సాలెపురుగుగా మారిపోయినాడు, అన్ని మూలల్లో అదే పనిగా నేతలు నేసుకుంటూ కూర్చునేవాడు. అందరి చేత ఛీత్కారాల పాలైపోయేవాడు. నేసిన నేతలన్నీ జనాలు చిరగగొట్టి విరగగొట్టి ఊడ్చి అవతల పారేశేవారు

అట్లా ఓం తత్ సత్ చేశినాడు ఆ ధర్మరాజు!

(నవంబరు 2013)

ఇందులో మన నేతగాళ్ళను, సాలెవాళ్ళను కించపరిచే ఉద్దేశమేదీ లేదని తెలియచేసుకుంటూ - ఏ జానపద కథో గుర్తుకు లేదు కాని, ఒకానొక పరదేశపు కథలో ఇట్లానే ఉంటుంది - దానికి స్వేచ్ఛానుసరణ ఈ కథ

అనగనగా

అనగనగా ఒక ఊరు

ఆ ఊరు పక్కనే అడవి

ఆ అడవిలో ఓ కుందేలు

కుందేలుకు మంగలాయన అవసరం పడింది

ఎందుకు?

బొచ్చు బాగా పెరిగిపోయిందని

మంగలాయన వచ్చినాడు

కత్తి, కత్తెర తీసి పరపరమనె

ఆ కత్తిరింపు తొందరలో చెవి ముక్క తెగిపడింది

కుందేలు - నా చెవికి బదులు నీ కత్తి కత్తెర ఇచ్చెయ్ అని - రెండూ లాక్కున్నది

ఆ రెండు తీసుకొని గంతులేసుకుంటూ ఊర్లోకి వచ్చింది

"చెవి పోయె కత్తెర వచ్చె ఛం ఛం ఛం" అంటూ పాట మొదలుపెట్టింది

ఇంతలో ఒక ముసలమ్మ తన ఇంటి దగ్గర గడ్డి ఉత్త చేత్తో పీకటం చూసి, ముసలమ్మకు కత్తి కత్తెర ఇచ్చి ఆమె దగ్గర ఉన్న చీర తీసుకున్నది

"చెవి పోయె కత్తి వచ్చె ఛం ఛం ఛం
కత్తి పోయి చీర వచ్చె ఛం ఛం ఛం"

అంటూ పాట పెంచింది

అలా పాడుకుంటూ పోతూ ఉంటే నెయ్యి అమ్మే వాడు కనపడ్డాడు

వాడికి ఆ చీర ఇచ్చి వాడి దగ్గర ఉన్న నెయ్యి తీసుకున్నది

"చెవి పోయె కత్తి వచ్చె ఛం ఛం ఛం
కత్తి పోయి చీర వచ్చె ఛం ఛం ఛం
చీర పోయి నెయ్యి వచ్చె ఛం ఛం ఛం
"
అని ఇంకాస్త పెంచింది పాటను

కాసింత దూరం పోగానే పూటకూళ్ళమ్మ కనపడె

పూటకూళ్ళమ్మకు నెయ్యి ఇచ్చి అరిశెలు తీసుకున్నది

"చెవి పోయె కత్తి వచ్చె ఛం ఛం ఛం
కత్తి పోయి చీర వచ్చె ఛం ఛం ఛం
చీర పోయి నెయ్యి వచ్చె ఛం ఛం ఛం
నెయ్యి పోయి అరిశె వచ్చె ఛం ఛం ఛం
"
అని ఇంకాస్త పెంచింది పాటను

ఆ తర్వాత ఒక పెళ్ళివారి ఊరేగింపు ఎదుర్రావటంతో
పెళ్ళికొడుకుకు అరిశెలిచ్చి వాడి దగ్గర ఉన్న గుర్రం లాక్కుంది

గుర్రమెక్కి, వెనకాల పల్లకీలో వస్తున్న పెళ్ళికూతురు దగ్గరకు వెళ్ళి పల్లకీ బదులు గుర్రమెక్కు అని పెళ్ళికూతురు గుర్రమెక్కాక, ఆ అమ్మాయితో పాటు దౌడు తీసింది. దౌడు తీస్తూ పాట అందుకున్నది

"చెవి పోయె కత్తి వచ్చె ఛం ఛం ఛం
కత్తి పోయి చీర వచ్చె ఛం ఛం ఛం
చీర పోయి నెయ్యి వచ్చె ఛం ఛం ఛం
నెయ్యి పోయి అరిశె వచ్చె ఛం ఛం ఛం
అరిశె పోయి గుర్రం వచ్చె ఛం ఛం ఛం
గుర్రం వచ్చె పెళ్ళికూతురు వచ్చె ఛం ఛం ఛం
"

అంటూ ఎలుగెత్తి పాడింది

గుర్రమేమో పరుగులు పెట్టి అలసిపోవటంతో ఒక చెట్టు కింద ఆగి సేద తీరుతున్నారు

పెళ్ళికూతురు అన్నది “నీ తల అంతా రేగిపోయింది, ఓ సారి దువ్వనివ్వు” అని కుందేలు తల కిందకు వాల్చగానే, ఒక దుడ్డు కర్ర తీసుకొని ఒక్క బాదు బాది గుర్రమెక్కి తన పెళ్ళికొడుకు దగ్గరికి వెళ్ళిపోయింది

కుందేలు మూర్చ నుంచి లేచినాక తల తడుముకున్నది. చూస్తే ఇంతలావు బొప్పి

అప్పుడు పాడింది
మొత్తం పాట పాడింది
పూర్తి పాట పాడింది

"చెవి పోయె కత్తి వచ్చె ఛం ఛం ఛం
కత్తి పోయి చీర వచ్చె ఛం ఛం ఛం
చీర పోయి నెయ్యి వచ్చె ఛం ఛం ఛం
నెయ్యి పోయి అరిశె వచ్చె ఛం ఛం ఛం
అరిశె పోయి గుర్రం వచ్చె ఛం ఛం ఛం
నాకో పెళ్ళికూతురు వచ్చె ఛం ఛం ఛం
తర్వాత తలకు బొప్పి వచ్చె ఛం ఛం ఛం
"
అంటూ ఏడుస్తూ పాట ముగించింది

అట్లా ఓం తత్ సత్ జరిగె

- ఆశ్చర్యంగా హిమాచలప్రదేశం, అస్సాములలో మన తెలుగువారి ఢాం ఢాం ఢాం కథ ఈ రూపంలో ఉన్నదని సునీల్ మహాపాత్రో అనే మిత్రుడి ద్వారా తెలిసిన రోజు రాసుకొన్న స్వేచ్ఛానువాదం (ఏప్రిల్ 2012)

అనగనగా

అనగనగా

అనగనగా భారతం రోజులు

మహాభారతం రోజులు

పాండవుల వనవాసం రోజులు

ఆ రోజుల్లో ఆడవాళ్ళ వనభోజనాలు, మగవళ్ళ వనభోజనాలు వేరుగా ఉండేవి

అలా ఓ సంవత్సరం కుంతిని కూడా వనభోజనాలకు తీసుకొని పోయినారు కొందరు ఆడువారు

ఎంచక్కా భోజనాలు అవీ అయిపోయినాక చిన్నగా నడుం వాల్చినారు

ఆడవాళ్లంతా గొప్పలు చెప్పుకుంటున్నారు

అమ్మలక్కల కబుర్లంటే ఆ కాలంలో అలాగే ఉండేవి

అందరూ చెప్పుకుంటున్నారు కాని కుంతమ్మ ఏమీ మాట్లాడలా

మాట్లాడితే మరి వనవాసం మొదటికొస్తుందేమోఅనని

ఆ ఆడవాళ్ళల్లో ఒకావిడ కుంతమ్మను అడిగింది నువ్వు చెప్పుకోటానికేమీ లేదా అని

ఆవిడ నవ్వి ఊరకున్నది

రెచ్చగొట్టినారు ఆ పక్కన ఆడవారు

అసలు నీకెవరన్నా ఉన్నారా అని ఆట పట్టించినారు

ఆవిడా మనిషే

మనస్సులో బాధ మొదలయ్యింది

కానీ రాచరికపు బిడ్డ కాబట్టి సంబాళించుకొన్నది

ఆ ఆడవాళ్ళు అడిగి అడిగి విసిగిపోయి ఆవిడను వదిలివేసినారు

చిన్నగా కునుకు పట్టె

ఆ కునుకులో రాజభోగాలన్నీ గుర్తుకువచ్చె కుంతమ్మకు

పలవరించింది

ఆ భోగాల గురించి ఆ రాజభోగాల గురించి పెద్ద గొంతుతో పలవరించింది

అదృష్టమేమంటే కొడుకుల పేర్లు కాని, వారి ఆనవాళ్ళు కాని బయటకు రాలా

ఆ పలవరింతలు అవీ పక్కనే ఉన్న ఒకావిడ విన్నది

కుంతమ్మను నిద్దర లేపి అడిగింది

కుంతమ్మ గభాల్న ఈ లోకంలోకి వచ్చి ఏమి లేదు ఏమి లేదు అంటూ ఖంగారుగ ఏదో కల వచ్చె అందులో నా కోరికల ప్రకారం నా కొడుకు రాజైపోయినట్టు నేను రాణి అయిపోయినట్టు మాటాడుకుంటున్నానంతే అని సర్దుబాటు చేసుకున్నది

అయితే ఆ పలవరింతలన్నీ నీ కోరికలా అని కుంతమ్మ అసలు సంగతి తెలియని ఆ పక్కనావిడ పక పక నవ్వుకొని, వెళ్ళి మిగిలిన ఆడువారందరికీ ఆవిడ పెద్ద గొంతుతో పలవరించిన కోరికల సంగతి చెప్పింది

ఆ సరీపోయింది ఆ కుంతమ్మ కోరికలు, పెద్ద గొంతెమ్మ కోరికలు అంటూ ఆ వనభోజనపు ఆడువారు ఆవిడ కోరికలను "గొంతెమ్మ కోరికలు"గా చేసి చరిత్రలో నిలచిపోయినారు

అయ్యా, అమ్మా - అదీ గొంతెమ్మ కోరికల పిట్ట కథ

ఓం తత్ సత్!

అనగనగా

అనగనగా

ఒక ఊరు

ఆ ఊళ్ళో అశ్వఖరజుడు అని ఒక కుర్రవాడుండేవాడు

ఏ పనైనా అతిగా చేసేవాడు

అందరినీ ఏడిపించేవాడు

ఒక రోజు ఒక ముని వచ్చినాడు ఆ ఊరికి

ఆ రోజుకు ఆయనకు సకల మర్యాదలు చేశినాడు ఆ ఊరి పెద్ద

రెండవరోజు బసకు ఊళ్ళో వాళ్ళు ఎవరికి తోచిన వంటకం వారు తీసుకొచ్చి మునికి సమర్పించుకోవాల్సిందిగా హుకుం జారీ చెయ్యబడింది

అశ్వఖరజుడు విన్నాడు ఆ మాట

ఒక పదార్థం మూటలో కట్టి తీసుకొనిపోయినాడు

వెళ్ళేసమయానికి ఆ ఊరిపెద్ద రెండు గుర్రాలు పూంచిన కంచరము (అంటే - రథం) మీద ఊరు తిప్పి అప్పుడే మునిని తెచ్చినాడు

ముని ఇంకా కంచరంలోంచి దిగక ముందే మూట మూట ఆయన ఒళ్ళో వేసినాడు తినమని

అదంతా చిందరవందర అయ్యి అంతా ఆయన బట్టలకు అంటుకొనిపోయింది

అంతే, ఆయన ఉగ్రుడైపోయినాడు

శాపం పెట్టినాడు

ఆ రోజటి నుంచి కంచర గాడిద లభ్యమయినది మానవ లోకానికి

ఇంతకీ అశ్వఖరజుడు విసిరిన మూటలోని పదార్థమేమనగా "పేడ"

ఆ రోజటి నుంచి ఎక్కడ పేడ కనపడ్డా వాసన చూస్తూ ప్రారబ్ధానికి ఏమీ చెయ్యలేక పళ్ళికిలిస్తూ ఉండటం అలవాటుగా మారింది అశ్వఖరజుడికి

అట్లా ఓం తత్ సత్ జరిగె

(అశ్వఖరజము - అంటే కంచర గాడిద.

కంచరము - అంటే రథం... ఆరోజుల్లో రథాలకు కట్టే ప్రత్యేకమైన గాడిద రకాలను కంచర గాడిదలు అనేవాళ్ళు

July 17, 2014)

అనగనగా

అనగనగా ఒక ఊరు

ఆ ఊరికో జమిందారు

జమిందారంటే పేద్ద ఇల్లు, హంగూ, సరంజామా

జామిందారు వాళ్ళ తాత మహా పిసినిగొట్టు

ఆ పిస్నిగొట్టుతనంతో డబ్బులు బాగా కూడబెట్టాడు

కూడబెట్టి కూడబెట్టి ఓ రోజు టపీమన్నాడు

టపీమన్నా, ఆశ ఎక్కడికి పోతుంది

ఆశవల్ల దయ్యమైపోయినాడు

అలా దయ్యంగానే ఆ ఇంటిని పట్టుకొని వేళ్ళాడుతున్నాడు

దయ్యాల కొంప అనే ధైర్యం ఎవరూ చెయ్యకపోయినా, అందరికీ దయ్యం ఉన్న దృష్టాంతాలు కనపడుతూ ఉండేవి

ఇంతలో బ్రిటీషు వాళ్ళు వెళ్ళిపోయారు

అందరికీ స్వాతంత్రం వచ్చేసింది

ఊళ్ళన్నీ సంబరపడిపోతున్నాయ్

ఆ సమయంలోనే ఆ ఊరికి రేడియో వచ్చింది

ఊరికి తెచ్చింది ఎవరు?

తేవాలంటే డబ్బులుండాలిగా

అందుకు తగినవారెవరు?

చిన్న జమిందారే

అలా చిన్న జమిందారు పుణ్యమా అని ఆ ఊర్లో ఆకాశవాణి మొదలయ్యింది

రోజూ ఆకాశవాణి ప్రోగ్రాములు దద్దరిల్లిపోయేవి

అందరికీ వినపడాలని పేద్ద సవుండు పెట్టేవాడు

పాటలు, సంగీతం, వార్తలు - అబ్బో ఒకటా రెండా

జనాలకు కాలక్షేపం బాగా అయ్యేది

కోటలాటి ఇల్లు జనాలతో కిటకిటలాడిపోయేది. ఇవన్నీ చూస్తున్న పిసినిగొట్టు దయ్యానికి ఆరాటం.

వచ్చిన వాళ్ళంతా ఏం నొక్కేస్తారో, ఏది పట్టుకెళ్ళిపోతారో, ఎక్కడ దొంగతనం చేసేస్తారోనని

అప్పుడప్పుడు, వచ్చిన జనాలను భయపెట్టేవాడు. అయితే ఆకాశవాణి మీద ప్రేమతో ఈ దయ్యం భయపెట్టినా మళ్ళీ మళ్ళీ వచ్చేవాళ్ళు జనాలు

వేసంకాలం వచ్చింది. చిన్న జమిందారు గారు వేసవి శలవలకు ఊటీ వెళ్ళిపోయాడు. రేడియో ఎలా పెట్టాలో తెలిసినవాడు పెడుతున్నాడు. లేనిరోజు లేదు, ఉన్నరోజు ఉన్నదిగా తయారయ్యింది అక్కడ. దాంతో జనాలు కూడా రావటం మానేశారు

బంగళా కాస్త బోసిపోయినట్టుండేది. దయ్యానికి ఆనందం. ఒక రాత్రి - అంతా నిశ్శబ్దం. పనీపాట లేని దయ్యం ఆ గదిలోంచి ఈ గదిలోకి ఈ గదిలోంచి ఆ గదిలోకి తిరుగుతోంది

అప్పుడు వినపడింది ఒక శబ్దం పక్క గదిలోంచి

"ట ర్ర్ ర్ ట ర్ర్ ర్ ట్ర్ ర్ ట్ర్ ట్ట్ ట్ట ట్ట్ ట్ట పత్ త్త్ త్త్ ఓ ఓ " అంటూ

అటు చూశాడు, ఇటు చూశాడు ఏమీ కనపడలా

ఆ కొత్త శబ్దం ఎక్కడినుంచొస్తోందో తెలియలా

ఇంతకుముందు ఎప్పుడు వినని శబ్దం అది

మొట్టమొదటిసారి దయ్యానికి భయం వేసింది

నెమ్మదిగా మొదలైన శబ్దం రాన్రానూ పెద్దదైపోతోంది

దయ్యానికి కాళ్ళు చేతులు వణికినాయ్

నాకన్నా బ్రహ్మరాక్షసుడెవడో వచ్చినట్టున్నాడిక్కడికి బతికుంటే మళ్ళొచ్చి పీక్కు తినొచ్చు అని పరుగులు పెట్టాడు

అప్పుడు వినపడ్డది ఆ పక్క గదిలోంచి "కడప రేడియో ప్రసారాలకు పున:స్వాగతం. ఇప్పుడు లయన్ లక్ష్మణరావుగారి సంగీత కచేరి వింటారు" అని

దయ్యం పారిపోయినదన్న సంగతి తెలియని తోటమాలి విరిగిపోయిన ఆంటెన్నా లేకుండా మొత్తానికి తను తిప్పిన తిప్పుడుకి, గుద్దిన గుద్దులకు, మొట్టిన మొట్లకు రేడియో పనిచెయ్యటం మొదలెట్టి సంగీత కచేరి వినపడుతున్నందుకు సంతోషపడ్డాడు

(2012 ఫిబ్రవరి 23. Reimagined and rearranged story - After Reading a story in 1923, Andhrapatrika edition.)

అనగనగా

అనగనగ ఒక ఊరు

ఆ ఊళ్ళో కంకముఖుడు అని ఒక బ్రాహ్మడు ఉండేవాడు. కంకముఖుడు బాగా పట్టుదల ఉన్న కుర్రవాడు. ఆ పట్టుదల వలన మూర్ఖంగా ఉండేవాడు. మూర్ఖత్వం అంటే ఏమిటి ?

అది తొమ్మిది విధాలు

- పట్టినదానిని విడవకపోవుట
- నిర్లజ్జ
- కుత్సితత్వం
- నపుంసకత్వం
- పిచ్చికోపం
- ఆశపాతకత్వం
- కనికరం లేకపోవటం
- అతి గర్వం
- అతి క్రూరత్వం

మూర్ఖులందరికీ ఒక్కోటి ఒక్కో పాళ్లలో ఉంటుంది

అన్నీ కలిసి ఉన్నవాడిని నవమూర్ఖుడు అంటారు

సరే, మనవాడికి గర్వం ఎక్కువ పాళ్ళలో ఉండేది

ఎందుకు?

వాళ్ళ నాన్నగారు ఆ ఊరికి పెద్ద బ్రాహ్మడని

ఆ గర్వంతో అందరితొ పోట్లాటలు వేసుకునేవాడు. ప్రతిరోజు ఏదో ఒక పోట్లాట. ఎవరో ఒకరు ఫిర్యాదులతో ఇంటి మీదకు రావటం. ఓ రోజు వాళ్ళ నాన్నగారికి ఓపిక నశించిపోయి చావచితకబాదాడు. ఇంకా కొడితే చచ్చిపోతాడేమోనని అమ్మ అడ్డువెళ్ళి కాపాడింది

కాపాడి, ఒరే నాయనా ఎందుకురా ఇలా అందరినీ ఇబ్బంది పెడతావు? అంత శాంతంగా ఉండే నాన్నగారికి కూడా కోపం తెప్పించ్చి చాచ్చేట్టు తన్నులు తిన్నావు. మారరా, నా కన్న కదు, నే పోయేలోపలన్నా నువ్వు మారటం చూస్తానో లేదో అంటూ కంటికి మింటికి ధారగా ఏడుస్తూ కూర్చుంది

అన్ని దెబ్బలు పడ్డాక కూడా బుద్ధి రానివాడు, అమ్మ ఏడుపుకి కరిగిపోయాడు

కాస్త బుద్ధి వచ్చింది కంకుడికి. అమ్మా - నీ జీవితంలో ఇంకోసారి నావల్ల నీకు కన్నీళ్ళు రాకుండా చేస్తా, ఇక నుంచి నువ్వేది చెపితే అదే, ఏం చెయ్యాలో చెప్పు అన్నాడు

నాయనా మీ నాన్నగారిలా ప్రతిరోజు కాస్త ధ్యానమో ఏదో ఒకటి చేసుకుంటూ ఉండు మనసు శాంతపడుతుంది అని చెప్పి రోజువారి పనిలో పడిపోయింది

ఆ రోజునుంచి కాస్త కాస్తగా ధ్యానం మొదలుపెట్టినాడు కంకుడు. మనసు శాంతపడింది నెమ్మదిగా గర్వం అణిగిపోతూ వచ్చింది. ఆ పని నచ్చటంతో ధ్యానం తీవ్రం చేసి తపస్సులోకి వెళ్ళిపోయినాడు.
ఆ మహాదేవుణ్ణి ప్రార్థిస్తున్నాడు

చివరికి ప్రత్యక్షమయ్యాడు ఆయన

ఏమిరా ఇంత తీవ్రంగా తపస్సు చేస్తున్నావ్, ఏం కావాలన్నాడు పెద్దాయన

నాయనా, పరమాత్మా, మహాదేవా నాకు స్థితప్రజ్ఞత కావాలె, ఎన్ని లక్షల సంవత్సరాలైనా నా పేరు స్థితప్రజ్ఞతకు మారుపేరుగా నిలచిపోవాలె అన్నాడు

చిరునవ్వు నవ్వాడు పెద్దాయన. మళ్ళోకసారి ఆలోచించుకోమన్నాడు. ఎందుకలాగ అన్నావు స్వామీ అని ఎదురు ప్రశ్న వేసినాడు కంకుడు

ఒక సారి ఆ వరమిచ్చానంటే వేడి లేదు, చల్ల లేదు, మనిషి లేడు, మరుపు లేదు, గుణం లేదు, పణం లేదు ఏకస్థంగా ఉండిపోతావ్ ఆలోచించుకో అన్నాడు ఈయన. మరో ఆలోచన లేదు స్వామీ నాక్కావల్సింది నాకిచ్చెయ్ అన్నాడు కంకముఖుడు

పెద్దాయన శుభం అనేసి వెళ్ళిపోయినాడు. ఆ రోజునుంచి కంకముఖుడు "***పట్టకార***"గా మారిపోయినాడు. దేనినయినా దాని గుణవిశేషాలతో సంబంధం లేకుండగా పట్టుకోగలిగి స్థిరంగా ఉండిపోయినాడు. అలా పట్టకార మనకు ప్రాప్తమయ్యింది

దానిని చూచి స్థితప్రజ్ఞత నేర్చుకోనుడి మహాజనులారా

ఓం తత్ సత్!

- కంకముఖము అంటే పట్టకార అని తెలిసిన ఒకనొక రోజు రాసుకొన్న కథ

- Some time in 2012

అనగనగా

అనగనగా

అనగనగా ఒక ఊరు

ఆ ఊళ్లో ఒక కుర్రవాడు

పేరు మీవడుడు

ఆ ఊళ్ళో మీవడుడుని మించిన అందగాడు లేడు

ఆరు అడుగుల ఎత్తులో తెల్లగా ధగధగ మెరిసిపోతూ ఉండేవాడు

పెళ్ళీడుకొచ్చినాడు

మా అమ్మాయిని చేసుకోమంటే మా అమ్మాయిని చేసుకోమని
అందరూ వాళ్ళమ్మ వెంబడి పడుతున్నారు

రోజు రోజుకి వత్తిడి ఎక్కువవుతుండటంతోనూ, కుర్రవాడికి వయసొచ్చిందని తెలియటంతోనూ ఆవిడ కూడ కొడుక్కి పెళ్ళి చెయ్యటానికి నిశ్చయించింది

ఒరే నాయనా, ఆ పక్క ఊరు జామ్యనయనుడి ముగ్గురు కూతుళ్ళు వక్రసారి, చక్రసారి, తక్రసారి అని - అంతా చక్కగా ఉన్నారు, వాళ్ళలో ఒకళ్ళను నీవు పెళ్ళి చేసుకోవలసిందేనని అన్నది

కుర్రవాడన్నాడు అమ్మా - అందరూ బాగుంటే ఎట్లా, నేను చేసుకోవలసింది ఒకతెనే కదా, ఉపాయమేదన్నా చెప్పు అని

అమ్మ అన్నది - వాళ్ళింట్లో భోజనానికి ఏర్పాటు చెయ్యమని చెబుతాను, నీతో పాటు ఈ వెన్న తీసుకొని వెళ్ళు, ఒక్కడవే తినక అందరికి, ఆ ఆడపిల్లలతో సహా ఈ వెన్నను ఇతర పదార్థాలతో కలిపి వడ్డించమని చెప్పు. ఆ తర్వాత వచ్చి ఆ ముగ్గురూ ఆ వెన్నను ఎట్లా ఆరగించారో నాకు చెప్పు అన్నది

సరే భోజనానికి ఏర్పాటు అయ్యింది. తిండి తిన్నారు. వెన్నంతా అయిపోయింది

కుర్రవాడు ఇంటికి వచ్చినాడు. ఇప్పుడు చెప్పు ఎట్లాగయ్యిందోనని అమ్మ అడిగె

అమ్మా వక్రసారి వడ్డించిన వెన్నను చూడగానే ఇంతలావున ముద్ద చేసి అందులో కసాబిసా కలిపి గుటుక్కున మింగేసింది, చక్రసారి వెన్నలో వేళ్ళెట్టి కెలికి దాన్నంతా చిందరవందర చేసి వేళ్ళు అంతా నాకింది. తక్రసారి కాస్త వెన్న ఆవకాయలోకి, కాస్త వెన్న పప్పులోకి, కాస్త వెన్న ఎందులోనూ కలపక తిన్నది అన్నాడు

అమ్మ తక్రసారిని ఇచ్చి పెళ్ళి చేసింది

ఎందుకో మీకు తెలిసే ఉండాలి ఈపాటికి

ఆ రోజటి నుంచి మీవడుడు (మీవడ మీగడకు పర్యాయపదం) , తక్రసారి (తక్రసారము వెన్నకు పర్యాయపదం) మీగడ వెన్నలా కలిసిపోయి ఉన్నారు

ఓం తత్ సత్!

(జనవరి 2014)

అనగనగా

అనగనగా ఒక ఊరు

ఆ ఊళ్ళో ఇద్దరు కుర్రవాళ్ళు

ఒకడి పేరు శర్థి, ఇంకొకడి పేరు వ్యర్థి

ఇద్దరూ రోజు అడవిలోకెళ్ళి కట్టెలు కొట్టుకు తెచ్చి అమ్ముకునేవాళ్ళు

అమ్మగా వచ్చిన డబ్బుతో ఇంటికి కాయలు కూరలు బియ్యము పట్టుకునివెళ్ళేవాళ్ళు

ఒకరోజు వాళ్ళు కట్టెలు కొడుతుండగా ఒక బ్రహ్మరాక్షసుడు వచ్చినాడు

ఇద్దరినీ లటుక్కున చేతిలోకెత్తుకుని తినేస్తా తినేస్తా అంటూ అరవటం మొదలుపెట్టినాడు

ఇద్దరి ప్రాణాలు కొడిగట్టినాయ్

ఇద్దరిలో తొందరగా తేరుకున్న వాడు శర్థి

తేరుకున్నాక ఊపిరి పీల్చుకొని శర్థి అన్నాడు - బాబూ, చచ్చిపోయేవాడి చివరి కోర్కె అందరూ తీరుస్తారు, అది తీర్చలేకపోతే మమ్మల్నొదిలెయ్యాలి నువ్వు అని

బ్రహ్మరాక్షసుడు వికటాట్టహాసం చేసి నాకు సాధ్యం కానిది ఈ ప్రపంచంలోనే లేదు, కోరుకోండి ఏం కావాలో అని అన్నాడు

వ్యర్థి కి ఓపిక వచ్చింది

వాడన్నాడు నాకు కంద బచ్చలి కూర తీసుకురా అని

బ్రహ్మరాక్షసుడు చిటికె వేసినాడు

కంద బచ్చలి కూర వచ్చింది

వ్యర్థి కి ఏమీ పాలు పోలా, అవి తిని చక్కా కూర్చున్నాడు బ్రహ్మరాక్షసుడి చేతిలో పోదామని

శర్థిని అడిగాడు రాక్షసుడు నీకేం కావాలి అని

ఉండు ఒక్క నిమిషం అని - పేద్దగా ఒక అపాన వాయువు వదిలినాడు

ఇది ఏమిరా నేనే భరించలేనంత కంపుగా ఉన్నది చచ్చే చావయ్యింది ఛీ ఛీ అని బ్రహ్మరాక్షసుడు ముక్కు మూసుకుని అరిచినాడు

అదంతే కానీ, నువ్వు ఇప్పుడు నా అపానవాయువును నాకు తెచ్చిచ్చెయ్ - అదే నా చివరి కోరిక అనె శర్థి

బ్రహ్మరాక్షసుడు మూర్ఛ పోయినాడు ఆ కోరిక విని

కొద్దిసేపటి తరవాత లేచి ఒరే నాయనా, అది నావల్ల కాని పని - మిమ్మల్నిద్దరినీ వదిలేస్తున్నా ఫోండి అని మాయమైపోయినాడు

అట్లా ఓం తత్ సత్ అయ్యింది

అనగా ఉపాయం ఉంటే బ్రహ్మరాక్షసుడి దగ్గరినుంచి కూడా తప్పించుకోవచ్చు ప్రాణాలు రక్షించుకోవచ్చు

(శర్ధించు - అను పదము అపానవాయువుకు పర్యాయపదమట...)

(ఆ మధ్య ఒక జర్మను జానపద కథ చదువుతుండగా వచ్చిన ఆలోచనతో రాసుకొన్న కథ)

అనగనగా

అనగనగా ఒక గుర్రం

గుర్రమన్నాక పొగరు, వొయ్యారం, సొగసు, ఠీవి

అంత పొగరుకు మురిసిపోయె గుర్రం

అంత వొయ్యారానికి మురిసిపోయె గుర్రం

అంత సొగసుకి మురిసిపోయె గుర్రం

అట్లాటిట్లాటి గుర్రం అనుకున్నారూ ?

కానే కాదు

ఎవరికీ లొంగని గుర్రం

ఎవరికీ అందని గుర్రం

పచ్చికబీళ్లన్నీ ఆ గుర్రానివే

కనుచూపుమేరంతా ఆ గుర్రానిదే

ఒక రోజు, అదృష్టం దురదృష్టం కలగలసిన రోజు

ఆనందం విషాదం అయిన రోజు

విషాదం ఆనందం అయిన రోజు

ఆ రోజు గుర్రం వచ్చింది

ఎక్కడికి ? ఒక ఊళ్ళోకి

మనుషులుండే ఊళ్ళోకి

మనుషులు చూచారు గుర్రాన్ని

అప్పటిదాకా గుర్రం ఎలా ఉంటుండో తెలియదు వారికి

కొత్త కొత్తగా వింత వింతగా చూచారు

దాని పరుగు, సొగసు, ఠీవి, అందం చూచారు

ఆనందపడిపోయారు

సొంతం చేసుకోవాలనుకున్నారు

లొంగితేనా?

గుర్రం లొంగితేనా

గ్రామ పెద్ద వచ్చాడు

కొడుకుని పిలిచాడు

చూడు దీని సంగతి అన్నాడు

ఆ కుర్రాడు ఎంతందంగా ఉన్నాడని

ఎంత బలిష్ఠంగా ఉన్నాడని

ఎంత ఠీవిగా ఉన్నాడని

వచ్చాడు, వచ్చి చూశాడు

నాన్నా, దీని నడక చూస్తే చటుక్కున అక్కడినుంచి ఇక్కడికి చేర్చేలా ఉంది. దీన్ని మనం అట్టే పెట్టేసుకోవాలి అన్నాడు

నాన్న అన్నాడు మరి ఎవరూ పట్టుకోలేకపోతున్నారు కదా అని

నాకొక తాడు ఇవ్వండి అన్నాడు కుర్రవాడు

తాడు వచ్చింది

చటుక్కున తిప్పి గిరుక్కున కాళ్ళకు బంధం వేసాడు

గుర్రం కదలలేకపోయింది

చటుక్కున మోకాళ్ళ మీద కూలబడింది

అంతే కుర్రవాడు దాని మీద ఎక్కినాడు

ప్రేమగా నిమిరినాడు

నెమ్మదిగా కాళ్ళకున్న బంధం తీసినాడు

భోజనం సమయమయ్యింది

గుర్రానికి కూడా ఆకలేస్తుందని పొలానికి తీసుకుపోయాడు

పచ్చగడ్డి తినిపించాడు

ఇంటికొస్తూ ఉంటే గజ్జెలు కనపడ్డవి

అంతే గజ్జెలు గుది గుచ్చాడు

గుర్రం కాళ్లకు కట్టాడు

గుర్రం గంతులు వేసింది

గజ్జెలు ఘల్లన్నాయ్

కుర్రవాడు పాట అందుకున్నాడు

కాళ్ళగజ్జా కంఝాణమ్మ
పగటీచుక్కా తెల్లటిగమొగ్గ
మొగ్గకాదు గడ్డీగాదం
గాదం కాదు పచ్చికబీడు
బీడు కాదు బంగరుగుట్ట
గుట్ట కాదు రాజుగారి కోట
కోట కాదు రాకూమారీ
రాకూమారీ నాదు పెండ్లాం

అని పాడాడు
అని ఆడాడు

గుర్రం సకిలించింది

సకిలిస్తూనే ఉన్నది

ఆ పాట విన్నారు

ఊళ్ళో వాళ్ళు విన్నారు

కంఖాణం అంటే ఏమిటన్నారు

కంఖాణం అంటే గుర్రమన్నాడు కుర్రోడు

అబ్బా అబ్బబ్బా అన్నారు ఊళ్ళోళ్ళవాళ్ళు

ఏం పాటయ్యా

ఏం ఆటయ్యా

అలా ఆ పాట పాడుకుంటూనే ఉన్నారు

గుర్రాన్ని తమతో అట్టిపెట్టుకునే ఉన్నారు

పొలాలన్నీ ఆ గుర్రానివే. మనుషులతో ఉంటూనే ఉన్నది

సకిలిస్తూనే ఉన్నది. ఇకిలిస్తూనే ఉన్నది.

ఆ పాటే కొంత కాలానికి మారింది. మారిపోయింది

కాళ్ళా గజ్జ కంకాలమ్మ

వేగుచుక్క వెలగా మొగ్గ

మొగ్గ గాదు మోదుగ నీరు

నీరు గాదు నిమ్మల వాయ

వాయ గాదు వాయింట కూర

కూర గాదు గుమ్మడి పండు

పండు గాదు పావడ మీసం

......

అలా పాడుకుంటూనే ఉన్నారు. కొంతకాలం పాడారు, ఆడారు

1960ల దాకా పాడారు

1970ల దాకా ఆడారు

1980ల దాకా గుర్తుపెట్టుకున్నారు

1990ల్లో మర్చిపోయారు

2000ల్లో పూర్తిగా మర్చిపోయారు

కథ కంచికి గుర్రం ఇంటికి

(జులై 14, 2010)

కాళ్ళగజ్జా మా అమ్మాయికి చెపుతూ రాసుకున్న కథ!!

అనగనగా

అనగనగా

వైకుంఠం.

వైకుంఠం అంటే సామాన్యమా?

కిష్టపరమాత్మ తన అసలు రూపంలో ఉండే లోకం.

పెద్దావిడ లచ్చుమమ్మ ఉండే లోకం.

తెల్లగ ధగధగ మెరిసిపోయే పాల లోకం.

వేయి పడగల ఆదిశేషువు ఉండే లోకం.

ఆదిశేషుడంటే మాటలా?

ముల్లోకాలకు స్వామైన దేవదేవుడికి పాన్పుగా ఉన్నవాడు.

దేవదేవుణ్ణి కంటికి రెప్పలా కాపలా కాసేవాడు.

స్వామినన్నా మరిపించవచ్చునేమో కానీ ఆదిశేషుణ్ణి మాయ చేయటం కష్టం.

అంత ప్రేమ స్వామి మీద. అంత భక్తి స్వామి మీద.

వైకుంఠానికి వచ్చే జనాలు భయపడతారేమోనని వేయి పడగల విశ్వరూపం చూపించక తనకున్న అన్ని పడగల్లో కొన్ని పడగలనే చూపించేవాడు.

కాపలాలో ఎంత కఠినుడో వచ్చిన దేవతలతో మునులతో మనుషులతో అంత మెత్తనైన మనసుతో ఉండేవాడు.

ఒక రోజు అంతా వచ్చి వెళ్ళిపోయాక, స్వామివారు అమ్మవారితో కులాసా కబుర్లు చెప్పుకుంటున్నారు.

ఆదిశేషువే స్వామి, స్వామే ఆదిశేషువు. అంత దగ్గరివాడు. అందువల్ల అవీ ఇవీ అని లేక అన్నిరకాల కబుర్లు చెప్పుకుంటున్నారు. ఇంతలో ద్వారం వద్ద చప్పుడు.

శేషువు తలతిప్పాడు.

ఆదిశేషుడు తలతిప్పాడు.

స్వామిని కులాసా సమయంలో కులాసాగా గడపనీయక ఎవరీ సమయంలో వచ్చిందని చింతనిప్పైపోయినాడు.

కోపంతో కళ్ళు ధగ ధగ ఎర్రగా మెరిసిపోతున్నై.

వచ్చింది ఒక గంధర్వాంగన.

వైకుంఠం పక్కనే, కూతవేటు దూరంలో గంధర్వ లోకం.

అక్కడినుంచి వచ్చింది ఆవిడ.

గంధర్వులంటే ఎంత అందంగా ఉంటారు?

అంత అందంగానూ ఉన్నదీవిడ.

అయితే అందంతో శేషుడికేం పని ?

స్వామి అందం ముందు ఎవరి అందమైనా దిగదుడుపే.

అమ్మవారి అందం ముందు ఎవరి అందం నిలబడుతుందీ?

అలాటి అందమైన వైకుంఠంలో ఈ గంధర్వాంగన అందం వెలాతెలా.

అయితేనేం, గంధర్వాంగన ఆ వెలాతెలాలోనే చాలా అందంగా ఉన్నది.

కానీ స్వామి సమయాన్ని భంగం చేయడానికి విజిటర్ హవర్స్ అయిపోయాక వచ్చిందని క్రుద్ధుడైపోయాడీయన.

స్వామికి వినపడకుండా ఒక పడగను ద్వారం దాకా సాచి - పదవమ్మా పద సమయం అయిపోయింది. రేపు రా కావాలంటే అన్నాడు.

ఆవిడ అదోలా చూసింది శేషుణ్ణి. ఆయన పడగని.

వెళ్లేది లేదు, స్వామిని చూడాల్సిందేనన్నది.

పని ఏవిటి చెప్పు, దాన్ని బట్టి ఆయన్ని చూడాలో వద్దా చెపుతానన్నాడీయన.

నీకు చెప్పేదేవిటి, వెళ్ళు అన్నదీవిడ.

అసలే చింతనిప్పేమో, శేషుడు ఒక చుట్టు చుట్టి అవతలకి విసిరేద్దామనుకుని స్త్రీ అవటంవల్ల మెత్తగా నచ్చచెప్పచూశాడు.

ఊహూ వినలా. స్వామిని చూడాలనే మోహంలో పడిపోయింది.

ఆ మోహం పెరిగి పెరిగి కామాతురాణ రూపం దాల్చింది.

మోహం మనసుకెక్కిందంటే ఎవరడ్డగించగలరు ?

అది తీరేదాకా యుద్ధమే.

లేదు నేను చూడాల్సిందేనన్నది.

సరే ఈ స్త్రీలతో నాకేవిటి అని ఆయన ఒక ఇరవై పడగలు బయటకు తీసి స్వామి కనపడకుండా అడ్డుగోడ కట్టేసి రేపు రా, ఇవాళ కాదింక అని ఖచ్చితంగా చెప్పేసాడు.

అది తట్టుకోలేక ఆ గంధర్వ కాంత శేషుడి చెవుల మీద, ముక్కు మీద చేతులేసి ముష్టిఘూతాలిచ్చింది

శేషుడికేమి? చీమ కుట్టినట్టు కూడా అనపడలా.

ముష్టిఘూతాలిచ్చినవి స్త్రీ చేతులు.

ఊరకే ఈక నిమిరినట్టున్నదాయనకు.

అలా చాలా సేపు కిక్కురిచ్చి ఇహ ఓపికంతా అయిపోయినాక ఉక్రోషం ఏడుపులోకొచ్చింది.

ఆడవాళ్లకు ఏడుపొస్తే ఎక్కడైనా కష్టమేగా!

ఏడుపయ్యాక కోపం వచ్చింది.

ఇంతలో కులాసా కబుర్లకు బ్రేకు రావటంతో అమ్మవారి దృష్టి దూరంలో ఉన్న ద్వారం మీద పడింది.

అక్కడ పడగలు కనపడుతున్నై.

పడగలు గోడల్లా కనపడుతున్నై.

ఇంతకుముందు ఈ పడగల గోడలు చూసిన గుర్తు లేదు.

ఏవిటి చేస్తున్నాడు శేషుడని "నాయనా, ఆది" అని పిలిచింది.

ఆది అక్కడ ముష్టిఘాతాల గొడవలో ఉన్నాడు.

అమ్మ పిలుపు వినపడలా.

మళ్ళొకసారి పిలిచింది.

అప్పుడు వినపడ్డది శేషుడికి.

అప్పుడన్నాడు ఆ గంధర్వకాంతతో.

ఇదిగో అమ్మ పిలుస్తోంది నన్ను, నువ్వింకొక నిముషం ఇక్కడున్నావంటే భస్మం చేసేస్తా వెళ్ళిపోయి రేపురా అన్నాడు.

ఆ గంధర్వ కాంత అసలే కోపంలో ఉన్నదేమో, ఈయన మీద కోపం అమ్మమీదకు మళ్ళింది.

ఉరుములు మంగలం మీద పడ్డట్టు ఆ కోపం అటువైపు తిరిగింది.

ఇంతలో ఆ గంధర్వ కాంత మొగుడొచ్చాడు.

ఇంటికెళ్ళి చూస్తే కనపడలా.

అమ్మలక్కల కబుర్లు చెప్పుకుంటోందేమోనని కొంచెం సేపు చూసి ఇహ లాభం లేదని అన్ని లోకాలు చూస్కుంటూ వైకుంఠానికొచ్చాడు.

హమ్మయ్యా ఇక్కడుందా అని సంతోషపడుతుంటే శేషుడి కళ్ళు ఎర్రగా కనపడ్డై.

వాడికి అర్థమైపోయింది, ఎక్కడో ఏదో తప్పు జరిగిందని పెళ్ళాన్ని అడిగాడు.

ఆవిడెందుకు చెపుతుందీ పిచ్చ కోపంలో ఉండగా?

శేషుడందుకొని కథ చెప్పాడు.

మొగుడన్నాడు ఏవిటొచ్చిందే నీకు, శేషువు చెప్పినాక ఇహ తిరుగేముంది. పదపద ఈ గొడవలేవిటి అన్నాడు.

ఆవిడ ఉహూ వినలా. యెహ్హే ఫో అని విసిరికొట్టింది.

మొగుడికి మంటెక్కి, రాక్షసి, ఇంత తలవంపులు తెస్తావా నువ్వు రాక్షసిగా పుడతావ్ పో అని శాపమిచ్చి వెళ్ళిపోయాడు.

ఉన్నదీ పోయే, రాక్షసి శాపమూ వచ్చి చేరెనని లబోదిబోమని, కోపం ఇంకా పెరిగిపోయి, అప్పుడే అక్కడికొచ్చిన లచ్చుమమ్మను చూసి, నా మొగుడు నాకు శాపమిచ్చేడు, ఇప్పుడు నేను వాణ్ణి వొదిలేసి ఎక్కడో రాకాసిలా బతకాలి, నాకయ్యింది కాబట్టి నీక్కూడా పతివియోగం కలుగుతుందని చెప్పి ఆవిడకు శాపం పెట్టింది.

శేషుడు మ్రాన్పడిపోయాడు.

అమ్మకు సంగతి తెలుసు కాబట్టి, ఆవిడ నవ్వి ఊరకున్నది.

శేషుడెందుకు ఊరకుంటాడు.

చుట్టిపారేసి ఒక్క విసురు విసిరాడు ఆ గంధర్వ కాంతను.

అంతే గింగిరాలు తిరుక్కుంటూ వచ్చి పడ్డది భూమ్మీదకు.

రాకాసి అయిపోయింది.

అడవుల్లో తిరుగుతోంది.

కానీ స్వామి మీద మోహం, ఆయనతో సమయం గడపాలన్న మోహం తగ్గలా దానికి.

అయితే మోహం తీరే సమయం వచ్చింది కొన్ని రోజులకి.

స్వామి వచ్చేసాడు అడవుల్లోకి.

తమ్ముణ్ణి వెంటపెట్టుకొని.

భార్యను వెంటపెట్టుకొని.

వచ్చింది. మళ్ళీ మోహంతో ముందుకు ఉరకబోయింది.

శేషుడికి తన ముక్కు మీద, చెవుల మీద చేసిన ముష్టిఘాత యుద్ధం గుర్తుకొచ్చింది.

అంతే ఆ రాక్షసిని పట్టుకెళ్ళి ముక్కు చెవులు కోసి పంపించాడు.

అదండీ కత.
శూర్పణఖ కత.
ఆదిశేషుడి కత.
ముకు చెవుల కోత కత.
అసలు రామాయణంలో లేని మా అమ్మమ్మ కథ.

-- ఎపుడో చిన్నప్పుడు అమ్మమ్మ చెప్పిన ఒక కథ జ్ఞాపకంగా గుర్తున్నంతవరకు రాసుకొన్నది

అనగనగా

అనగనగా

అనగనగా ఒక శంఖం

చిన్న శంఖం

అందమైన శంఖం

ముద్దొచ్చే శంఖం

చేతిలో ఇమిడిపోయే శంఖం

సముద్రంలో పుట్టింది

అలాటిలాటి సముద్రంలో కాదు, ఏకంగా పాలసముద్రంలో పుట్టింది

పాల సముద్రమంటే ఏమిటి, ఎవరుంటారక్కడ?

అమ్మలగన్న అమ్మ పెద్దమ్మ మహాలచ్చుమమ్మ

ఆ అమ్మలగన్న అమ్మకు ఒక కొడుకు

ఎవరు ?

ఇంకెవరు? బ్రహ్మదేవుడు

చిన్నప్పుడు చక్కగా పద్మంలో పడుకునేవాడు

కొడుకున్నాక మరి ముద్దూ ముచ్చటలు ఉంటాయిగా?

ఎంత అమ్మలగన్న అమ్మైనా కొడుకు కొడుకే

ముద్దు ముద్దే

ఊళ్ళొళ్ళొ, ఊచ్చొచ్చొ అంటూ ముద్దులు చేసేది

బ్రహ్మ కూడా బోసినవ్వుతో నవ్వుతూ ఉండేవాడు

చిన్నప్పుడే అమృతం పిల్లాడికి పడితే బాగుండదని
లచ్చుమమ్మ మొగుడి ఉవాచ

అందుకని ఆవిడ మామూలుగా పాలూ అవీ పట్టేది

పాల సముద్రంలో పాలకేం తక్కువ ?

అన్నీ పాలే, ధగధగ పాలే, తళ తళ పాలే

ఊరకే అలా వంగి అందుకోవటం ఇలా నోట్లో పొయ్యటం

అయితే లచ్చుమమ్మకు సరైన గిన్నే దొరకేది కాదు

చిన్నవాడి నోరు చిన్నగానే ఉంటుంది మరి

ఈవిడ వంటింట్లో అన్నీ పెద్ద పెద్ద గిన్నెలే ఉన్నవి

చిన్నవి అందుబాటులో లేకపోవటం వల్ల ఒక్కోసారి
చిరాకొచ్చేసేది ఆవిడకు

ఆదిశేషుడు అమ్మ బాధ చూడలేకపోయినాడు

అమ్మా నువ్వుండు నీకు మాంచి గిన్నె ఒకటి ఇస్తానని చెప్పి సముద్రంలోకి తల పెట్టేసి వెతికినాడు

తల పెట్టి చూడగానే ఆ చిన్న శంఖం, మన ముద్దు శంఖం కనపడ్డది

ఏయ్, శంఖం ఇలా వచ్చెయ్ నీతో పనుంది అని బరబరా లాక్కెళ్ళిపోయి అమ్మ చేతిలో పెట్టినాడు

అప్పటినుంచి బ్రహ్మ బిడ్డ నోట్లో పాలు ఈ శంఖంతోనే పోసేది

శంఖానికీ ఆనందమేగా, పాలు జరజరా తనలోంచి జారిపోయి బిడ్డ నోట్లో పడుతుంటే

చక్కగా చిన్నగా బొద్దుగా ముద్దుగా ఉన్న శంఖంతో, బ్రహ్మ పాలు తాగని సమయంలో ఆడుకునేవాడు

ఓ రోజు మావయ్య వచ్చాడు

ఏ మావయ్య ?

ఆ శివయ్య మావయ్య

పిచ్చాపాటి అయ్యాక, బ్రహ్మ బిడ్డను చ్చి చ్చీ చ్చీ అని నవ్వించటానికి వెళ్ళి ఆ చిన్న శంఖం చూచినాడు

చెల్లీ లచ్చుమమ్మా, ఇదేమి శంఖంలో ఇన్ని పాలు ఉన్నాయేమి అన్నాడు

అప్పుడు లచ్చుమమ్మ బిడ్డకు పాలు పట్టే శంఖం అన్నయ్యా అని కథంతా చెప్పింది

అట్నో ఇదేదో బాగుందే నేను కూడా పార్వతికి చెప్తా దీని సంగతి అని శలవు పుచ్చుకున్నాడు

అలా కొన్ని యుగాలు గడిచినాయ్

బ్రహ్మ బిడ్డ బ్రహ్మ యువక్ అయినాడు

లచ్చుమమ్మకు శంఖంతో పని తీరిపోయింది

ఇంతలో పార్వతి అమ్మవారికి కుమారసామి పుట్టినాడు

అప్పుడు పార్వతి అమ్మవారికి లచ్చుమమ్మ చేసిన పని గుర్తుకువచ్చె

కైలాసంలో వెతికితే శంఖాలు ఎక్కడా కనపడలా

నందిని వైకుంఠానికి పంపించి పాలసముద్రం శంఖం తీసుకురమ్మని పంపించింది

ఆయన గంగడోలు ఊపుకుంటూ ఆడుకుంటూ పాడుకుంటూ అది తీసుకుని వస్తుంటే, సర్రున జారి భూలోకంలో పడిపోయింది

బాబోయ్, ఇలా పడిపోయిందని చెపితే చచ్చే చావు అవుతుందని పరుగెత్తుకెళ్ళి సముద్రంలోంచి ఇంకో శంఖం ఎత్తుకొని ఇంటికి పోయినాడు. అక్కడ కుమారసామి సంతోషం, పార్వతమ్మ సంతోషం

ఈ కింద భూలోకంలో పడిపోయిన శంఖం సరాసరి ఉగ్రశ్రవుడి ఆశ్రమంలో పడిపోయింది. ఆయన ఒక కన్ను తెరిచి మొత్తం కథ అర్థం చేసుకున్నాడు

అప్పుడు ఆ శంఖాన్ని అదే రూపంలో ఉంచకుండా ఇంకో రూపం చేసి వాళ్ళావిడకు ఇచ్చాడు

అలా అలా ఇన్ని యుగాలైనా ఇప్పటిదాకా నిలిచిపోయే ఉంది ఈ భూలోకంలో

****
అదే మన ఉగ్గు గిన్నె
****

ఓ యాభై సంవత్సరాల క్రితం దాకా ఈ ఉగ్గు గిన్నె రాజ్యమేలింది

ఇప్పుడో?

సకలజ్ఞానులైన మీకు అంతా తెలుసు!

అందువల్ల ఓం తత్ సత్!

(అక్టోబరు 26, 2011 న రాసుకున్న కథ, ఓ పిట్ట కథ)

అనగనగా

అనగనగా

అనగనగా ఒక ఊరు

ఎప్పటిదో ఆ ఊరు

ఆ ఊరి పేరు బుద్ధవతి

ఆ ఊళ్ళో కొన్ని కుటుంబాలు

ఆ కొన్ని కుటుంబాల్లో చాలా మంది పిల్లలు

అంత మంది పిల్లలకు చదువులు కావాలి

అందుకు ఒక పాఠశాల పెట్టినారు

పాఠశాల పెట్టినాక చదువు చెప్పేవాళ్ళు కావాలిగా

అందుకు బౌద్ధాశ్రమంలోంచి ఒక నలుగురైదుగురు బుద్ధులను తెచ్చినారు

ఆ బుద్ధులలో మందబుద్ధి ఒకడు

ఆయనకు తిండంటే మక్కువ

దానికి తోడు తిన్నాడంటే నిద్దరకు కుంభకర్ణుడే

ఆ పిల్లల కర్మమో ఏమో ఆయన కలాసు మధ్యాహ్న భోజన పథకం తర్వాతే ఉండేది

ఇక మందబుద్ధుడు క్లాసుకు రావటం బెల్లు కొట్టేదాకా పండుకోటం జరిగిపోయేది

అప్పట్లో బెల్లులకు బూరాలూదేవాళ్ళు

ప్రతి ముప్పావుగంటకీ బూరాలే బూరాలు

బూరా వినపట్టం, మందబుద్ధుడు నిద్దర లేవటం జరిగేది

ఇలా రోజు పాఠాలేవీ చెప్పకపోటంతో చిరాకు లేచిన పిల్లగాడొకడు - సార్, మీరెందుకు అట్ల నిద్దరోతారు - అని అడిగె

మందబుద్ధుడు చిరునవ్వు నవ్వినాడు

నవ్వి నవ్వి ఒక మాట చెప్పినాడు

ఒరే నేను నిద్దరోయినపుడు అసలు బుద్ధుడు వస్తాడు, వాడితో నాకు బాగా స్నేహం ఉన్నది. వాడు రోజు వచ్చి వాడి చెట్టు కింద ఆ రోజు ఏమయ్యిందన్న కబుర్లు అవీ చెపుతూ ఉంటాడు. మధ్య మధ్యలో జ్ఞానబోధ చేస్తూంటాడు.అందుకని నిద్దరోతే బాగా జ్ఞానం వస్తుంది అనె

బుద్ధుణ్ణి పట్టుకొని వాడు వీడు అంటున్నారు మీరు అనె పిల్లవాడు

ఆ మా స్నేహం ఎన్నో సంవత్సరాలది నేను అలానే పిలుస్తాణ్ణి వాణ్ణి అన్నాడు మందబుద్ధుడు

సరే, ఆ రోజుకి నిద్దరైపోయింది

పాఠాలు హుష్కాకి అయినాయ్

పిల్లవాండ్లు ఉసూరంటూ ఇండ్లకు పోయినారు

ఆ రోజు కొచ్చెనేసిన కుర్రోడి నాన్న అడిగినాడు కుర్రోడిని

ఏమని ?

అరే పాఠాలెట్లా అవుతున్నాయిరా అని

గురుగారు క్లాసులో గుర్రుపెడుతున్నాడు, ఇంక పాఠాలేంది అనె కుర్రోడు

అదెట్లా అని మొత్తం సంగతి తెలుసుకొనె ఆ కుర్రోడి నాయన

విన్నంక చిర్రెత్తుకొచ్చె నాయనకు. ఒక ఉపాయం చెప్పినాడు కుర్రవాడికి

నాయనా - ఇట్లా చేస్తే, మా అందరి వీపులు ఇంత లావుగా

వాచిపోతాయేమో అన్నాడు కుర్రోడు భయం భయంగా

అయితే నే చూసుకుంటా కానీ, నువ్ ఆ పని చెయ్ అని తర్వాతి రోజు కుర్రోడితో పాటు పాఠశాలకు పోయినాడు

మందబుద్ధుడు నిద్దరోయినాడు

నాయన పోయి ఒక పావుగంట ముందే బూరా ఊదినాడు

గబుక్కున లేచె మందబుద్ధుడు

లేచి చూద్దుడు కదా - పిల్లలంతా నిద్దరోతున్నారు

సర్రున కాలింది మందబుద్ధుడికి

నా క్లాసులో నిద్దరోతారా మీరంతా అని బరికె తీసుకున్నాడు

నిద్దరోతార్రా, నా క్లాసులో నిద్దరోతార్రా అని అరచినాడు

పిల్లలంతా ఉలిక్కిపడి లేచినారు

లేచి అరుపులు కేకలు పెట్టినారు

మందబుద్ధుడికి అర్థం కాలా

ఈ అరుపులు కేకలేందని అడిగినాడు

మీలా నిద్దరోతే మాక్కూడా బుద్ధుడు కనపడ్డాడు సార్ అని మళ్ళా అరుపులు కేకలు పెట్టినారు

ఇదేందిరా ఇంతమందికి బుద్ధుడు కనపట్టమేంది అని గుడ్లు బయటకొచ్చినయ్ మందబుద్ధుడికి

రూఢీ పరచుకుందామని మళ్ళ అడిగినాడు - కల్లోకొచ్చి ఏం చెప్పినాడని

వాళ్ళంతా - మీరెవరో ఆయనకు తెలవదన్నాడు సార్, మీతో కబుర్లు అవీ ఎప్పుడు చెప్పలేదన్నాడు అని మాకు జ్ఞానబోధ చేసినాడు అంటూ మళ్ళా అరుపులు కేకలు పెట్టినారు

మందబుద్ధుడు సిగ్గుతో చచ్చినాడు

ఆ రోజటి నుంచి పిల్లలకు పాఠాలు చెప్పడం మొదలుపెట్టినాడు

బూరాలు ముప్పావుగంటకు ఖచ్చితంగా మోగుతూనే ఉన్నాయ్ ఆ రోజటి నుంచి

అట్లా ఓం తత్ సత్ జరిగె

(నవంబరు 2014)

అనగనగా

ధృతరాష్ట్రుడికి వందమంది కొడుకులు.

ఆ వందమందికి ఒక చెల్లెలు.

ఒకే ఒక చెల్లెలు.

అంతమందికీ ఒకే ఒక చెల్లెలు.

ఆవిడ పేరు దుస్సల.

చెల్లెలంటే చెల్లెలే.

బోల్డన్ని ముద్దులు, మురిపాలు.

అందునా ఒక్కత్తే చెల్లెలు అంటే మరింత ముద్దు, మురిపెం.

కొండ మీదున్న కోతి, నాగలోకంలో ఉన్న మణి ఏదైనా సరే తెచ్చివ్వటమే.

బాల్యం అంతా బ్రహ్మాండం.

పెద్దదయ్యింది. పెళ్ళి చెయ్యాలి.

వరుల్ని వెతకటం మొదలుపెట్టారు.

బోల్డు దేశాలు తిరిగారు.

సింధు రాజ్యం దగ్గరికొచ్చారు.

అక్కడ జయద్రథుడు కనపడ్డాడు.

జయద్రథుడు అప్పటికి, ఆ సమయానికి అరివీర భయంకరుడు.

ధృతరాష్ట్రుడికి కళ్ళు కనపడకపోయినా జయద్రథుడి వీరం చెవులతో విన్నాక నచ్చింది.

కూతురికి పెళ్ళి నిశ్చయం చేసాడు.

అమ్మాయీ అందుకు అంగీకరించింది.

పెళ్ళైపోయింది.

జయద్రథుడు ఆ వందమందికి బావ అయిపోయాడు.

పోతే, జయద్రథుడు చిన్నప్పుడు అర్భకుడు.

జయద్రథుడి నాన్న వృద్ధక్షత్రుడు.

ఓ రోజు ఈ జయద్రథుడు వదరుబోతు మాటలు మాట్లాడుతున్నాడు.

రాచరికంగా, అందుకూ. మాటలు మాటాడుతున్నాడు.

బీరంగా, గంభీరంగా, మేకపోతు గంభీరంగా మాటాడుతున్నాడు.

విన్నారు. అందరూ విన్నారు. ఆకాశవాణీ విన్నది.

వినీ వినీ వినీ ఆకాశవాణికి చిర్రెత్తుకొచ్చింది.
ఆకాశవాణి అంటే అందరికీ హడలే.

ఎప్పుడు ఏమి చెపుతుందో తెలియదు.

ఈ ఆకాశవాణికి ఒక కథ ఉన్నది.

ఆ కథ ఇక్కడ పిట్టకథలా ఓ సారి చెప్పుకుందాం.

ఆ కాలంలో వాణి అని ఒహావిడ ఉండేది.

ఈ వాణిగారు మన హరిశ్చంద్రుడిలా అన్నీ నిజాలే పలుకుతూ ఉండేది.

బోల్డు మంది ఆవిడ చేత అబద్ధాలు చెప్పించాలని చూసారు కానీ, కుదరలా.

చివరికి ఒ తిరకాటం పెట్టి, ఓ అత్యంత కురూపి అయిన సామి ముందు నుంచోబెట్టి ఆయన అందగాడో కాదో చెప్పమన్నారు.

ఆవిడ పాపం నిజమే చెప్పింది.

ఆ సామేమో మహా తపస్వి.

బోల్డు శక్తులు. నోట్లో ఎన్నో శాపాలు.

ఆ సామికి బోల్డు కోపం వచ్చింది.

కోపం రావటమేమిటి, నీకు మరుజన్మ లేకుండా పిశాచంగా తిరుగుతూ ఉండు అని శపించాడు.

ఆ సామికి శాపాలివ్వటమే తెలుసు కానీ, వెనక్కి తీసుకోటం తెలియదు.

దాంతో ఆవిడ భోరు భోరు మంటూ ఉంటే, మనసు కరిగింది.

శాపం వెనక్కి తీసుకోలేను కానీ, పిశాచాలకు శరీరం ఉంటుంది, నీకు శరీరం లేకుండా తిరిగే వరమూ, భవిష్యత్తు అంతా నీకు తెలిసేలా వరమూ, ఆవిడెప్పుడు మాటాడాలనుకుంటే అప్పుడు ఆ మాట ఈ లోకంలో అందరికీ వినపడేట్టు వరమూ ఇస్తానని కమండలంలో నీళ్ళు చల్లి వెళ్ళిపొయ్యాడు.

అప్పటినుంచి ఆవిడ అశరీరవాణిగా పిలవబడుతోంది.

సరే ఆ నామమెలా వచ్చిందన్న పిట్టకథ పక్కన బెట్టి మళ్ళీ అసలు కథలోకి.

అశరీరవాణికి చిర్రెత్తిందిగా?

అప్పుడు ఆవిడ - ఈ చెత్త మాటలు మాటాడుతున్న వీడి తల వచ్చే యుద్ధంలో పుచ్చకాయలా దొర్లిపోతుంది అని నిజం బయటపెడుతుంది.

అది జయద్రథుడి నాన్న వృద్ధక్షత్రుడు వింటాడు.

వింటాడేమిటి ? వినపడుతుంది అంతే.

అప్పుడు ఆయనంటాడు, వాడు నా కొడుకు, వాడు చచ్చిపోతే ఎట్లా? అని

ఎట్లా ఏమిటి, వాడు చచ్చిపోతాడంతే అంటుంది అశరీరవాణి.

ఒకవేళ చచ్చిపోతే వీడి తల అలా నరికి భూమ్మీద పడేస్తాడో వాడి తల కూడా ముక్కలు ముక్కలైపోతుందని శాపం పెడతాడు.

అశరీరవాణికి నోట మాట రాలా.

ఆవిడ గమ్మున కూర్చుంటుంది.

ఈ సంగతంతా అన్ని రాజ్యాలకీ పాకిపోతుంది.

జయద్రథుడికి గర్వం ఎక్కువైపోతుంది.

దాంంతో కాసిని దుర్వ్యసనాలు వచ్చి చేరినై.

అందులో స్త్రీలోలత్వం ఒకటి.

అదలా పక్కనబెట్టి ఆ పక్కకొస్తే, జూదంలో గెలిచిపొయ్యాడు సుయోధనుడు.

పాండవులు పాపం వనవాసానికెళ్ళారు.

అలా ఊళ్ళూ, వనాలు, అడవులు తిరుగుతూ తిరుగుతూ తృణబిందుడి ఆశ్రమానికొచ్చారు.

ద్రౌపదిని, ధౌమ్యుడిని అక్కడ ఆ ఆశ్రమంలో పెట్టి, రోజువారీ వేటకు బయల్దేరారు.

ఇంతలో జయద్రథుడు సాల్వరాజ్యం రాకుమారిని ఎత్తుకొచ్చి పెళ్ళి చేసుకుందామని బయలుదేరి ఆ వైపుగా వచ్చాడు.

అలా దారిని పొయ్యేవాడు ఆ దారిన పోకుండా, ద్రౌపదిని చూసి వావి-వరస అవుతుంది అని కూడా చూడకుండా ఆవిడను ఎత్తుకుపొయ్యాడు.

దానికి ఒహ కారణం కూడా ఉన్నదిట వాడికి.

అది పద్య రూపంలో చెప్పిచ్చాడు తిక్కనగారిచేత.

ఆ పద్యమంతా ఇక్కడెందుగ్గానీ, ఆ పద్యం సారాంశం ఇదీ..

నల్లని మబ్బుల గుంపును మెరిసేలా చేసేదివిటి ?

విద్యుల్లతలు. మెరుపు తీగలు.

కారడవి కావటంతో నల్లగా ఉందిట అక్కడంతా.

వీడికి రసికత్వం ఎక్కువై, ఆవిడ ఆ మబ్బుల మీద మెరిసిన విద్యుల్లతలా తోచిందిట.

మెరుపులతలను చేత్తో పట్టుకోవటం వాడికి చాలా ఇష్టంట.

అదీ వాడి కోరికకు కారణం.

సరే కోరికలను ఎత్తుకుని గుర్రాలెక్కించాడు.

ఇంకేవుంది? సంగతి పాండవులకు తెలిసింది.

వాళ్ళూ గుర్రాలెక్కారు, పరుగులు పెట్టారు.

వాణ్ణి పట్టుకున్నారు. నానా తన్నులు తన్నారు.

భీముడు వాణ్ణి పచ్చడి పచ్చడి కింద కొట్టేసాడు.

ఆ పచ్చడి ఎలా కొట్టాలో, కొట్టాడో తిక్కనగారు మరో పద్యంలో మనకు వివరించారు.

"ఒడలెల్ల బిండి కూడుగ బొడిచి" అని సాగుతుందది.

సరే పద్యం పక్కనబెట్టి సంగతిలోకొచ్చేద్దాం.

తల తీసేద్దామని కత్తి బయటకు తియ్యగానే అన్న, ధర్మన్న లేచాడు.

భీం, వాడు మన చెల్లాయికి మొగుడు. వాణ్ణొదిలెయ్ అన్నాడు.

వదిలేది లేదు అని భీం, వదిలెయ్యరా నాయనా అని అన్న, ధర్మన్న.

చివరికి చెల్లెలు, దుస్సల విధవ అవుతుందిరా అంటే భీం వదిలేసాడు.

ఆ తర్వాత భీం వాడిని పట్టుకొని తల నున్నగా గొరిగి బొట్లు పెట్టి పంపించేసాడు.

అది పెద్ద అవమానం అయిపోయింది సైంధవుడికి.

తంతే తన్నాడు, నున్నగా గొరగటమేమిటి, ఐదు శిఖలు వదలటమేమిటి అని డిప్రెషన్లోకి వెళ్ళిపోయాడు.

ఆ కాలంలో డిప్రెషనుకు మందులూ మాకులు అనేవేవీ లేవు కానీ, తపస్సొకటే మార్గం. పరాభవం కన్నా డిప్రెషను ఏవిటుంటుందీ ?

దానికి తపస్సొక్కటే మార్గం అని చెప్పుకున్నాంగా!

ఆ తపస్సుల్లో రకరకాలు.

ఒంటి కాలి మీద ఆ కాలంలో ప్రసిద్ధమైన తపస్సు.

అయితే వీడు ఒంటికాలి మీద చేస్తే వెరైటీ ఏవిటుంటుందీ?

అందువల్ల వాడు ఒంటికాలే కాకుండా ఆ ఒంటికాలి బొటనవేలి మీద నిలబడ్డాడు.

ఇలాటివాటికి ఊరకే లొంగిపోయే దేవుడెవరు ?

శివయ్య. ఆ మహాశివయ్య వచ్చేసాడు కొద్దికాలానికి.

ఒరే ఏవిట్రా నువ్వూ, నీ తపస్సు - బొటనవేలి మీదా ? బాగుంది. బ్రహ్మాండంగా ఉంది. ఏం కావాలె నీకు అన్నాడు.

బొటనవేలి మీదనుంచి దిగాడు వీడు.

మహాప్రభో ఆ పాండవులందరిని చంపేస్తా, ఆ శక్తి నాకు ప్రసాదించెయ్ అన్నాడు.

శివయ్య అన్నాడు - ఒరే పిచ్చివాడా! అది అయ్యే పని కాదు కానీ ఇంకోటి కోరుకోమని.

అయితే నాకేమక్కరలేదు అన్నాడు వీడు.

అది కాదురా, ఇంతకాలం బొటనవేలి మీద చేసావ్ నువ్వు. నాకు నచ్చింది. ఆ పాండవుల వధ తప్ప ఇంకేదన్నా అడుగు అన్నాడు.

నాకు నచ్చింది ఇవ్వకపోతే పోనీ నీకు నచ్చిందే ఇచ్చు అన్నాడు వీడు.

సరే అయితే యుద్ధంలో నువ్వు పాండవులను నిలువరిస్తావ్ ఒక రోజుకు. నీ చేతిలో చిత్తు చిత్తైపోతారు. సింహంముందు ఏనుగు పిల్లలా మారిపోతారు. కానీ దానికీ ఓ షరతుంది - అర్జునుడిని మటుకు నువ్వేం చెయ్యలేవన్నాడాయన.

ఇదేం పితలాటకం స్వామీ అన్నాడు వీడు.

శివయ్య త్రిశూలం ఎత్తాడు, అంటే కోపం వచ్చిందని అర్థమైపోయింది వీడికి.

సరే స్వామీ ఏదో ఒకటిచ్చెయ్ అని ఆ వరం తీసుకొని ఇంటికి పొయ్యాడు.

ఇంతలో వనవాసం అయిపోయింది.

కురుక్షేత్ర యుద్ధం మొదలయ్యింది.

భీష్ముడు అంపశయ్య ఎక్కేసాడు.

ద్రోణుడు సేనాధిపతైపోయాడు.

ఓ రోజు అర్జునుడి కొడుకు అభిమన్యుడు యుద్ధరంగానికి వచ్చీరావడంతోనే అందరినీ తరిమి తరిమి కొట్టాడు.

లెక్కకు మిక్కిలిగా జనాలను చంపవతల పారేశాడు.

ఇది చూసి దుర్యోధనుడు కర్ణుడు అందరూ కలిసి ద్రోణుడిని రెచ్చగొట్టారు.

గురువుగారిగా రెచ్చిపోకూడదని తెలిసినా ఆయన రెచ్చిపోయాడు.

అర్జునుణ్ణి అటుపక్కకు తీసుకెళ్ళి అభిమన్యుణ్ణి హతమార్చే ఉపాయం పన్నాడు.

వ్యూహం వేసాడు. పద్మవ్యూహం కట్టాడు, వల వేసాడు.

అందులోకి వెళ్ళి బయటకు రాగలిగినవాడు ఎవరు ?

అర్జునుడొక్కడే!

ఈ భూప్రపంచకంలో అర్జునుడొక్కడే!
ఎందుకూ ?

అదేం ప్రశ్న ? అంత వీరుణ్ణి పట్టుకొని.

పక్కనే నల్లనయ్యకూడా ఉన్నాడాయె! ఇంకేవిటీ?

కిష్టయ్య కూడా అలా వెళ్ళిపోయి ఇలా వచ్చెయ్యగలడు, అది వేరే సంగతి.

సరే అర్జునుణ్ణి అటు లాక్కుపోయారు.

ఇంతలో ద్రోణుడన్నాడు, అన్న, ధర్మన్న తల తీసుకొస్తా ఎవడడ్డొస్తాడో అని.

అది విని ధర్మరాజు ప్రాణాలు పైకి పోయినై.

ఇలాక్కాదని ఆ వ్యూహంలోకి వెళ్ళగలిగేవాడొక్కడే మనదాన్లో, వాడే అభిమన్యుడు, వాణ్ణి పంపించి ఆ వ్యూహం చేదించి మనల్ని మనం రక్షించుకుందామని ప్లానేసాడు.

దానికి భీం, ఇంకా మిగిలినవారంతా ఈ చిన్నోణ్ణి లోపలికి పంపించి వాడి పక్కనే వీళ్ళు లోపలికి పోయి ఆ చెత్తంతా బయటకిసిరేస్తామని పలుకు పలికి సరేనన్నారు.

ఆ తర్వాతి రోజు యుద్ధానికెళ్ళారు.

వ్యూహం చేదించాడు అభిమన్యుడు.

పద్మ వ్యూహం చేదించాడు అభిమన్యుడు.

ఆహా అంటూ భీం, ఇంకా మిగతావారంతా లోపలికి రాబోయారు.

ఇంతలో ఊపుకుంటూ జయద్రథుడు ప్రవేశించాడు.

ఆగూ, ఎక్కడికి పోతా అంటూ అందరిని నిలబెట్టి తుక్కు తుక్కు కింద కొట్టేసాడు.

వాణ్ణి దాటి ఒక్క అడుగు కూడా ముందుకెళ్ళకపోయారు.

అందరూ పోలో మంటూ పారిపొయ్యారు. కుర్రోణ్ణి అక్కడే వదిలేసి.

వదిలెయ్యటమేమిట్లే. వాళ్ళు ఇటు రాలేరు వీడి మూలాన.

శివయ్య వరం ఉందిగా ? అందుకూ!

అక్కడ అభిమన్యుడు వీళ్ళొస్తున్నారా లేదా అని చూస్కోకండా దూసుకెళ్తున్నాడు.

పోయి పోయి ఇరుక్కుపోయాడు.

అంతమంది మధ్య ఇరుక్కుపోయాడు.

పోట్లాడాడు. బోల్డు మందిని చంపేశాడు.

గుట్టలు గుట్టలుగా శవాలు.

చివరికి అలసిపోయాడు.

ఇంతలో దుశ్శాశనుడి కొడుకొచ్చాడు.

వాడి పేరు దౌశ్శాసనికుడు.

వాడు, అభిమన్యుడు కొట్టుకున్నారు.

మదగజాల్లాగా. సింహాల్లాగా. వృషభాల్లాగా.

చివరికి దౌశ్శాశనికుడు చావు దెబ్బ వెయ్యనే వేసాడు.

అభిమన్యుడు దెబ్బ తినిపోయాడు.

ఇంతలో సైంధవుడొచ్చాడు లోపలికి.

గర్వం. విజయ గర్వం, పాండవులను తుక్కు కింద కొట్టేసానని.

ఆ గర్వంతోనే కుర్రోడు దెబ్బతిని ఉన్నాడని కూడా చూడకుండా బల్లెం గుచ్చి పైకెత్తేసాడు.

ఎవరినీ? అభిమన్యుణ్ణి.

దాంతో అభిమన్యుడు హారీమన్నాడు.

అభిమన్యుడు బల్లెప్పోటు తిని పైలోకాలకు పోతూ ఒహ మాట అన్నాడు - "సైంధవా, నువ్వు చేసిన ఈ పనికి మా నాన్న నీ తల పుచ్చకాయలా తరిగెయ్యకపోతే చూస్కో"

అది విని వీడు, సైంధవుడు వికటాట్టహాసం చేసాడు.

చేస్తూ ఓరి కుర్రోడా, నువ్వెళ్ళు పైకి, నా తల తరిగితే మీ నాన్న తల కూడా తరిగిపోతుంది అన్నాడు.

అయితే అంత రణగొణధ్వనుల్లో, వీరుడైన బాబు పోయిన సంతోషంలో కౌరవులు, వీరుడైన బాబు పోయిన దుఖంలో పాండవులు ఆ మాటలు వినలా.

వాడు కూడా ఎందుకులే ఈ అరుపులు, ఈ గోల, గొంతు నొప్పి పుడుతోంది అని ఊరకున్నాడు.

సరే ఆ రోజుకి యుద్ధం ముగిసింది.

అందరూ గుడారాలకు పొయ్యే సమయం ఆసన్నమయ్యింది.

కిష్టప్ప, అర్జునుణ్ణి తీసుకుని వెనక్కొచ్చాడు.

రోజూ వెనక్కి రాగానే వినపడే జయజయధ్వానాలు వినపడలా.

హారతులు ఎవరూ ఇవ్వలా.

వీళ్ళ కోసం కాచుకుని ఉండే కుర్రాళ్ళు ఎవరూ కనపడలా.

అసలు ఎవరూ ఎదురు రాలేదు కూడా.

అది చూసి అర్జునుడన్నాడు బావా ఏదో తేడాగా ఉంది అని.

లోకానికే పెద్దబావ పరమాత్ముడన్నాడు ఏమీ లేదులే పద లోపలికి పోయి చూద్దామని.

కిష్టప్పకు తెలియకపోటమే?

తెలిసి ఊరకున్నాడు. అర్జునుణ్ణి అటు లాక్కుపోయినాడు.

ఎందుకు ? అది దేవరహస్యం.

దేవరహస్యాలు మనకు తెలియవు. తెలిసినా మనం చెప్పుకోకూడదు.

కానీ కొంతమంది ఇతర కథల్లో చెప్పేసారు కాబట్టిక్కడ చెప్పనక్కరలా.

లోపలికెళ్ళగానే సంగతి తెలిసింది.

ఘటోత్కచుడు అంతా వివరించాడు.

అభిమన్యుడు ఎట్లా చచ్చిపోయాడన్నది వివరించాడు.

తమ్ముణ్ణి రక్షించుకోటానికి మేమూ ఏమీ చెయ్యలేకపోయాం అని ఏడ్చాడు.

సైంధవుడు అడ్డుపడ్డాడన్నాడు.

పాండవులందరినీ నిలబెట్టేసాడన్నాడు.

చివరికి బల్లేనికి గుచ్చేసాడు అభిమన్యుణ్ణి అన్నాడు.

అర్జునుడు చింత నిప్పైపోయినాడు.

పట్టుకోవటం ఎవరి చేతా కావట్లా.

కిష్టప్ప అలా పక్కకు నిలబడి చూస్తూ ఉన్నాడు.చిద్విలాసమో ఏమో కానీ, మొహాన ఉండే చిరునవ్వు ఎప్పట్లానే ఉన్నది.

అప్పుడన్నాడు, అర్జునుడన్నాడు ధర్మన్నను పట్టుకొని.

ఏవిటన్నాడూ ?

ఏవిటన్నాడా ?

అన్నా, ధర్మన్నా ఎంత పని చేసావయ్యా, నేను లేకుండా వాణ్ణి యుద్ధానికి పంపొద్దు అని నీ చేతుల్లో పెట్టిపోయ్యానే, నువ్వే వాణ్ణి

తీసుకుపొయ్యి పొయ్యిలో పడేసావా! ఎంత దుర్మార్గం, ఎంత దౌర్భాగ్యం. తమ్ముడి కొడుకని కూడా చూడకుండా ఇంతపని ఎట్లా చేసావయ్యా అని.

అన్న, ధర్మన్నేమో - అవును నాయానా అవును, పాపాత్ముణ్ణి నేను. నా తల ఎగిరిపోతుందన్నాడు గురువుగారు. నువ్వేమో అటువైపు పోతివి. నాకు దిక్కు లేకపోయింది. అందుకు చెయ్యవలసి వచ్చింది. ఇప్పుడు అనుకునేమి లాభం పొయ్యి లేదు నాయనా, ఉత్త బూడిదే మిగిలింది మనకు. బూడిదే మిగిలింది మనకు అంటూ బావురుమన్నాడు.
అది విని బీభత్స బాబాయికి మూర్ఛొచ్చింది. కృష్ణుడి మీద పడిపొయ్యాడు.

బీభత్స బాబాయ్ పడిపోటమంటే మాటలా?

ప్రపంచకం తలకిందులైపోదూ.

అంత వీరుడు పడిపోతే ఇంకేవన్నా ఉందీ ?

గాండీవానికి అవమానం.

అక్షయతూణీరానికి అవమానం.

పాశుపతాస్త్రానికి అవమానం.

పాండవులకే అవమానం.

అందుకని పడిపోకుండా నిలబెట్టాడు కిష్టప్ప.

ఓదార్చాడు, భుజం తట్టాడు. పని చూడమని చెవిలో ఊదాడు.

నువ్వు బీభత్సుడివి, పార్థుడివి నువ్వే ఇట్లా అయిపోతే ఎట్లా అన్నాడు.

పార్థుడు నిలబడ్డాడు. నిలదొక్కుకున్నాడు.

కిష్టప్పతో అన్నాడు.

నల్లనయ్యా, వాడు నీ మేనల్లుడు. వాడు ఇలా పోతాడని తెలిసే నన్నాపక్కకు తీసుకెళ్ళావా అన్నాడు.

కిష్టప్ప నవ్వు చెరగలా.

ఆ చిరునవ్వుతోనే ఉన్నాడు పరమాత్ముడు.

సమాధానం ఇవ్వలా.

ఏవిటి అని రెట్టించాడు కిరీటి.

మళ్లీ చిరునవ్వే సమాధానమయ్యింది.

నల్లనయ్యతో లాభం లేదనుకున్నాడు.

అయినా సరే మళ్ళీ అడిగాడు నీకు తెలియదా అని.

తెలిసే నన్ను అటు తీసుకెళ్ళావా అని.

అప్పుడన్నాడు, అప్పుడన్నాడు ఆయన.

పార్థా, ఏవిటా ఏడుపులు, రాగాలు, శోకాలు? ఇది యుద్ధం. రాచబిడ్డ రణంలో మరణించాడంటే సంతోషించాలె కానీ ఏడుస్తావేమి? అని

ఫల్గుణుడు ఆయన వంకే చూస్తున్నాడు.

యుద్ధంలో ఎంతమంది బిడ్డలు పోయారు ? అందులో రాచబిడ్డలెంతమంది ? అందరూ అభిమన్యుల్లాంటివారే. అయితే అందరూ నీలా ఏడుస్తూ కూర్చున్నారా అన్నాడు.

రెచ్చగొట్టాడు. అర్జునుణ్ణి రెచ్చగొట్టాడు. కర్తవ్యం బోధించాడు. చిరునవ్వుతోనే!

అంతా మాయ, ఆ జగన్నాథుని మాయ.

అంతే, ఫల్గుణుడు భుజమ్మీద చెయ్యేసి ఆసరాగా నిలబడ్డ ధర్మన్నను విదిల్చి కొట్టాడు.

గాండీవం పుచ్చుకున్నాడు.

భీషణ ప్రతిజ్ఞ చేసాడు.

ఏవని ?

ఏవని అన్నాడా ?

ఏవని అన్నాడా ?

సైంధవా, బ్రహ్మాదులు అడ్డొచ్చినా సరే ఈసారి తల గొరగటం కాదురా, ఏకంగా నీ తల నీది కాకుండా పోతుంది. రేపు సాయంత్రం లోపల నరికేస్తా నీ తలను అన్నాడు.

సైంధవుడి తల సీక్రెట్ తెలిసిన అశరీరవాణి మూగబోయింది.

కానీ దిక్కులు దద్దరిల్లాయి. అష్టదిక్పాలకులు స్తంభించిపోయారు.

దేవతలకు మాటల్లేకపోయినై.

ఆ పైన ఇంకోటి కూడా అన్నాడు.

వాడి చావు చూడకపోతే నేనే తల నరుక్కుని చచ్చిపోతానన్నాడు. కాదంటే అగ్నిప్రవేశం చేస్తానని అనేసాడు.

కృష్ణయ్య చిరునవ్వు నవ్వుతూనే ఉన్నాడు.

కాగల కార్యం, కావలసిన కార్యం అన్నీ ఆయనకెరుకగా.

అందుకూ. అందుకూ నవ్వుతూనే ఉన్నాడు.

అయితే అర్జునుడి తల ఎగరటం అంటే మాటలా?

సప్తసముద్రాలు, ఏడేడు నలభైతొమ్మిది లోకాలూ చెల్లాచెదురైపోవూ?

సైంధవుడి తల ఎగరటం అన్నది ఖాయం అయిపోయింది.

ఈ సారి ధర్మన్నకు తృణబిందుడి ఆశ్రమం దగ్గర భీముణ్ణి ఒప్పించినట్టుగా అర్జునుణ్ణి ఒప్పించటానికి మాటల్లేకపోయినయ్.

దుస్సల భర్తరా వాడు వాణ్ణొదిలెయ్ అని అనకుండా ధర్మం పాటించాడు.

అన్నగా, ధర్మన్నగా! ధర్మం, యుద్ధ ధర్మం అన్నీ తెలిసినవాడుగా, అందుకు.

రాత్రయ్యింది. నిద్రపోయే సమయమయ్యింది.

పాండవ శిబిరంలో నిద్రల్లేవు

కౌరవులు సుబ్బరంగా నిద్దరోతున్నారు.

ఒక గొప్ప వీరుడు మట్టి కరిచాడుగా.

ఆ సంతోషంలో నిద్దరోతున్నారు.

వాళ్ళతో పాటు సైంధవుడూ నిద్దరోతున్నాడు.

దుస్సల కూడా అక్కడే ఉన్నది.

కానీ ఆవిడకు నిద్దర రావట్లా.

ఏదో కలవరం.

ఏవిటన్నదీ తెలియట్లా.

కానీ నిద్దర మటుకు రావట్లా.

కళ్ళు మూసుకొని అలా మంచంలో ఉన్నది.

అంతే. ఊరకే కళ్ళు మూసుకొని పడుకొన్నది.

నిద్ర మటుకు కాదు.

అశాంతి, భయం, ఏవిటో తెలియనితనం, రేపు ఏవిటి అన్న ఆలోచన ఉన్నప్పుడు మనిషికి నిద్ర పట్టదు.

ఎంత ప్రయత్నించినా కూడా.

అలా ఆవిడ ఆ పక్కనే ఉన్నది.

సైంధవుడి పక్కనే ఉన్నది.

వాణ్ణి, ఆ మొగుణ్ణి, ఆ స్త్రీలోలుణ్ణి, ఆ గర్వమదాంధుణ్ణి మధ్య మధ్యలో చూస్తూనే ఉన్నది.

అర్థరాత్రయ్యింది.

గుడ్లగూబలు అరుస్తున్నై.

నక్కలు ఊళలు వేస్తున్నై.

కుక్కలు ఏడుస్తున్నై.

అయినా నిద్దరోతున్నారు.

కౌరవులు నిద్దరోతున్నారు.

అది సైంధవ గుడారం.

రెండో ఝాము దాటింది.

గబుక్కున అరుపులు, కేకలు పెట్టుకుంటూ లేచాడు సైంధవుడు.

నిద్దరలోంచి లేచాడు, చెమట్లు కక్కుతున్నాడు.

దుస్సల అన్నది - ఏవిటీ ఏవయ్యిందీ పీడకల ఏవన్నా వచ్చిందా ఏవిటీ ? ఆ గావుకేకలేవిటి అని.

అది పీడకలా, ఇంకేమన్నానా, అంతకన్నా భయంకరమైంది అన్నాడు వాడు.

సరే ఈ మంచినీళ్ళు తాగి కాస్త ఏవిటయ్యిందీ చెప్పండి అన్నది దుస్సల.

తాగాడు. నీళ్ళు తాగాడు. బోల్డు నీళ్ళు తాగాడు.

గుండెలింకా కొట్టుకుంటూనే ఉన్నయ్ వాడికి.

నెమ్మదిగా సద్దుకుని చెప్పటం మొదలుపెట్టాడు.

నేను ఇక్కడే పడుకునున్నా. ఇదిగో ఇక్కడే. మాంఛి నిద్రలో ఉన్నా. అప్పుడు ఒక మొండెం వచ్చింది గుడారంలోకి. దానికి తల లేదు. తూలుకుంటూ నా మంచం దగ్గరికొచ్చేసింది. వచ్చి నా గుండెలమీద కూర్చుంది. నన్ను అన్యాయంగా చంపేసావుగా. మా నాన్న వస్తాడు చూడు. నీ తల దొర్లిపోతుంది చూడు అన్నది.మా నాన్న ప్రతిజ్ఞ చేసాడు, నువ్వు చచ్చావే రేపట్లోపల అంటూ చేతిలో పెద్ద బల్లెం తీసుకుని నా మెడ మీద పెట్టింది. అంతే గుండెలు దడదడలాడుతూ లేచాను అన్నాడు వాడు.

మీకు తలకాయ ఉన్నదా ? తలలేకుండా మాటలు ఎట్లా వచ్చినై, ఎట్లా వస్తై అని అడిగిందావిడ.

ఏమో నాకు తలైతే ఉన్నది, అని తల తడుముకున్నాడు వాడు.

తడుముకొని అదేమో నాకు తెలవదు కానీ కల్లోదానికి తల మటుకు లేదు అన్నాడు.

ఇంతలో బయట ఎవరో గుసగుసగా మాట్లాడుకుంటున్నట్టు వినపడ్డది.

అర్జునుడు శపథం చేసాడు ఇహ వీడికి పోయేకాలం దాపురించింది అని గుసగుసలాడుకుంటున్నారు బయట ఉన్న కొంతమంది.

దుస్సల ఆ మాటలు విన్నది.

ఆవిడకు అర్థం కాలా.

అర్జునుడేవిటి, అన్నయ్యేమిటి, నా మొగుణ్ణి చంపటమేమిటి? అదీ సాయంత్రం లోపలా? అసలు ఈయనేం చేసాడు ? అని పరిపరివిధాల ఆలోచించింది.

వాణ్ణే అడిగితే పోలా అని అసలేవిటయ్యింది ఈవేళ అన్నది.

నీకు తెలీదు అన్నాడు వాడు.

తెలియకే కదా అడిగేది అన్నదీవిడ.

పాండవులని తుక్కు తుక్కు కింద కొట్టేసానన్నాడు వాడు

మ్రాన్పడిపోయింది ఈవిడ.
అంతలో వాడే మళ్ళీ అందుకొని అభిమన్యుణ్ణి చంపేసానని అన్నాడు.

ఆవిడకు తల తిరిగిపోయింది.

అభిమన్యుడు, అన్నయ్య కొడుకు, వాణ్ణి చంపేసావా అన్నది

అవును అన్నాడు వీడు మీసాలు తిప్పుకుంటూ.

ఇహ ఆవిడ ఒక్క నిముషమూ ఆలస్యం చేయదలచుకోలా.

చప్పట్లు కొట్టింది.

ఉద్దాలకుణ్ణి పిల్చుకొని రమ్మంది.

ఉద్దాలకుడు వచ్చాడు.

సంగతి చెప్పి వాణ్ణి పోయిరమ్మంది.

ఎక్కడికి ?

పాండవ శిబిరానికి.

అసలు అన్నయ్య శపథం చేసాడో ఏవిటో, అది నిజమో కాదో కనుక్కోమని పంపింది.

కొన్ని గంటల తర్వాత ఉద్దాలకుడొచ్చాడు.

ఉద్దాలకుడన్నాడు - అమ్మా! అర్జునుడు శపథం పట్టిన మాట నిజమేనమ్మా అని.

దుస్సలకు దిక్కులు తోచలా ఆ మాట వినగానే.

ఉద్దాలకుడు మళ్ళీ అన్నాడు ఆ శపథాన్ని ఎట్లా అమలు చెయ్యాలన్న చర్చలు ధారాళంగా సాగుతున్నై అమ్మా, ఆయన్ని ఎలా కాపాడుకోవాలో ఏవిటో అని.

దుస్సల కు ఇప్పుడు ఒకటే దిక్కు కనపడ్డది.

అది వీడు నిలబడ్డ దిక్కు.

ఆవిడ జయద్రథుడివైపు తిరిగి - విన్నావా? విన్నావా ? అన్నయ్య శపథం పట్టాడు. ఆయన్ని ఆపటం అసలు అయ్యే పనేనా?

వీడు తల అటు తిప్పుకు నిలబడ్డాడు.

దుస్సల, నీ వల్ల నువ్వు చేసిన పని వల్ల నీ వంశమే నాశనమైపోతోంది కదయ్యా అన్నది.

వాడన్నాడూ - నీకు పెర్రా పిచ్చా. నా తల తెగిపడిందంటే మీ అన్నయ్య తల కూడా తెగిపోతుందని తెలియదా నీకు అని.

ఆ మాటలు విని ఆవిడ నవ్వింది.

దుస్సల నవ్వింది. పొరపొరగా నవ్వింది. పొరలు పొరలుగా నవ్వింది.

అంత ఆపత్తు ఉన్న సమయంలోనూ నవ్వు వచ్చింది ఆవిడకు.

ఏమీ చెయ్యలేని సమయంలోనూ, చెయ్యగలమో లేదో తెలియని సమయంలోనూ, సంగతి తెలిసిన సమయంలోనూ మనిషికి నవ్వు రావటం సహజం.

నవ్వు ఆగింది కొద్దిసేపటి తర్వాత.

ఆగిపోయింది నవ్వు.

నవ్వు వెంబడే రౌద్రం వచ్చేసింది.

రౌద్రాకారం దాల్చేసింది ఆవిడ.

పిచ్చి మాటలు మాటాడితే కోపం రాదూ ఎవరికైనా?

అప్పుడన్నది దుస్సల - నాక్కాదు పిచ్చి. నీకేనయ్యా. పెద్దన్నయ్య గదాఘాత హెచ్చరిక గుర్తున్నదా నీకు ?

అది తలచుకోగానే మళ్లీ ముచ్చెమట్లు పట్టినయ్యి వీడికి.

పెద్దన్నయ్య సుయోధనుడి పేరు వింటే చాలు, వీడికి చెమట్లు. ధారాళంగా, కట్టలు బట్టలు అన్నీ తడిసిపోతయ్.

ఇక్కడ ఓ పిట్ట కథ చెప్పుకోవాలె.

వాడికి సుయోధనుడంటే ఎందుకంత భయమో ఈ పిట్ట కథ చెపుతుంది.
నా పిట్ట కథ చెపుతుంది.
ఎక్కడా ఉండని కథ చెపుతుంది.
ఎక్కడా రాయని కథ చెపుతుంది.
సరే పిట్ట వచ్చేసిందిహ.
దాంతో పాటూ కథా వచ్చేసింది.
మీదే ఆలస్యం.

అప్పుడు దుస్సల కొత్త పెళ్ళికూతురు కాదు.

పారాణి పూర్తిగా ఆరిపోయింది.

పెళ్ళి చేసుకునేదాకా మంచి బాలుడిలా ఉన్నాడు వీడు.

కౌరవ సామ్రాజ్యానికి అల్లుడు.అఖండ కౌరవ సామ్రాజ్యానికి అల్లుడు.

పెళ్ళైపోయింది.

కొత్తల్లుడు కాస్త పాతబడ్డాడు.

కానీ అల్లుడి దర్పం పోలా.

ఒక రోజు దుస్సల పూజ ముగించుకు వస్తుంటే వీడు దాసితో సరసాలాడుతున్నాడు.

రగిలిపోయింది ఆవిడకు.

పరువు మర్యాద అభిమానం ఉన్న ఆడపిల్లాయె.

పక్కకు లాక్కొచ్చింది.

చక్కగా చెప్పి చూసింది.

వాడు ఠాట్, నేను రాజును నువ్వెవరు నాకు చెప్పేందుకు అన్నాడు.

ఈ రాజ్యానికి పట్టమహిషిని అన్నది.

అయితే? అన్నాడు వాడు.

వీడికి పూర్తిగా ఎక్కిపోయిందని పెద్దన్నయ్య దగ్గరికి వెళ్ళిపోయింది.

ఊరకే చూట్టానికి వచ్చానని చెప్పింది.

సుయోధనుడు చెల్లి మొహంలో ఏదో తేడా ఉన్నదని గమనించాడు.

అమ్మా సాయంత్రం వస్తా, కాస్త విశేషాలు మాటాడుకుందాం అన్నాడాయన.

పెద్ద అన్నయ్య నే చెప్పకపోయినా పట్టేసాడు అనుకున్నది ఈవిడ.

చెల్లి మనసు అన్నయ్యకు తెలీదూ?

చెల్లి బాధ అన్నయ్యకు తెలీదూ?

చెల్లి ఎప్పుడూ ఎలా ఉంటుందో అన్నయ్యకు తెలీదూ ?

సరేనని మహలుకు వెళ్ళిపోయింది.

ఇంతలో హస్తినకు పని మీద కిష్టప్ప వచ్చాడు.

పరమాత్ముడు ఆ సమయంలో రావటం విచిత్రం కాదూ ?

కాకతాళీయం కాదూ ?

కానే కాదు. పరమాత్ముడాయన.

సమస్తం తెలిసినవాడాయన.

దుస్సల వచ్చిందన్న వార్త చెవిలో వేయించుకుని చూట్టానికి మహలుకు వెళ్ళాడు.

అక్కడ ఆందోళనగా ఉన్నదీవిడ.

ఏవిటమ్మా? ఏవిటీ అంత అశాంతిగా ఉన్నావన్నాడీయన.

పరమాత్మా నీకు తెలియందేవిటుంది ? అన్నదీవిడ.

నిజంగానే నాకు తెలియదమ్మా, నీ నోటి వెంట విందామనే వచ్చానన్నాడీయన.

ఎప్పట్లానే నవ్వుతో. చిరునవ్వుతో.

ఏ పరిస్థితిలోనూ నవ్వుతూ ఉండేవాళ్ళను చూస్తే నిబ్బరం రాదూ మనకి ?

నిబ్బరమేవిటీ? గుండె నిబ్బరం కూడా వచ్చేస్తుంది.

అదిగో అలాటి గుండె నిబ్బరం వచ్చేసిందావిడకు.

ఆ నవ్వు చూడగానే. బావగారి మొహంలో ఆ నవ్వు చూడగానే.

తన సంశయం బయటపెట్టింది.

అన్నయ్యకు చెపితే సైంధవుడి తల తీసి కోట గుమ్మానిక్కట్టేస్తాడు కానీ, సైంధవుడి తల తీస్తే అన్నయ తల కూడా పోతుంది. అక్కడ ఆయనేమో తప్పుదారి పట్టిపోయాడు. బాగుచేసుకోటం ఎట్లా అన్నది

కృష్ణయ్య నవ్వుతూనే ఉన్నాడు.

చిరునవ్వుతోనే ఉన్నాడు.

తల్లీ, మీ పెద్దన్నయ్యను తక్కువ అంచనా వేస్తున్నావు. ఒక సారి చెప్పి చూడు అన్నాడు.

ఏమవుతుందోనని భయంగా ఉన్నది బావగారూ అన్నదీవిడ.

తల్లీ, మీ అన్నయ్య ఈ భూప్రపంచకంలోని బలశాలుల్లో ఒకడు. ఏడేడు లోకాల్లో ఐదుగురంటే ఐదుగురే ఉన్నారు అంత బలవంతులు. బలం ఉన్నవాడికి బుద్ధి ఉండదు. కానీ మీ అన్నయ్య అలాటివాడు కాదు. చాలా తెలివి ఉన్నది. నీకే తెలుస్తుంది ఒకసారి చెప్పి చూడు అన్నాడు కిష్టప్ప.

దిటవు పడిపోయింది ఈవిడకు.

గుండె దిటవు పడిపోయింది. అంతే.

ఆ తర్వాత అన్నాడాయన - చెప్పి చూడు నువ్వే చూస్తావు, ఒక దెబ్బకు రెండు పిట్టలు రాల్చగల సమర్థుడు మీ అన్నయ్య.

భగవంతుడే ఆ మాట చెపుతున్నప్పుడు దిటవు కాక ఏవిటుంటుందీ ?

ఆ భగవంతుడే నీతో మాటాడుతూ, నీ పక్కన ఉన్నాడంటే గుండె దిటవు కాక ఏవిటుంటుంది?

సరేనన్నదీవిడ.

కిష్టప్ప శలవు పుచ్చుకున్నాడు.

నవ్వుతూనే. చిరునవ్వుతోనే.

సాయంకాలమయ్యింది.

పెద్ద అన్నగారు వస్తున్నారన్న వార్త వచ్చేసింది.

దుస్సలకు వార్త వచ్చేసింది.

మొహాన నవ్వు పులుముకుంది.

కానీ ఏదో అలజడి.

కిష్టప్ప చెప్పినా కూడా.

మానవ సహజం.

పెద్దన్నయ్య వచ్చేశాడు.

చెల్లిని చూసుకున్నాడు.

నవ్వు వెనకాల ఉన్న అలజడి పసిగట్టేసాడు.

అమ్మాయ్, సూటిగా చెప్పేయ్, ఏవిటయ్యిందీ అన్నాడు.

తత్తరపడ్డది దుస్సల ఒక్కసారిగా.

అప్పటికే గద మీదకు చెయ్యి వెళ్ళిపోయిందాయనకు.

చెయ్యి తిప్పుతున్నాడు.

గద చుట్టూ ఓ సారి కాదు ఐదారుసార్లు తిప్పాడు.

పెద్దన్నయ్య గద మీద చెయ్యి వేసి అలా తిప్పాడంటే మూడిందన్నమాటే.

ఆవిడ తత్తరపాటు, చెల్లి తత్తరపాటు చూసి గద మీద నుంచి చెయ్యి తీసేసాడాయన.

చెయ్యక్కడుంటే సంగతి చెప్పదేమోనని.

చెల్లంటే అంత ప్రేమ ఆయనకు.

చెల్లి మీద చీమ దోమ కాదు కాదా అసలేవిటీ కూడా వాలనివ్వడు.

అన్నయ్యగా, అందుకు.

పెద్ద అన్నయ్యగా అందుకు.

చెల్లెలంటే ప్రాణమిచ్చేవాడుగా అందుకు.

చెప్పమ్మా, ఏవిటి జరిగింది అన్నాడు సుయోధనుడు.

ఏవీ లేదు అన్నయ్యా, ఇదీ జరిగింది అని చెప్పిందీవిడ.

అంతే కళ్ళూ ఎర్రబడిపోయినై ఆయనకు.

కెంపులు ఎందుకు పనికొస్తై ఆ ఎరుపు ముందు?

అంత కోపమూ చెల్లికి కనపడకూడదని వెనక్కు తిరిగి చప్పట్లు కొట్టాడు.

రథాలు రెడీ చెయ్యమన్నాడు.

అమ్మా, పద నీతో పాటు వస్తున్నా అన్నాడు.

చెల్లిని తీసుకొని బయలుదేరాడు.

సింధు రాజ్యానికి బయలుదేరాడు.

సుయోధనుడు వస్తున్నాడు అన్న వార్త సైంధవుడికి తెలిసింది.

వాడనుకున్నాడు చెల్లిని దింపటానికొస్తున్నాడని.

నవ్వుతూ ఎదురెళ్ళాడు.

సుయోధనుడు నవ్వలా.

వీడికి మతిపోయింది.

బావగారు నవ్వలేదని, మతిపోయింది.

చిన్నబోయాడు. చితికిపోయాడు.

ఇంతలో సుయోధనుడన్నాడూ - అమ్మా నువ్వు లోపలికెళ్ళు అని పంపించేసాడు దుస్సలను.

ఆవిడ భయం భయంగానే లోపలికి వెళ్ళిపోయింది.

అన్నకి ఏమీ కాకూడదని కోరుకుంది.

మొగుడు బాగుపడాలని కోరుకుంది.

అప్పుడు అన్నాడు సుయోధనుడు.

ఏవిటన్నాడూ?

ఒరే సైంధవా! చెల్లి కళ్ళల్లో అలజడి చూసా. అంత దానికి ఈ పాటికి నీ శవం నీ కోట గుమ్మానికి వేలాడదీసేవాణ్ణి. కానీ...

సైంధవుడు తత్తరబిత్తర నవ్వు నవ్వాడు.

వాడికి ఆయన శక్తి ఏవిటో తెలుసు.

సుయోధనుడు వీడి భుజమ్మీద చిటికెనవేలేస్తేనే ఆ బరువుకు వేసిన పక్క, పక్షవాతం వస్తుంది.

అంత బలం ఆయన చేతుల్లో. ఆ మనిషిలో.

యోధుడు. మహాయోధుడు. అతి బలశాలి.

కానీ ఏవిటి బావగారు? అన్నాడు దడదడలాడుతూనే.

నీకు మీ నాన్న వరమిచ్చాడని ఊగుతున్నావేమో. తెలివి నీకు, మీ నాన్నకే కాదురా. ఈ గదతో నడుమ్మీద ఒక్కటిచ్చాంటే నుగ్గునుగ్గు అయిపోయి దేనికీ పనికిరాకుండా పోతావ్. స్త్రీలూ ఉండరు. లోలత్వమూ ఉండదు అన్నాడాయన.

వీడికి సంగతి అర్థమైపోయింది.

తల తీయకుండా వీడి విచ్చలవిడి జీవితాన్ని ఎలా నాశనం చెయ్యొచ్చో సుయోధనుడికి తెలుసన్న సంగతి వీడికి తెలిసిపోయింది.

నాన్న ఇచ్చిన వరమూ వరమేనా అనుకున్నాడప్పుడు.

బావగారి గద మీద, కాళ్ళ మీద పడ్డాడు. ఇంకెప్పుడూ అలాటి పని చెయ్యనని శోకాలు, కాకి శోకాలు పెట్టాడు.

మొదటి తప్పు కింద వదిలేస్తున్నా ఫో అని వాణ్ణి వదిలేసి చెల్లి దగ్గరకు వెళ్ళిపోయాడు.

దెబ్బ వెయ్యకుండానే ఒక్క మాటతో చెల్లి కాపురాన్ని సరిచేసుకొచ్చాడు సుయోధనుడు.

ప్రేమధనుడు.

దుస్సలకు అన్నగారు.

చెల్లికి తెలిసింది సంగతి.

ఒక దెబ్బకు రెండు పిట్టలు అన్న కిష్టప్ప మాట గుర్తుకొచ్చింది.

మనసులోనే ఆయనకు దణ్ణాలు పెట్టుకుంది.

అదండీ అలా జరిగిందండీ పిట్టకథలో...

నా పిట్ట కథలో

సరే - ఇప్పుడు ఆ గదాఘాత సంగతి ఎందుకు ఎత్తావు అన్నాడు వీడు.

అప్పుడావిడ అన్నదీ - నాక్కాదు పిచ్చి. నీకేనయ్యా. అక్కడున్నది లోకాలన్నిటినీ గడగడలాడించిన మహాశూరుడు అన్నయ్య. ఆయనకు తోడు ఆ నల్లనయ్య. అన్నయ్య

బారినుంచి అన్నా తప్పించుకోవచ్చునేమో కానీ కృష్ణయ్య ఉపాయం బారినుంచి తప్పించుకోటం అసాధ్యం.

అది కాదు, అసలు నువ్వు ఇప్పుడు అన్నదానికి, అర్జునుడికి, వాడి శపథానికి, మీ పెద్దన్నయ్యకు, ఆయన గదకు, నా నడుముకి సంబంధం ఏవిటీ? అన్నాడు సైంధవుడు.

ఉంది. ఎందుకు లేదు. అది తెలిస్తే ఇంత పని ఎందుకు చేస్తావు అన్నది దుస్సల.

అయినా కృష్ణుడి ఉపాయం కాదు కదా, ఎవరి ఉపాయమూ పని చెయ్యదు నా తలకాయ దగ్గర అన్నాడు బీరంగా, మేకపోతు గంభీరంగా.

దుస్సలకు ఏడుపు, నవ్వు కలగల్సి వచ్చినై.

రెండూ కలిసి వచ్చేసినై.

వరదలై పారుతున్నై.

అవి అలా పారుతూ ఉండగానే వీడు అన్నాడు - నల్లనయ్యా, ఇంకేవన్నానా - ఎవరైనా ఒకటే. నా తల పోతే నేనూరుకుంటానేమో కానీ నాన్న శాపం ఎట్లా ఊరకుంటుంది ? హా! అని

దుస్సల మళ్ళీ నవ్వింది.

ఈసారి పగలబడి నవ్వింది.

ఎందుకు అలా నవ్వుతున్నావ్ ? అన్నాడు వీడు అర్థం కాక

ఆవిడన్నది అప్పుడు.

అప్పుడు ఆవిడన్నది.

ఏమన్నది? వీడి పక్కకు తిరిగి ఏమన్నది?

నీకు తెలియదులే. కళ్ళు మూసుకొనిపోయినై నీకు. పోయేకాలం వచ్చిందిగా. ఏం మాట్లాడుతున్నావో నీకే తెలియకుండా పోతోంది అన్నది.

పోనీ ఆ నవ్వు ఆపి చెప్పు ఏవిటో అన్నాడు సైంధవుడు.

ఇవ్వన్నీ వింటున్నాడు అక్కడే ఉన్న ఉద్దాలకుడు

అనుకుంటున్నాడు స్వగతంలో - వీడికి కిష్టప్ప, దుస్సల మధ్య అప్పట్లో జరిగిన తతంగం, సుయోధనుడి తెలివి సంగతి కిష్టప్పకు ఎలా తెలుసునన్నది తెలియదుగా. అదే తెలియనివాడికి ఇప్పుడు ఆ పరమాత్మ పన్నే ఉపాయామేమిటి తెలుస్తుందీ అని.

అంతలో దుస్సల అందుకుని - నీకు చెప్పినా అర్థం కాదు కానీ, ఆయన జగన్నాటకుడు. ఆయన ఉపాయం నుంచి తప్పించుకోటం అసంభవం అన్నది.

భవిష్యత్తు కళ్ళ ముందుకు వచ్చి నిలబడ్డట్టుంది ఆ తల్లికి.

ఆ నారీశిరోమణికి.
ఆ శతసోదరుల చెల్లికి.
ఏడుపు కట్టలు తెంచుకుంది.

గంగానది పరుగులు ఎందుకు పనికి వస్తై ఆ ఏడుపు ముందు.

గంగమ్మ, యమునమ్మ కూడా నిశ్చేష్టురాలైపోయినై ఆవిడ బాధ చూసి.

అది చూసి - ఉపాయమా, తుపాయమా. ఊర్కో! ఆ ఏడుపేవిటి అన్నాడు సైంధవుడు.

ఆవిడందీ -
లేదు, లేదు, కాదు గాక కాదు.
ఇక నా తాళి తెగినట్టే.
నా కుంకం చెరిగిపోయినట్టే,
నా గాజులు పగిలిపోయినట్టే.
అని కంటికి మింటికి ధారగా ఏడుస్తూనే ఉన్నది.

అది చూసి వాడన్నాడు - ఒక పని చేస్తా. మీ ఫల్గునన్న నన్ను రేపు సాయంత్రం లోపల కదా చంపుతానన్నది. నీకు అంత కష్టంగా ఉంటే నేను పోయి ఏ కారడవుల్లోనో దాక్కుంటా ఎల్లుండి దాకా అన్నాడు.

ఆ మాట విని ఆవిడ ఏడుపు ఆగింది.

పూర్తిగా ఆగిపోయింది.

మళ్లీ నవ్వుకుంది కాసేపు.

ఇంతలోనే వీడు చంపేసానని చెప్పిన అభిమన్యుడు గుర్తుకువచ్చాడు దుస్సలకు.

మళ్ళీ రౌద్రాకారం దాల్చింది ఆవిడ.

ఛీ సిగ్గులేక చిన్నపిల్లవాడని కూదా చూడంకుండా పొడిచేసావే. నీక్కూడా కొడుకులున్నారన్న మాట గుర్తుకులేదా? అన్నది.

వాడన్నాడు -
మన పిల్లలు మనకు.
వాడి పిల్లాడెట్లా పోతే నీకెందుకు, నాకెందుకు.
ఎంత మందిని చంపేసాడు వాడు.
ఒంటిచేత్తో అలాగ్గా చంపేసాడు.
గుట్టలు గుట్టలు శవాలు తయారు చేసాడు నిముషంలో.

ఆవిడన్నది - నిజమా, అయితే అంత గొప్ప వీరుణ్ణి నువ్వు చంపావంటే నాకు నమ్మబుద్ధి కావట్లా. నిజం చెప్పు! అని

వాడు మాటలకోసం తడుముకుంటున్నాడు.

నీళ్ళు నములుతున్నాడు.

ఆవిడకు అర్థమయ్యింది.

వీడు ఏదో దాస్తున్నాడని.

ఏవిటీ చెప్పు అని రెట్టించింది.

అప్పుడు నోరు విప్పాడు వాడు.

విప్పాడు నిజం చెపుదామని.

నిజం నిప్పులాటిదేగా.

కాల్చేస్తుంది. లోపల పెట్టుకుంటే. ఎప్పటికైనా బయటకు రావల్సిందే.

ఎక్కడో ఒక చోట. ఎప్పుడో ఒకప్పుడు.

తప్పకుండా రావల్సిందే.

లేకుంటే గతులు తప్పిపోవూ?

జగత్తు గతులు తప్పిపోవూ?
మనుష్యుల జీవిత చక్ర గతులు తప్పిపోవూ ?

ఆ అవకాశం వాడికి దుస్సల ముందు వచ్చింది.

రావటమేమిటి?

కల్పించాడు ఆ పరమాత్మ.

దుస్సల రూపంలో. వాడి చేత నిజం కక్కించటానికి.

అందుకు నోరు పెకలించుకున్నాడు.

చెప్పటం మొదలుపెట్టాడు.

నేను మీ అన్నయ్యలందరినీ తుక్కు చేసిన మాట నిజం.

అందరినీ ఆపేసిన మాట నిజం. వ్యూహం లోపలికి రాకుండా ఆపేసిన మాట నిజం.

వారంతా దూరంగా వెళ్ళిపోయిన మాట నిజం.

వారందరినీ వెళ్ళగొట్టి నేను లోపలికి వచ్చిన మాట నిజం.

వాడు, ఆ కుర్రోడు, వాడి ప్రతాపమే ప్రతాపం.

దౌశ్శాసనికుడు వాడు కొట్టుకుంటూంటే చూస్తూ నిలబడ్డా.

అదృష్టం కలిసి వచ్చింది.

దౌశ్శాసనికుడు చావుదెబ్బ వెయ్యనే వేసాడు.

అప్పటికి మీ వాళ్ళంతా కలిసి పొడిచేసారు అభిమన్యుణ్ణి.

కసిదీరా పొడిచేసారు.

అన్ని పక్కల నుంచి పొడిచేసారు.

ఒక్కడే ఉన్నాడని కూడా చూడకుండా పొడిచేసారు.

కూలిపోయినాడు కుర్రవాడు.

ప్రాణాలు గాల్లో కలిసిపోతాయ్ ఇంకో రెణ్ణిముషాల్లో. చూస్తున్నాను. చూస్తూ నిలబడ్డాను.

ఇంతలో భీముడు నా తలగొరిగిన విషయం గ్యాపకం వచ్చింది.

ఆవేశం వచ్చేసింది.

వీరావేశం వచ్చేసింది.

ప్రతీకారం గుర్తుకువచ్చింది

వాడు ఆ పాండవుల బిడ్డ అని గుర్తుకువచ్చింది.

అంతే, అన్ని పోట్లు తిని పడిపోయిన వాడు పోతాడని తెలిసి కూడా చేతిలో ఉన్న బల్లెంతో ఒక్క గుచ్చు గుచ్చా. భీముడి మీద కసి తీర్చుకున్నాననుకున్నా.

భీముడే కనపడ్డాడు నాకు.

ఆ కుర్రవాడు కనపడలా అక్కడ.

వాణ్ణే, ఆ భీముణ్ణే పొడిచాననుకున్నా.

ఆ బల్లెం ఎత్తా, ఆ శరీరాన్ని ఆ బల్లెమ్మీద నిలబెట్టా.

అందరూ జయజయధ్వానాలు చేసారు.

అంతే, ఆవేశం దిగిపోయింది.
మత్తు దిగిపోయింది.

కంటికి కమ్ముకున్న పొరలు పోయిన్నై.

అప్పుడు కనపడ్డాడు.

అప్పుడు కనపడ్డాడు ఒక కుర్రవాడు.

అభిమన్యుడు కనపడ్డాడు.

నా బల్లెపోటు లేకపోయినా చచ్చిపోయేవాడే ఇంకో నిముషంలో.

కానీ విధి ఉన్నది చూసినావూ ?

ఆ భీముణ్ణి నిలబెట్టింది నా కళ్ళ ముందు.

వాడే అక్కడ పడి ఉన్నాడని భ్రమ కలిగించింది.

చివరి పోటు పొడిపించింది.
అంతే అంతకన్నా నా తప్పేమీ లేదు.

అని చేతులతో మొహం కప్పుకున్నాడు వాడు.

అసలా పని చెయ్యటానికైనా చేతులు ఎట్లా వచ్చినయ్ నీకు అన్నదావిడ.

చెప్పాగా వాళ్ళో ఆ భీముడే కనపడ్డాడని అన్నాడు సైంధవుడు మొహం ఎర్రగా చేసుకొని.

అప్పుడు కాస్త శాంతించింది. దుస్సల శాంతించింది.

కాస్త శాంతించింది. ఈ లోకంలోకి వచ్చింది.

నిజం తెలిసినాక మనసు శాంతిస్తుందిగా.

యుద్ధ సమయం. పాత పగలు. శాంతి కోసం, ధర్మం కోసం కాదుగా.

విజయం కోసం.

ఎవడు చచ్చిపోకుండా నిలబడితే వాడే వీరుడు.

వాడే విజయుడు.

అదీ యుద్ధనీతి.

అదీ యుద్ధ ధర్మం.

అదీ యుద్ధ విధి.

అలా సమాధానపరచుకొన్నది తనను తను.

సమాధానపరచుకొన్నాక ఆలోచనలో పడ్డది.

మొగుణ్ణి ఎట్లా కాపాడుకోవాలె అన్న ఆలోచనలో పడ్డది.

ఆలోచన ఎంతకీ తెగట్లా.

తెగేదాకా ఉందామంటే సమయం మించిపోతుందాయె.

ఏవిటీ కర్తవ్యం?

ఏవిటీ తక్షణ కర్తవ్యం ?

అప్పుడన్నది, దుస్సల. కాస్త తగ్గి - సర్లే, అయిపోయింది. చిన్నన్న శపథం పట్టాడు. దాని బారి నుంచి ఎట్లా బయటపడాలె పెద్దన్నకేమన్నా తెలుసేమో అడుగుతానన్నది.

ఆ మాట బయటకు అనటమేమిటి, చప్పట్లు కొట్టి ఒక భటుణ్ణి పిలవటమేమిటి రెండూ జరిగిపోయినై.

పెద్దన్నకు సమాచారం అందించి పో నే వస్తున్నానని అన్నదావిడ.

వాడు పరుగు పరుగున పోయాడు.

వార్త తీసుకొని సుయోధనుడి దగ్గరకు పోతున్నాడు.

వాడు సగం దారిలో ఉండగానే సుయోధనుడు ఎదురొస్తూ కనపడ్డాడు.

సంగతి తెలుసుకొని, పద నేనే వస్తున్నానని చెప్పు చెల్లికి అని వాణ్ణి తిప్పి పంపించాడు.

ఆ భటుడు వచ్చి దుస్సలకు చెప్పాడు ఆ విషయాన్ని.

ఆ భటుడు చెప్పటమేమిటి, పెద్ద అన్నగారు రావటమేమిటి అన్నీ వరసాగ్గా జరిగిపోయినై.

సింహంలా వచ్చాడు.

కొదమ సింహంలా వచ్చాడు.

భుజాన అంతపాటి గద, ఆ సింగపు నడక చూట్టానికి కళ్ళు చాలవ్.

అలా నడుచుకుంటూ గుడారంలోకి వచ్చేసాడు.

సైంధవ గుడారంలోకి వచ్చేసాడు.

అమ్మా, ఎలా ఉన్నావని అడగలా.

తల మీద చెయ్యేసి ఒకటే మాటన్నాడు.

ఒకే ఒక్క మాటన్నాడు.

తల్లీ, నేనుండగా, నేను బతికుండగా నీ మొహంలో అలజడి ఉండకూడదు. విన్నా, అంతా విన్నా. ఆ అర్జునుడి శపథం విన్నా అన్నాడు.

సింహమైతేనేమి, కుటుంబం దగ్గర సౌమ్యమే.

చెల్లి అంటే ఎంతో ప్రేమ.

అంత ఆపత్తులోనూ ఎంతో ప్రేమ.

ఆపదలొచ్చినప్పుడే ప్రేమలు బయటపడతవి కాబోలు.

కానీ దుర్యోధనుడి విషయంలో చెల్లి మీద ప్రేమకు సమయం అంటూ లేదు.

ఆపత్తు లేదు, విపత్తూ లేదు, ఆ ప్రేమకు నిష్పత్తి లేదు.

చెల్లెలంటే అంత అభిమానం ఆయనకు.
దుస్సల అన్నదీ - అన్నా! చిన్నన్నయ్య కొడుకు......

అందుకున్నాడు సుయోధనుడు - తెలుసమ్మా! వాడి కొడుకును కుర్రవాడని వదిలెయ్యవలసింది. కానీ వాణ్ణి వదిలేస్తే మన వాళ్ళలో చాలా మంది బతికే పరిస్థితి లేదు.

ఆవిడ వింటున్నది.

చెవులు రిక్కించి వింటున్నది.

వాడి పరాక్రమం చూసి ద్రోణాచార్యుల వారు, వాడి విల్లు విరవకపోతే మీలో ఎవరూ మిగలరు అని హెచ్చరించారు. పకడ్బందీగా పట్టుకోవాలనుకున్నాం. కానీ వాడు పట్టుకోనిస్తేనా. కుర్రవాడు. రక్తం పరుగులు తీస్తోంది. ఎక్కడ పట్టుకోనిస్తాడు......

అంతా నిశ్శబ్దం.

ఒక్క సుయోధనుడి మాటలే వినపడుతున్నై.

అంత రాత్రిలో అంత నిశ్శబ్దంలో ఖంగున వినపడుతున్నై.

సుయోధనుడి మాటలు వినపడుతున్నై.

గాల్లో గింగిరాలు తిరుగుతున్నై.

వాయుదేవుడు స్తంభించిపోయాడు.

అయితేనేమి మొత్తానికి పట్టుకున్నాం, వేసేసారు మనవాళ్ళు. పగలు. ఎక్కడికి పోతై? అవమానం భరించటానికి మనం సన్యాసులమూ, సన్నాసులమూ కాదుగా. జ్ఞాపకాలు తిరగబడ్డై. అంతే, వాడు పోయాడు.

దుస్సల అన్నదీ - అన్నయ్యా, నువ్వేనా ఆ మాటలంటున్నదీ ? పిల్లవాడిని చంపేసారే ? ఎట్లా ? ఎట్లా ? అన్నది

అమ్మా! అక్కడున్న పరిస్థితి వేరు. యుద్ధం అది. విచక్షణ జ్ఞానం ఉండదు ఆ సమయంలో. నిలబడాలె. విజయుడిగా నిలబడాలె. అంతే. అదే లక్ష్యం. నేను ఆపలేకపోయాను. నేనూ ఆపుకోలేకపోయాను.

దుస్సల - అందరూ కలిసి చేసిన పనికి మా ఆయన మెడకు చుట్టుకున్నది కదా, నా తాళికి చుట్టుకున్నది అన్నా అన్నది కళ్ళ వెంట నీళ్ళు పెడుతూ.

తల్లీ. యుద్ధమంటే అంతే. అయినా జరగవలసింది జరిగిపోయింది. వాడేవడు, నా బావను సంహరించటానికి. అంత చేతకానివాళ్ళమనుకుంటున్నాడా వాడు? ఎలా వస్తాడో చూస్తా. బావ దగ్గరికి రావాలంటే ముందు నన్ను దాటాలి కదా వాడు.

ఏమో అన్నా, నీ ఉపాయమేమిటో తెలియట్లా. ఎట్లా రక్షిస్తావో ఆ నల్లనయ్య నుంచి, ఆ చిన్నన్నయ్య నుంచి అన్నదావిడ.

ఇంతలో సైంధవుడన్నాడు - పోనీ బావా, నేను పోయి ఎక్కడన్నా అడవుల్లో దాక్కుంటానన్నాడు.

సుయోధనుడు నవ్వాడు.

తెరలు తెరలుగా నవ్వాడు.

నవ్వు ఆగింది కొద్దిసేపటితర్వాత.

కోపం వచ్చేసిందాయనకు.

ముఖం ఎర్రగా అయిపోయింది సుయోధనుడికి.

ఛీ వాడెవడికో వెన్ను చూపటమేంటి ? నీలాటి వాడు యుద్ధానికి ఎందుకు పనికొస్తాడు? అయినా మేమింతమంది బతికి ఉన్నాంగా! అడవుల్లోకి పోతానంటావ్ ? అని గద పుచ్చుకున్నాడు.

గద చూడగానే మళ్లీ చెమట్లు కారాయ్ వీడికి.

తత్తర బిత్తర పడ్డాడు.

అది కాదు బావా, మరి ఎట్లా, ఎట్లా అని నీళ్ళు నములుతున్నాడు.

రా, నాతో రా. నిన్ను రక్షించే బాధ్యత నాది అన్నాడు సుయోధనుడు.

దుస్సల, అన్నా నా పసుపుకుంకం నిలిపే భారం నీదే అన్నది.

కోపం పోయింది అన్నకు.

నవ్వు, చిరునవ్వు వచ్చింది పెద్దన్నకు.

తల్లీ, ఇంత చిన్నదానికి అలజడి పడమాక. నే చూసుకుంటాగా ! రా బావా! అంటు సైంధవుణ్ణి తీసుకినిపోయినాడు.

దుస్సల చూస్తూ ఉండిపోయింది.

అన్న వెళ్ళిన దారిన అలా చూస్తూ ఉండిపోయింది.

మనసులో ఆ దేవదేవుడు కిష్టప్పను తలుచుకుంటూ ఉండిపోయింది.

అక్కడ, ఆ మనసులో కూడా ఆయన నవ్వుతూనే, చిరునవ్వుతోనే కనపడ్డాడు ఆవిడకు.

పాండవ శిబిరం.

గుడారాలన్నీ వెలిగిపోతున్నై.

యుద్ధంలో శవాల చితి వెలుగుల్లా వెలిగిపోతున్నై.

పాండవులంతా రేపటి సైంధవ వధ గురించి వ్యూహం వేస్తున్నారు.

కృష్ణ పరమాత్మ ఒంటరిగా చూస్తూ ఉన్నాడు.

ఒక్క మాట మాట్లాడలా.

లేదు లేదు ఆలోచనలో ఉన్నాడు.

సాలోచనలో ఉన్నాడు.

తెల్లవారవస్తూంది.

సూర్య భగవానుడు వచ్చేస్తున్నాడు పైకి.

భగ భగగా ధగ ధగగా వచ్చేస్తున్నాడు.

ఈరోజు ఏమిటి జరగబోతోంది తెలుసుకోవాలన్న ఆశతో వచ్చేస్తున్నాడు.

అభిమన్యుడి చావుతో చీకట్లు కమ్ముకున్న పాండవులకు సహాయంగా వచ్చేస్తున్నాడు.

తన వెలుగుతో సహాయానికి వచ్చేసాడు.

ఈరోజు మొదలైపోయింది. పని కానివ్వండి అని ఆతురతతో ఉన్నాడాయన.

పాండవులకు సమయాభావం కనపడుతోంది.

అయినా కిష్టప్ప ఉన్నాడని ధైర్యం.

ఆయన ఉండగా ఏ ప్రయత్నానికీ లోటు రాదనే నమ్మకం.

పిచ్చి నమ్మకం.

భగవంతుడంటే పిచ్చి లేనిదెవరికి ?

ఆ పిచ్చి నమ్మకమైతే ఏవిటి ? ఇంకోటైతే ఏవిటి ?

నల్లనయ్య రథాలకున్న గుర్రాలను తీసుకుని నీళ్ళు తాగించే నెపంతో పక్కనే ఉన్న సరోవరానికి వెళ్ళాడు.

గుర్రాలు నీళ్ళు తాగుతున్నై.

కడుపారా తాగుతున్నై.

ఏ భయం లేకుండా తాగుతున్నై.

ఆయనున్నాడుగా పక్కనే.

అందుకు.

ఒక నిముషం మంద్రంగా నిలబడ్డాడు.

"మయా" అంటూ ఒక మాట వచ్చింది ఆయన నోటి వెంట.

అంతే! మాయలకు మారుపేరైన మయుడు వచ్చేసాడక్కడికి.

మయుడంటే ఎవరనుకున్నారు ? మహా శిల్పి. మహా మాయలమారులకు మహరాజు.

మంత్ర,తంత్రాలకు, మహా ఆయుధాలకు నిర్మాత ఈయనే.

అన్నిట్లో ఆరితేరినవాడు.

ఇప్పటివాడా ?

ఎప్పటివాడో ఈ మయుడు.

దేవతలకు విశ్వకర్మ ఎట్లా ? రాక్షసులకు మయుడట్లా.

సుయోధనుణ్ణీ అవమానం పాల్జేసి యుద్ధానికి కారణమైన మయసభ ఆయనదే.

అట్లాటి మయుడు వచ్చేసాడు.

దేవరా! రామా! కృష్ణా! మహావిష్ణో! ఏమిటి ఆజ్ఞ అన్నాడు.

మయా, మళ్లీ సమయం వచ్చింది అన్నాడు పరమాత్మ.

అయ్యా, దేనికి వచ్చిందని అడగలా మయుడు.

చిత్తం అన్నాడు. అంతే! అంతకు మించి ఒక్క మాట కూడా బయటకు రాలా

చూస్తివా? భక్తి ఉన్నప్పుడు ఏవిటి అన్న ప్రశ్న ఉండదు.

సామి నోటి వెంట మాట రాకుండానే అన్నీ చేసుకొచ్చేది, అర్పించేది భక్తి.

అదీ మయుడిలో ఉన్నది.

ఆ భక్తీ, ఆ సేవ ఉన్నది మయుడిలో.

అందుకు ఆయనకు ప్రియమైనాడు.

పరమాత్మకు ప్రియమైనాడు.

అందుకే పిలిచాడు.

ఆ సమయానికి పిలిచాడు.

ఎవరిని ఏ పనికి నియోగించాలో తెలిసిన కిష్టప్ప.

ఇలా రా దగ్గరకు అన్నాడు ఆయన మయుణ్ణి

చేతులు కట్టుకొని మయుడొచ్చేసాడు.

చెవిలో చెప్పేసాడు పెద్దాయన. ఏం చెయ్యాలో, మయుడి కర్తవ్యం ఏమిటో

తల ఊపాడు మయుడు.

అంతే! వెళ్ళిపోయాడు.

మళ్ళీ ఆ సమయానికి వస్తానని వెళ్ళిపోయాడు.

స్వామి కరుణించాడు ఆజ్ఞ ఇచ్చాడు అన్న ఆనందంతో వెళ్ళిపోయాడు.

అంతర్ధానం అయిపోయాడు

రోజు మొదలయ్యింది, యుద్ధ భూమికొచ్చేసారంతా.

సుయోధనుడు నీకు నేనున్నానంటూ బావను కూడా లాక్కొచ్చేసాడు.

వాడు భయపడిపోతున్నాడు, యుద్ధభూమికి లాక్కొచ్చాడేవిటని.

పారిపోతానంటున్నాడు సుయోధనుడికి వినపడకుండా.

పారిపోతాను, పారిపోతే బాగుంటుంది అన్న మాటలు వినీ వినీ విసుగొచ్చింది ద్రోణుడికి.

ఆచార్యవర్యుడికి విసుగొచ్చింది.

పిరికిపందలను చూస్తే అందరికీ విసుగే.

అందులోనూ వీరాధివీరులకు మరింత.

సామాన్యుడా కుంభసంభవుడు? ఆచార్య ద్రోణుడు?

అందరికీ గురువు. విద్య నేర్పించే గురువుకు ఎంత తాళిమి, ఎంత వోర్పు వుంటుంది?

అంత ఓర్మి ఉన్నవాడికే విసుగొచ్చింది.

ఆయన అన్నాడు సైంధవా, నా ఆధిపత్యంలో రారాజు ఆజ్ఞతో నువ్విక్కడ ఉన్నావ్. మర్చిపోకు. ఎవరు రావాలన్నా, నీ దగ్గరికి రావాలన్నా, నన్ను దాటాలె. అది అసంభవం అన్నాడు.

అన్న విధంగానే పన్నాడు ఒక వ్యూహం.

అందరూ, ముఖ్యులందరినీ సమావేశపరిచేసాడు. ఆయుధాలెత్తుకోమన్నాడు. పోరుకు సిద్ధం కమ్మన్నాడు.

ప్రాణాలు పోయినా సరే అర్జునుడు మటుకు దగ్గరికి రానివ్వకుండా చూడమని హుకుం జారీ చేసాడాయన. వీణ్ణి అందరి మధ్యలో నిలబెట్టాడు.

వాడి ముందు తను నుంచున్నాడు. చివరాఖరి అస్త్రంగా తనే ఉంటానని ధైర్యం చెపుతూ.

అయినా వాడికి భయం పోలా. దాక్కోవాలని చూస్తూనే ఉన్నాడు, సుయోధనుడికి తెలియకుండా.

మూడు జాములు గడిచిపోయినై.

ఆదిత్యుడు త్వర త్వరగా పంతం, పందెం ఎవరు నెగ్గుతారో చూడాలని చరచరా సాగిపోతున్నాడు.

నడినెత్తి దాటి చాలా దూరం వచ్చేసాడు.

ఇంకొక్క జామే ఉన్నది పొద్దు గుంకేందుకు.

అందరికీ ఉత్కంఠ.నరాలు తెగిపోయే ఉత్కంఠ.

మరి ఆ పరమాత్మ ఏవిటి చేస్తున్నాడు ఇంతసేపు ?

అర్జునుణ్ణి రథంలో కూర్చోపెట్టాడు.

క్షేత్రం, కురుక్షేత్రం అంతా తిప్పుతున్నాడు.

సైంధవుడి జాడ కోసం.

మధ్యలో కనపడ్డవారిని అందరినీ ఊచకోత కోయిస్తున్నాడు.

నటిస్తున్నాడు పరమాత్మ. గొప్పగా నటిస్తున్నాడు తను నడిపే నాటకంలోనీ పాత్రలను చూసుకుంటూ తనూ ఒక పాత్ర పోషిస్తూ. అర్జునుడి స్థైర్యం, ఓపిక పరీక్షిస్తున్నాడు. పార్థుడికి చెమటలు పట్టిస్తున్నాడు.

పంతం పటాపంచలు అయిపోతుందేమోనని భయం పుట్టిస్తున్నాడు.

ఆ భయంలో పార్థుడు ఇంకా రెచ్చిపోతున్నాడు.

అక్షయతూణీరానికి అలుపొచ్చింది. గాండీవానికి అలుపొచ్చింది. అయినా ఆగట్లా కిరీటి.

ఊచకోత కోసేస్తున్నాడు. వీడు ఎక్కడున్నా కనపడాలని ఊచకోత కోసేస్తున్నాడు.

గుట్టలు గుట్టలు శవాలు పేర్చుకుపోతున్నై.

వీరుడికి భయమేమిటి అంటున్నావా?

అది అంతేలే. భయం! ఓడిపోతామన్న భయం వీరుడొక్కడికే ఉంటుంది.

వీరుడు కానివాడికి భయం ఎట్లా తెలుస్తుంది ?

భయపెట్టేవాడికి భయం విలువ తెలిసె. ఇదీ అంతే.

పంతం అయినా సరే, శపథం అయినా సరే, పందెం అయినా సరే!

భయపెట్టాలె. భయపడాలె.

అప్పుడే పట్టు, రసపట్టు.

అప్పుడే గెలుపు. అప్పుడే గెలుపు.

ఆయనకు, ఆ దైవానికి వీడెక్కడున్నాడో తెలియదా ?

ఆ ఒక్క జాము మిగిలి ఉండగా తీసుకువచ్చాడు.

వాడున్న చోటికి, సైంధవుడున్న చోటికి దగ్గరగా తీసుకువచ్చాడు.

కౌరవ సేనేమన్నా తక్కువ తిన్నదా? ప్రాణాలు పణంగా పెట్టేసింది.

ఈ ఒక్క జాము గడిచిందంటే అర్జునుడు పోతాడన్న సంగతి తెలిసి, ఆ ఆశ నెరవేర్చుకోటానికి ప్రాణాలు పణంగా పెట్టేస్తున్నారు.

అర్జునుడు పోతే ఇక పాండవులేవిటి? యుద్ధమేవిటి? వారికి గెలుపేవిటి?

పదునెనిమిది అక్షౌహిణుల సేన.

యుద్ధం మొత్తానికి.

అందులో పదకొండు కౌరవుల వైపు.

అక్షౌహిణి అంటే దాదాపు ఇరవైరెండు వేల రథాలు, అంతే సంఖ్యలో ఏనుగులు, అరవయ్యైదువేల గుర్రాలు, లక్ష పదివేల సైన్యం.

అంత మంది.

ఎంతో మంది.

అలాటి అక్షౌహిణుల్లో సగం పైగా అక్షౌహిణులు ఒక లెక్క డొక్కా లేకుండా కూల్చేసాడు.

ఒంటి చేత్తో అర్జునుడు కూల్చేసాడు. పార్థుడు కూల్చేసాడు. బీభత్సంగా కూల్చేసాడు. అంత వీరుడు.

అర్జునుడే కూల్చేసాడు.పరమాత్మ అండగా ఉండగా కూల్చేసాడు.

అంతటి మహావీరుడు.ఇప్పుడు ఒకే ఒక్కడి కోసం వెతుకుతున్నాడు.

బెబ్బులిలా వెతుకుతున్నాడు.

శపథం నిలబెట్టుకోవాలని వెతుకుతున్నాడు.

కొడుకు చావుకు ప్రతీకారం తీర్చుకోవాలని వెతుకుతున్నాడు.

ఒకే ఒక్కడి కోసం.పిచ్చివాడిలా వెతుకుతున్నాడు.

సమయం పరుగులు పెడుతోంది.
దుర్యోధనుడి మొహంలో వెలుగు కనపడుతోంది.

సైంధవుణ్ణి మూడు జాములు రక్షించేసాం, ఇంకా ఒక్క జాము రక్షించలేమా అన్న ధీమా వచ్చేసింది.

గర్వంగా మీసాలు తిప్పుతున్నాడు.

ద్రోణుడి దగ్గరకు వెళ్ళాడు. ఆ మాటే అన్నాడు.

ఆయనా తల ఊచాడు.

గురువుగా కాకపోయినా, సేనాధిపతిగా, తల ఊచాడు.

రాజుగారు తనకిచ్చిన కార్యం సఫలం చేసానని చెప్పుకోటానికి గుర్తుగా తల ఊచాడు.

ఇంతలో కలకలం. అర్జునుడొచ్చేసాడని.

సమయం ఆసన్నమయ్యిందని కిష్టప్ప తీసుకొచ్చాడు. అర్జునుణ్ణి లాక్కొచ్చాడు.

కానీ పార్థుడొచ్చేప్పటికి సూర్యుడు దిగిపోతున్నాడు. మొహం ఎర్రగా చేసుకుని దిగిపోతున్నాడు. ఇంకొక్క క్షణమే ఉన్నది. అర్జునుడిలో కలవరం. బావా సైంధవుడు కనపడలేదు. ఎట్లా? నీకే కనపడలేదంటే చాలా ఆశ్చర్యంగా ఉన్నది. ఇప్పుడేవిటి నాకు దారి. అటు చూస్తే ఆదిత్యుడు దిగిపోతున్నాడు. అట్టే సమయం లేదు. ఇక నాకు ప్రాయోపవేశమే శరణు అన్నాడు.

నల్లనయ్య, నవ్వాడు. మందహాసంతోనే ఉన్నాడు. ఒకటే మాట అన్నాడు.

పార్థా అటు వైపే చూస్తూ ఉండు అంటూ తన వేలిని చూపించాడు. తల తిప్పవద్దు నువ్వు అన్నాడు.

అర్జునుడికి అర్థమయ్యింది. వీరుడికి, శస్త్రవీరుడికి చిన్నపాటి సంకేతం చాలు. చిన్న గుర్తు చాలు.

మత్స్యయంత్రాన్ని చేదించినవాడాయన.

సూర్యుడస్తమించాడు. సుయోధనాదులు కేరింతలు కొట్టారు. చిన్నపిల్లవాళ్లైపోయినారు.

ద్రోణుడికి చాలా అనుమానంగా ఉన్నది. సావధానం అంటూనే ఉన్నాడు. ఇంకొక జాము ఉండగా అప్పుడే సూర్యాస్తమయం ఏమిటి అని ఆలోచిస్తున్నాడు. అదే మాట పైకి అన్నాడు కూడాను.

ఆ కేరింతల్లో, సంతోషాల్లో సింహనాదాలు చేసుకుంటూ తిరుగుతున్నవారు ఆయన మాటలు పట్టించుకోలా. వినలా.

సైంధవుడూ సంతోషం పట్టలేకపోయె. అర్జునా, పోరా ఇక ప్రాయోపవేశం చేయరా అంటూ అరుస్తూ బయటకు వచ్చినాడు.

చివరాఖరికి బయటకు వచ్చినాడు. దాగుడు గుంటలోనుంచి బయటకు వచ్చినాడు.

అర్జునా, వాచాటా అంటున్నాడు.

అప్పుడు, అప్పుడు వచ్చేసాడు.

ఎవరు ?

ఆదిత్యుడు.

మయుడి మాయనుంచి బయటకు వచ్చేసాడు. హమ్మయ్యా, మయుడు వదిలేశాడు నన్ను అనుకుంటూ వచ్చేసాడు. ఇంకా సమయం ఉన్నది నేను కుంకటానికి, నా పొద్దు కుంకటానికి అంటూ బయటకు వచ్చేసాడు.

మయసభ నిర్మాత, ఎగిరే పట్టణాల నిర్మాత మయుడు కిష్టప్ప దగ్గరకు వచ్చి దణ్ణం పెట్టి దేవరా! ఆజ్ఞ! పనైపోయింది అన్నాడు.

ఇప్పటికి ఇంతే మయా, అన్నాడు పరమాత్ముడు.

అర్జునుడు సంతోషం పట్టలేక కన్నుమూసి కన్నుతెర్చేలోపల అస్త్రాలతో ఒక మాల తయారు చేసాడు. ఆయన మెళ్ళో వేశాడు. మయుడి మెళ్ళో వేసాడు. అంతే ఆయన అంతర్థానమైపోయినాడు మురిసిపోతూ.

అప్పుడు తిరిగాడు అర్జునుడు ఈ విపరీత పరిణామానికి స్థాణువులైపోయిన కౌరవుల వైపు.

సైంధవుడు కనపడ్డాడు. వాడి అరుపు వినపడ్డది. వాచాటా అన్న అరుపు వినపడ్డది.

కృష్ణపరమాత్మ అన్నాడు, ఆయనన్నాడు, పార్థా! వాచాట అని పిలుతున్న ఆ చాటను చింపెయ్యని.

అంతే అర్జునుడు అర్ధ చంద్ర శరం, పాశుపతాస్త్రం విడవటమేమిటి సైంధవుడి తల ఎగరటమేమిటి కనురెప్పపాటులో జరిగిపోయింది.

కౌరవుల పక్షం కేరింతల నుంచి శిలారూపానికి, శిలారూపమ్నుంచి హాహాకారాలకు పయనమైపోయినారు.

నల్లనయ్య అన్నాడు, అర్జునా ఆ తల కింద పడనివ్వకు ఆకాశంలో నిలబెట్టు దాన్ని అంటూ గుర్రాలను పరుగులు తీయిస్తున్నాడు.

అంతే, నల్లనయ్య మాట పట్టుకొని అర్జునుడు బంతాట ఆడుకుంటున్నాడు ఆ తలతో, ఆకాశంలోనే నిలబెట్టాడు గుర్రాలు పరుగులు తీస్తున్నంతసేపు...

నల్లనయ్య పరుగులు తీయిస్తున్నాడు రథాన్ని. ఎక్కడికో తెలియదు పార్థుడికి. కానీ ఆడుకుంటూనే ఉన్నాడు. తలతో బంతాట ఆడుకుంటూనే ఉన్నాడు.

వాడి రక్తంతో ఆకాశమంతా జేగురు రంగుకు మారిపోయింది. సూర్యుడికి రక్తాభిషేకం జరిగిందా అన్నంత ఇదిగా ఉన్నది.

ఆదిత్యుడు సెమ్మళించాడు. సంతోషపడ్డాడు. ఒక పంతం నెగ్గిందని. ధర్మంగా వీరంగా అర్జునుడు పందెం నెగ్గాడని. ఆ సంతోషంతోనే పశ్చిమంగా దిగిపోవటం మొదలుపెట్టినాడు.

నల్లనయ్య, రథాన్ని అక్కడికి కొన్ని కోసుల దూరంలో ఉన్న ఆశ్రమం వద్దకు తీసుకొనిపోయినాడు.

అక్కడ మునులు, తాపసులు, ముసలివారు సాయంకాల సంధ్యావందనానికి, సాయంసమయార్ఘ్యానికి వేళవ్వటంతో ఆ పనికి సన్నద్ధులయినారు.

నల్లనయ్య అర్జునుడితో అన్నాడు, పార్థా ఆ తలను అదిగో అక్కడ ఉన్నాడే ఒక మనిషి వాడి చేతుల్లో పడేట్టు కొట్టమన్నాడు. ఆ మనిషిని చూపించాడు.

అంతే పార్థుడి శరానికి గమ్యం నిశ్చయమైపోయింది.

ఆ తలకు, ఎగురుతున్న తలకు గమ్యనిర్దేశం అయిపోయింది. సైంధవుడి తల వెళ్ళి అక్కడున్న మనిషి చేతుల్లో పడటం, ఆ మనిషి దడుస్కుని తలను వదిలివెయ్యటం క్షణకాలంలో జరిగిపోయింది.

అప్పుడు జరిగిందయ్యా. ఒక విస్ఫోటనం.

ఒక తల కిందపడ్డది. ఒక తల వెయ్యి వక్కలైపోయింది.

పడ్డ తల సైంధవుడిది. వక్కలైన తల వృద్ధక్షత్రుడిది.

అవును సైంధవుడి నాన్న చేతులే అవి.

వాణ్ణి పెంచిన చేతులే ఆ తలను కిందపడేసినై. ఆ పాపానికి వెయ్యి వక్కలైపోయింది.

ఆ శాపానికి ఆ తండ్రి తలే వక్కలైపోయింది.

అందరూ ఊపిరి పీల్చుకున్నారు. గుండెల నిండా ఊపిరి పీల్చుకున్నారు.

పాండవ శిబిరం కోలాహలం.

కౌరవ శిబిరం కకావికలం.

కౌరవ శిబిరంలో హృదయ విదారక రోదనలు.

అవును సంగతి తెలిసిన దుస్సల ఏడుపులే అవి.

పాండవులకు కూడా మనసు తరుక్కుపోయే విధంగా ఉన్నది ఆ ఏడుపు.

రాత్రిపోయింది. అర్జునుడు తిరిగొచ్చాడు. శిబిరానికి తిరిగివచ్చాడు. జేజేలు అందుకున్నాడు.

దుస్సల నిస్సహాయంగా రోదిస్తూ యుద్ధభూమిలోకి అడుగుపెట్టింది.

మొండాలు తప్ప ఇంకేవీ కనపడట్లా అక్కడ. ఎవరిదేదో, ఏవిటో తెలియట్లా.

అంత భీకరంగా ఉన్నది అక్కడ పరిస్థితి.

నెమ్మదిగా ఒక్కో కళేబరాన్ని పలకరిస్తూ, చుసుకుంటూ పిచ్చిదానిలా తిరుగుతోంది ఆ అమ్మాయి.
వంద మంది అన్నల చెల్లి. ఈవేళ నిస్సహాయపు తల్లి.

చివరకు సొమ్మసిల్లిపడిపోయింది.

అక్కడ ఈ తల్లికి తల్లి గాంధారి తన దివ్యదృష్టితో చూసింది.

వ్యాసమహాముని ఇచ్చిన దివ్యదృష్టితో చూచింది.

తన బంగారు తల్లి సొమ్మసిల్లీ పడిపోయుండటం చూచింది.

ఇహ బయలుదేరి వచ్చింది యుద్ధరంగానికి.

ఆవిడ వచ్చేటప్పటికి దుర్యోధనాదులంతా పోయినారు.

ఒక్కొక్కడి శవం చూసుకుంటూ ఏడుస్తూ కదులుతున్నది.

యుద్ధరంగమంతా కలియ తిరుగుతోంది.

దుస్సల సౌమ్మసిల్లిపోయిన స్థలానికి వచ్చింది.

సైంధవుడి తల లేని మొండాన్ని చూచింది.
దుస్సల విధవ అన్న సంగతి ఆకళింపు చేసుకున్నది.

అంతే! ఆవిడలో కోపం కట్టలు తెంచుకున్నది.

అంత సాధువూ రౌద్రాకారం దాల్చేసింది.

కృష్ణుడేడి అన్నది.

నల్లనయ్య అక్కడనే ఉన్నాడు.

నువ్వే దీనికంతా కారణమని శపించింది.

నా వంశ నాశనంలానే నీ యదు వంశము దానితో పాటు నువ్వు దిక్కు లేని చావు చస్తారని శపించింది.

అందరికీ కళ్ళు బైర్లు కమ్మినవి.

నల్లనయ్యకు శాపం ఇచ్చే శక్తి ఉన్నదా అనుకున్నారు.

కానీ తల్లి, మహాతల్లి, పతివ్రత, సాధుశీలి, ధర్మవర్తిని శాపమిచ్చింది. అది వృధా పోదు.

కృష్ణయ్య నవ్వుతూనే ఉన్నాడు.

అమ్మా! మహాప్రసాదం అన్నాడు.

వంద మంది కొడుకులను పోగొట్టుకున్న తల్లి క్షోభ నాకు తెలుసమ్మా. అంతకు మించి నీ కూతురు విధవ అయినదన్న బాధతోనే ఈ శాపమిచ్చినావు. అది నాకు స్వీకారమేనన్నాడు ఆ నల్లనయ్య.

మొహాన చిరునవ్వు చెరగలా నల్లనయ్యకు. ఆ పరమాత్మునకు.

తల్లి శాపాన్ని చక్కగా తీసుకున్నాడాయన.

ఏమి తిప్పికొట్టలేకనా?

ఆ తల్లంటే ఉన్న గౌరవం వల్ల. ఆ చెల్లి పడ్డ బాధ వల్ల.

తన తప్పులేకపోయినా తన మొగుడి తప్పు వల్ల బాధ పడ్డ చెల్లి వల్ల, ఆ బాధను ఉపశమింపచేయటానికి ఆ శాపం తీసుకున్నాడు. అంతే.

ఆవిడకు, గాంధారికి ఇహ మాటలు లేవు.

మాటాడదామన్న మాటలు రాలా. రావు.

దుస్సలకు మాటలు లేవు.

ఉన్నా అవి బయటకు రావు.

చెల్లి, బంగరుతల్లి, అలా నిస్తేజమైపోయింది.

-- ఓం తత్ సత్!
-- ఇంతటితో సమాప్తం.
-- దుస్సల కథ సమాప్తం.

చదివిన వారందరికీ శతకోటి కృతజ్ఞతలతో. అసలు ఇది రాయాలన్న దానికి ప్రేరణ - స్త్రీ పర్వంలో గాంధారి యుద్ధభూమికి వచ్చి ఒక్కొక్కరి శవాలు చూచి విలపిస్తూ సైంధవుడి మొండెం దగ్గరకు వచ్చినప్పుడు పడ్డ బాధ, తిక్కనామాత్యుడు రాసిన పద్యాలు. అమృతవాక్కులు.

మనసు కదిలిపోయేలా రాస్తాడాయన.

అందులోవి చదివి, చివుక్కుమన్న క్షణం.

తిక్కనామాత్యా. ఈ లోకం ఎంతో అదృష్టం చేసుకున్నదయ్యా. అదీ, నువ్వు మా దేశంలో పుట్టి మరీ మమ్మల్ని పునీతుల్ని చేసినావు. ఎన్ని దణ్ణాలు పెట్టుకోవాలె ఆ భగవంతుడికి. ఈ అదృష్టానికి.

ధన్యోస్మి నాయనా. ధన్యోస్మి.

1) పల్కు తప్పమినెఱపంగ దలంచి ....
2) దయ దలిర్పంగ దుస్సల దలచి....
3) హృదయమున వగలేనియట్టిట్టు నట్టు...
4) నాటి రాత్రి యరులు చేసికొనిన ప్రతిజ్ఞ

5) విజయు ప్రతిజ్ఞకు...

6) రాజతిలక రాజరాజకంఠీరవ...

7) తోడబుట్టువు విధవయై...

8) తనయు గాచుపనికి...

9) తప్పు సైంధవుపై....

అంటూ సాగుతై ఆ పద్యాలు...మనసును మెలిపెట్టేస్తై...

అనగనగా

అనగనగ ఒక ఊరు

ఆ ఊళ్ళో ఇద్దరు అబ్బాయిలు

ఒక అబ్బాయి పేరు కోనాడుడు, ఇంకొకడి పేరు యామికుడు

ఇద్దరూ కాపరులే

కోనాడుడు ఆవుల మందకు కాపరిగా ఉంటే, యామికుడు గొర్రెల మందకు కాపరిగా ఉండేవాడు

ఓ రోజు ఒక ముని వచ్చాడు ఆ ఊరికి

ఆయన వచ్చే సమయానికి పొలిమేరల్లో వీళ్ళిద్దరూ మందలు కాస్తున్నారు

మందలు నెమ్మదిగా గడ్డి, గాదం, ఆకులు అలములు మేస్తున్నాయ్

ఇద్దరూ కాలు మీద కాలేసుకొని ఊపుకుంటు గడ్డిలో పడుకొని పాటలు పాడుకుంటున్నారు

సరే వీళ్ళిద్దరూ అట్లా ఉండగా, ఆయనకు ఆ ఊరి పెద్ద ఇంటికి దారి తెలియక వీళ్ళను అడిగాడు. కోనాడుడు కాలు దించక ఆ కాలుతోనే తూర్పు వైపు చూపించి ఉత్తరీయం ఎత్తుకొని ఊపుకుంటూ అట్లా పరిగెత్తుకుంటూ వెళ్ళిపో అదే వస్తుంది అని కాస్త కళ్ళు తెరిచి అర్ధనిమీలనంగా చెప్పినాడు

పడుకునున్న యామికుడు మటుకు లేచి అయ్యా వాడట్లానే అంటాడు, నేను ఊళ్ళోకే వెళ్తున్నాను మా మందను తోలుకొని పోయే సమయం కూడా అయిపోయింది, మాతో పాటు వచ్చెయ్యండి అని అన్నాడు. అన్నాక, దూరం దూరంగా ఉన్న గొర్రెల మందనంతా కష్టపడి దగ్గరకు చేర్చి బయలుదేరినాడు

నాయనా, సాయం చేసినావు కాబట్టి నీకు ఈ మంద ఎప్పుడూ దగ్గర దగ్గరగానే ఉండేట్టు వరం ఇస్తున్నాను. కానీ అలా కాలు చూపించి వేళాకోళం చేస్తూ ఉత్తరీయం ఎత్తుకొని పో అన్న ఆ

అబ్బాయికి శాస్తి జరిగేలా ఆవులన్నీ ఎప్పుడూ దూరంగా దూరంగా ఉండేలా, దగ్గరకు చేయాలంటే అతని జేజమ్మ దిగివచ్చేలా వరం ఇస్తున్నా అని ముని ఆ రెండు వరాలు ఇచ్చివేసినాడు

ఆ రోజటి నుంచి యామికుడు, యామికుడి సంతతి ఏ నాడు గొర్రెలను దగ్గరకు చేయవలసిన అవసరం పడలేదు. గొర్రెలన్నీ ఆ రోజు నుంచి ఈ రోజుదాకా మందలో దగ్గర దగ్గరగానే ఉంటున్నాయ్

ఆ రోజటి నుంచి కోనాడుడు, కోనాడుడి సంతతికి ఆవులను దగ్గర చెయ్యాలంటే చచ్చే చావయ్యేది. ఆవులన్నీ ఆ రోజు నుంచి ఈ రోజుదాకా మందలో కాకుండా దూరం దూరంగానే ఉంటున్నాయ్, మంద చెయ్యాలంటే చచ్చే చావుగాను ఉన్నది

ఓం తత్ సత్

(మార్చి 2014)

అనగనగా

అనగనగా అప్పుడెప్పుడో

బ్రహ్మలోకం

బ్రహ్మ సృష్టిలో మునిగిపోయున్నాడు

భూమిని అప్పుడే సృష్టించినాడు

వేరే పనిలో ఉండగా ఆయన పక్కన ఉన్న కమండలం ఒరిగి భూమి అంతా నీళ్ళతొ నిండిపోయింది

మనుషుల్నీ, జంతువులని, దయ్యాలని, చెట్టుని పుట్టని అదీ ఇదీ అనీ లేకుండా సృష్టించి భూమి మీద ఎవరి స్థలాల్లో వాళ్ళను పెడదామని ఇటు తిరిగినప్పుడు, అప్పుడు కనపడ్డది అంతా నీళ్ళతో నిండిపోయి

ఇదెక్కడి గోడవరా నాయనా, సరే ఆ నీళ్ళ కింద ఉన్న మట్టిని మొత్తంగా పైకి తెచ్చేస్తే సరిపోతుంది అని ఒక దయ్యాన్ని పిల్చి - ఒరే నాయనా, ఆ కిందదాకా వెళ్ళి మట్టిని గుప్పిళ్ళతో తీసుకొనిరా దీన్ని సరిచేద్దాం అన్నాడు

దయ్యం సరేనని వెళ్ళి నీళ్ళ కింద ఉన్న మట్టిని గుప్పెళ్ళలోకి ఎత్తుకుంది

గుప్పిట నిండినాక, బ్రహ్మ చెప్పినాడంటే దీన్లో ఏదో మహత్తు ఉండాల, అందుకని ఇంకాస్త తీసుకుని నడుముకున్న అంగవస్త్రంలో మట్టిని పోసి కట్టుకొన్నాడు

ఇంకాస్త ఆశ పెరిగింది. నోట్లో చెవుల్లో అంతా నింపుకున్నాడు. పైకొచ్చి గుప్పిళ్ళలో ఉన్న మట్టిని బ్రహ్మ చేతిలో పోసినాడు

ఆయన చక్కగా అంతా చల్లి బల్లపరుపుగా భూమిని ఒక చపాతీలా తయారు చేశినాడు

అంత లోపలికి వెళ్ళొచ్చావ్, అక్కడ ఎట్లా ఉన్నదో చెప్పు అని అడిగె ఆ పక్కనే ఉన్న మానవుడు

దయ్యం చెవుల్లో మట్టి ఉండటం వల్ల వినపడకపోవటం, నోట్లో మట్టి ఉండటం మూలాన మాట్లాడలేకపోవటం జరిగె

మట్టిని దొంగతనం చేసిన సంగతి బ్రహ్మకు తెలిసిపోయె. పాశం తీసినాడు. అది చూడగానే దయ్యానికి థారెత్తింది. తాట వలుస్తాడని పెద్ద పెద్ద అంగలు వేసుకుంటు పరుగెత్తటం మొదలుపెట్టాడు.

పరుగుల మూలాన అడుగు పడ్డ చోట లోయలు వచ్చినాయ్

అదే పరుగుల మూలాన అడుగు పడ్డ చోట అంగవస్త్రంలోని మట్టి చెల్లాచెదురుగా పడి కొండలు బండలు అంత ఎత్తున పేర్కొనిపోయినయ్

అట్లా ఆ రోజు నుంచి భూమంతా ఎగుడు దిగుడుగా తయారైపోయింది

ఇదంతా మానవుడి మూలాన వచ్చింది, వాడు నన్ను పరుగులు పెట్టించ్చాడు ఆ రోజు ఆ ప్రశ్న అడిగి - వాడిని వదలకూడదు అని ఆ రోజు నుంచి మనుషుల్ని పీడిస్తునే ఉన్నాడు ఆ దయ్యమూ , వాడి సంతతి

అట్లా ఓం తత్ సత్ జరిగె

(జూన్ 16, 2014)

అనగనగా

అనగనగా ఒక ఊరు

ఆ ఊళ్ళో ఇంద్రలుప్తుడు అని ఒక కుర్రవాడుండేవాడు

బలిష్ఠంగా కుదురుగా అందంగా ఉండటంతో అందరు ఆడపిల్లలకు కల్లోకొచ్చి గొడవ గొడవ

ఆ కుర్రవాడి తలిదండ్రులు చిన్నప్పుడే పోటంతో మేనమామ దగ్గర పెరిగినాడు

ఆ మేనమామకు ఇద్దరు పెళ్ళాలు

ఇద్దరు పెళ్ళాలకు చెరొక కూతురు

పెద్దావిడ కూతురు కాస్త పెద్దది. చిన్నావిడ కూతురు చిన్నది. చాలా చిన్నది. మేనమామ మాట కాదనలేక పెద్ద అమ్మాయిని పెళ్ళి చేసుకున్నాడు

పదేళ్ళు గడిచిపోయింది కానీ మనవలు మనవరాళ్ళు లేకపోటంతో, మేనమామ వొత్తిడి మేరకు పెద్దైపోయిన చిన్నమ్మాయిని కూడా పెళ్ళి చేసుకోవాల్సొచ్చింది.

అప్పటికి మనవాడికి కాస్త వెంట్రుకలు తెల్లబట్టం మొదలయ్యింది

చిన్నమ్మాయి - బావా నీ జుట్టు తెల్లగా అయిపోతే ఎవరన్నా చూస్తే నన్ను నీ కూతురు అనుకుంటారు అందుకని ఓ పని చేస్తాను అని జుట్టు నూనె రాసి చేసినప్పుడు ఉన్న తెల్ల వెంట్రుకలు అన్నీ వరసాగ్గ పీకి ఆ పక్కనే ఉన్న పెద్దక్క విడుపు బట్టల మీదకు పారేసేది

పెద్దమ్మాయి - బావా, నీ జుట్టు నల్ల నల్లగా నిగనిగలాడుతుంటే చుసినవాళ్ళంతా నన్ను నీ తల్లి అనుకుంటారు అందుకని ఓ పని చేస్తాను అని తలంటు పోసి చిన్నావిడ రాసిన నూనె వదిలించి నల్లవెంట్రుకలు ఊడబీకి ఆ పక్కనే ఉన్న చిన్నావిడ విడుపు బట్టల మీదకు విసిరేసేది

అలా మొత్తానికి మంగలాయన అవసరం లేకుండా చక్కగా గుండైపోయింది. ఇద్దరు అక్కాచెళ్ళెల్లు కలిసి కుదుళ్ళకంటా పీకటంతో బట్టతల బాబయిపోయినాడు

ఇది చూసి ఆ ఊళ్ళో వాళ్ళంతా ఇంద్రలుప్తుడు అన్న చక్కని పేరొదిలేసి తల మీద వెంట్రుకలు పీకించుకుని బట్టల మీద పడేయించుకున్న బాబుగా, బట్టతల బాబుగా మిగిలిపోయి ఆ పేరు తరతరాలకు "గుండు బాబులకు" ప్రతీకగా మిగిల్చేశాడు..

అలా ఓం తత్ సత్ అయ్యింది

(-- ఇంద్రలుప్తకము అంటే బట్టతలకు ప్రత్యామ్నాయ పదం అని తెలిసిన రోజు రాసుకున్న పిట్ట కథ - జులై 2014)

అనగనగా

అనగనగ ఒక అడవి

ఆ అడవిలో ఒక పుట్ట

ఆ పుట్టలో ఎన్నో చీమలు

రోజూ కష్టమే

ఆ బరువు ఈ బరువు ఎత్తుకొని రావటం, పుట్ట గోదాములో దాచటం

పుట్ట పక్కనే ఓ గొల్లభామ ఉండేది

ఆ గొల్లభామకెప్పుడూ ఆట పాట

పాట బా పాడేది

తిండి బా దొరికిన రోజు పాటలు ఎక్కువయ్యేవి

ఏ రోజు తిండి ఆ రోజుకే

తర్వాతి రోజు తిండి తర్వాతి రోజే

చీమలు ఆ పాట పాడే గొల్లభామను చూసి, ఒరే నాయనా అట్లా పాటలు పాడితే ఏమొస్తుందిరా, తిండి దాచుకుంటే పనికొస్తుంది కదా అనేవి

అదేమో వినకుండా రాగం ఆరున్నొక్క స్థాయికి తీసుకెళ్ళేది

సరే, దాని చావు అది చస్తుంది అని రోజూ చెప్పే చీమలు చెప్పటం మానిపారేశినాయ్

వేసంకాలం భగ భగగా వచ్చేసింది

చీమలకు వేసంకాలం మరింత శ్రమ

కానీ ఆ శ్రమ అంతా చలికాలం వచ్చేప్పటికి కాస్త తగ్గేది

వేసంకాలంలో దాచుకున్నది చలికాలంలో తినటానికి ఉపయోగపడేది

చలికాలం వచ్చేసింది

గొల్లభామకు తిండి దొరకట్లా

పాటలు తగ్గినాయ్

శోష వస్తోంది

చీమల దగ్గరకు పొయ్యి అలో లక్ష్మణ, కాస్త తిండి పడెయ్యండి బాబో అని అరిచింది

చీమలొచ్చినయ్

అరేయ్ నీకు ఏం చెప్పాం ? మా మాట వినకుండా వేసంకాలం అంతా పాటలు గీటలు పాడి మజా చేశావ్. ఇప్పుడు మా దగ్గరికొచ్చి అడిగితే ఎట్లా, నువ్వేమో ఇంతబారున వంద చీమలు తినే ఆహారాన్ని ఉఫ్ఫున ఊదేస్తావ్. అందువల్ల నీకు ఒక్క మెతుకు కూడా ఇచ్చేది లేదు అబ్బాయ్. మాకు చాలా

కష్టమైపోతుంది. అందువల్ల నువ్వు అప్పుడు పాడిన పాటలకు ఇప్పుడు నాట్యం చేస్కో - ఆకలి మీద ధ్యాస పోతుంది అన్నవి

గొల్లభామకు ఇంతబారున కోపం వచ్చింది

ఏయ్ తిండి ఇచ్చెయ్ అని లాక్కుపోయింది

పోతూ పోతూ కాలొకటి ఎనక్కి, చెయ్యొకటి ముందుకు వేసుకుంటూ నాట్యాలు చేసుకుంటూ పొయ్యింది

అలా తిండి ఎత్తుకుపోయినందుకు చీమలన్నీ కత్తులు కటార్లు తీస్కపొయ్యి గొల్లభామను వేసిపారేసినాయ్

ఆ రోజు నుంచి గొల్లభామ నాట్యమాడిందా, చీమల చేతిలో చచ్చిందన్నమాటే

అట్లా ఓం తత్ సత్ అయ్యిందన్నమాట

-- Sometime in 2012

అనగనగా

అనగనగా ఒక ఊరు

ఆ ఊళ్లో ఒక కుర్రవాడు

అతని పేరు తీంట్రకుడు

చాలా మంచివాడు, నెమ్మదైనవాడు

ఆ ఊళ్ళో అన్నీ ఉన్నాయ్ కానీ అగ్గి ఉండేది కాదు

ఆ ఊరికి అగ్గిదేవుడు శాపమిచ్చినాడని ఆ ఊళ్ళో పెద్దవాళ్ళు చెప్పుకునేవాళ్ళు

ఎంత నిప్పైనా వెలిగించటం ఆలస్యం చప్పున ఆరిపోయేది

తంటాలు పడి ఎట్లానో నెట్టుకొస్తూ ఉండేవారు

సాయంత్రం రచ్చబండ దగ్గర మటుకు తిట్టుకునేవాళ్ళు, ఏడ్చేవాళ్ళు - ఈ నిప్పు బాధ ఎవరిన తీరిస్తే బాగుండునని

తీంట్రకుడి మనసు అసలే మెత్తన, ఈ ఏడుపులు విని చాలా బాధపడిపోయినాడు

లాభం లేదని తపస్సు మొదలుపెట్టి ఒక చెట్టు కింద కూర్చొనె

ఎంత తీవ్రంగా తపస్సు చేసినాడంటే ఆ చెట్టు చుట్టూ పుట్టలు కట్టుకొనిపోయేదాకా చేసినాడు

ఇంతకీ ఆ తపసు ఏ దేవుడి గురించి?

ఇంకెవరు ?

సాక్షాత్ అగ్గిదేవుడే

కాలం గడిచింది. ఇంకా గడిచిపోతోంది

మొత్తానికి కొన్ని రోజుల తర్వాత ప్రత్యక్షమైనాడు అగ్గి మహరాజ్

ఏం కావాలె నీకు అన్నాడు తీంట్రకుడితో

నువ్వు అప్పుడెప్పుడో దేని మీద కోపంతో శాపం ఇచ్చినావు, అందువల్ల చచ్చే చావవుతోంది అందరికి. మా ఊరికి అగ్గి కావాలె, అగ్గి రాజేస్తే ఎప్పటికీ చచ్చినా ఆరిపోకూడదు, ఆ వరం ఇచ్చెయ్ అన్నాడు ఈయన

అట్లా అంటే ఎట్లా అబ్బాయ్, మీ కర్మను బట్టి అట్లా శాపమివ్వాల్సి వచ్చింది. అయినా నువ్వు కోరుకునే కోరిక విపరీతమైనది. నేను ఆరిపోతూ వెలుగుతూ ఉండాలి. వెలిగాక ఆరకూడదు అంటే చాలా ప్రమాదం అన్నాడు అగ్ని

అదంతా నాకు తెలీదు ఇచ్చెయ్ అన్నాడీయన

సరేనని అడిగిన వరం ఇచ్చి వెళ్ళిపోయినాడు అగ్ని

ఆ రోజు ఆ ఊళ్ళో వెలిగిన అగ్గి, ఎంతకీ ఆరకపోయేప్పటికి ఊరంతా బూడిదైపోయింది

ఆ మంటల్లో పడి చాలా మంది బూడిదైపోయినారు కూడాను

అలా పోయినవారిలో ఒక ముని కూతురు కూడా ఉన్నది

ముని ఆ సమయానికి ఊర్లో లేడు

అందరూ బూతులు తిట్టినారు తీంట్రకుడిని

ఇంతలో ముని వచ్చి సంగతి తెలుసుకొని ఆగ్రహోదగ్రుడైనాడు

తీంట్రకుడికి శాపమిచ్చినాడు

ఏమని?

నువ్వు ఈ ప్రపంచంలో మనుషులు బతికున్నంతవరకు అతి వికారమైన రూపంలో వారికి గుర్తు చేస్తూనే ఉంటావ్ ఈ బూడిద గురించి, ఈ చచ్చిపోయిన వారి గురించి అని

ఆ రోజు నుంచి మానవులకు చిటపటలు, దురదలు లభ్యమయినాయి. దురద పుట్టి శరీరం గోకినపుడల్లా, తెల్లగా చారలు పడి, పొడి పొడిగా తెల్లటి బూడిద అణువులుగా ఒంటి మీదనుంచి రాలేట్టు, ఆ ఆరని అగ్గిలో చచ్చిపోయినవారిని గుర్తు చేసేట్టు ఆ తీంట్రకుడు మన ఒంటి మీద ఉంటూనే ఉన్నాడు..

ఓం తత్ సత్!

-- ఒకానొక శీతాకాలం ఒళ్ళు ఎండిపోయి చిటపటగా దురద పుట్టి గోకినపుడు పడిన చారలు, ఆ చారల మూలాన పైకి లేచొచ్చిన "Dead Cells" ని చూసినప్పుడు వచ్చిన ఆలోచనతో రాసుకొన్న కథ

అనగనగా

అనగనగ ఒక ఊరు

ఆ ఊళ్ళో ఎర్రిపాణుడు అని ఒక ఎడ్డివాడు ఉండేవాడు

అపిరి చెయ్యమంటే తిపిరి చేసుకు వచ్చేవాడు

వాడి సంగతి తెలిసిన వారెవ్వరు వాణ్ణి పనిలోకి పిలిచేవాళ్ళు కాదు

ఓ రోజు పక్కూరునుంచి ఒక వర్తకుడు వచ్చాడు

వాడి పేరు బుడ్డబుద్ధుడు

ఆ వర్తకుడి దగ్గర బోల్డన్ని పప్పు దినుసులు ఒక కుండలో, నెయ్యి ఒక కుండలో, నూనె ఒక కుండలో, తేనె ఒక కుండల్లో పెట్టి ఉన్నాయి

అవన్నీ ఒక గాడిద మీద కట్టుకొని వచ్చినాడు ఆ ఊళ్ళోకి

ఆ ఊరికొచ్చేప్పటికి ఆ గాడిదకేమొచ్చిందో గావుకేకలు పెట్టి చచ్చిపొయ్యింది

ఇదెక్కడి ప్రారబ్ధంరా నాయనా అని, ఇప్పుడు ఇవన్నీ మోసుకెళ్ళేవారు ఎవరని చూస్తూండగా ఎర్రిపాణుడు ఆ పక్కనుంచి పోతూ కనపడినాడు

అప్పుడు ఆ బుడ్డబుద్ధుడు - అబ్బాయ్ - ఈ కుండలన్నీ పక్కూరికి మోసుకుపోటానికి సాయం కావాలి, రెండు బంగారు నాణాలు ఇస్తాను ఎవరన్నా ఉంటే చెప్పమన్నాడు

ఎవరో ఎందుకు నేనే ఉన్నా, నాకిచ్చెయ్ ఆ నాణాలు అని ఒక కావిడి ఎత్తుకొచ్చి, కుండలు ఆ కావిడిలో పెట్టి ఒహోం ఒహోం అంటూ బయలుదేరినాడు

వర్తకుడు వీడు పక్కపక్కనే నడుస్తూ పగటికలల్లోకి జారిపోయినారు

వర్తకుడేమో ఈ కుండల్లో ఉన్నవన్నీ అమ్మేస్తే ఒక దుర్గం కట్టుకోవచ్చు, అందులో నలుగురు రాణులని పెట్టుకొని కుండలేం ఖర్మ కొండలు కొండలు పప్పు దినుసులు అమ్మి, ఇంకా సంపాదించి ఇంకో పది మంది అదర్భ, సుదర్భ, వింతల, సుంతల రాజ్యాల రాణులను కట్టుకొంటాను. ఇంతమందిని పెళ్ళి చేసుకున్నాను కాబట్టి దాని పేరు కళ్యాణ దుర్గం అని పెట్టుకుంటాను. పెళ్ళిలో పప్పుదినుసులు ఉట్టి కట్టి ఇలా పగలకొడతాను అనుకుంటూ ఒక్క ఎగురు ఎగిరినాడు

అదే సమయంలో ఎర్రిపాణుడు కూడా ఒక కలకంటూ - వీడిచ్చే బంగారు నాణాలతో గుడిసె వదిలి భవంతి కట్టుకుంటా. అందులో నౌకర్లను ఎగిరెగిరి తంతా అనుకుంటూ ఒక్క ఎగురు ఎగిరినాడు

ఈ రెండు ఎగురుళ్ళ మూలాన కావిడికి చచ్చే చావయ్యింది

అన్నీ కిందపడి పోయినాయ్.మట్టికొట్టుకుపోయినాయ్. ఇద్దరూ లబ లబ

నువ్వు తన్నావంటే నువ్వు తన్నావని అందుకే మొత్తం పోయిందని కొట్టుకుంటున్నారు.

ఇంతలో దారిన పొయ్యే దానయ్య ఒకాయన కనపడితే ఆయన్ని పట్టుకున్నారు తీర్పు చెప్పమని

ఆయనకు ఇదంతా విని నవ్వాలో ఏడ్వాలో తెలియలా. ఆ సందిగ్ధంలో ఆయనుండగా వీళ్ళు ఒత్తిడి చేస్తున్నారు తీర్పు చెప్పమని, లేకపోతే ఇద్దరికీ ఆ దానయ్యే ఆ పడిపోయిన కుండలకు డబ్బులు ఇవ్వాలని

వార్ని తస్సాదియ్యా అనుకొని బాబూ, ఇది, ఈ కుండలు పడిపోటం మూలాన జరిగిన నష్టం మీరు ఊహించలేనిది. ఈ కొంచెమే కాదు మీకు పోయింది. దీనికి పదింతలు పోయింది. వర్తకుడా - నీకు ఒక కళ్యాణ దుర్గం పోయింది, పది మంది రాణులు పోయారు, కొండలు కొండలు పప్పుదినుసులు పోయినయ్, ఉట్టికుండలు పోయినాయ్. ఎర్రిపాణా - నీకు గుడిసె పోయింది, భవంతి పోయింది, నౌకర్లు పోయారు కాబట్టి ఈ నాలుగు కుండల కోసం కొట్టుకోకండి. అంత పెద్ద నష్టమ్ముందు ఈ నాలుగు ఓ లెక్క కాదు. ఇద్దరి నష్టమూ సమానమే. ఎవరూ ఎవరికి ఏమీ ఇచ్చుకోవక్కరలా అని తీర్పు చెప్పినాడు

దాంతో ఇద్దరికీ ఓం తత్ సత్ అయ్యింది

అనగనగా

అనగనగా ఒక ఊరు

ఆ ఊరి పక్కనే ఒక అడివి

ఆ అడివిలో బోల్డు పిట్టలు, జంతువులు

అదే అడివిలో ఓ పేద్ద మాను

అలాటిలాటి మానా అది ?

పేద్ద మర్రి మాను

వందలాది పక్షులకు, జంతువులకు నీడనిచ్చేది

అక్కడున్నవన్నీ సాయంత్రం అయ్యేప్పటికి, సూర్యుడు కుంగేప్పటికి పిచ్చాపాటికి చేరేవి

రచ్చబండలో ఎన్నో కబుర్లు, కిచకిచలు, కిలకిలలు, కువకువలు, ఘీంకారాలు, గాండ్రింపులు వగైరా వగైరా

ఓ రోజు పిచ్చాపాటిలో ఓ గుంపు దగ్గర గలభా బయలుదేరింది

దేనికి ?

ఆ మర్రిచెట్టుకు సంబంధించి అత్యంత స్నేహితం, బంధుత్వం ఎవరికి ఉంది అన్నదాని మీద గొడవ బయలుదేరింది

తాబేలన్నది - ఓయ్, నా వయసు ఎంతో నాకే తెలీదు, నా చిన్నప్పటినుంచి మర్రిచెట్టు నేను కలిసే పెరిగాం. అందువల్ల అది నాకే దగ్గర. నేనే అతి సమీప బంధువుని అని

కాకి అన్నది - ఎహె, ఊర్కో నువ్వొచ్చి ఐదేళ్ళుకాలా, ఇంతబారున సోది చెప్తావ్. మా గూడు ఇక్కడ మా తాత కట్టాడు. అప్పటినుంచి మా నాయన, నేను అందరం అక్కడే పుట్టి పెరిగినాం. ఆ గూట్లోంచి కిందకు గెంతి, మళ్ళీ పైకెక్కి మర్రిచెట్టుతో ఆటలాడుకునేదాన్ని, ఏనే సమీప బంధువుని అని

కోతి అన్నది - నేను చిన్నప్పటినుంచి దాని ఊడలు కిందకు లాగి, గంతులెయ్యటం మూలాన ఇంత పెద్దదయ్యింది అందువల్ల నేనే గొప్ప, నాకే బంధుత్వం ఎక్కువ అని

ఇంకా అలా ఎన్నో జంతువులు పిట్టలు కొట్టేసుకున్నాయ్, మర్రి చెట్టు నాదంటే నాదని. ఇవన్నీ చూస్తున్న గబ్బిలం మటుకు ఏమీ మాట్లాడట్లా.

అరే ఈ గబ్బిలం ఏమీ మాట్లాడట్లేదని కిందనుంచి పైకి వేళ్ళాడేవాడని వేళాకోళంగా ఎత్తిపొడుస్తూ అడిగినాయ్

సోదంతా విని గబ్బిలం ఒకటే మాటన్నది

ఏమన్నది ?

అరే బాబులూ - ఇక్కడికి ఒక పది మైళ్ళ దూరంలో ఓ మర్రి చెట్టుంది తెలుసా మీకు అని అడిగింది

ఆ తెలుసు దాని సంగతి ఇప్పుడెందుకు అని అడిగినాయ్ మిగతావన్నీ

నేను రాత్రిపూట రోజు పొయ్యి వస్తూ ఉండేవాడిని గుర్తుందా అని అడిగె గబ్బిలం

ఆ, నువ్వా సరే నీ రాత్రి షికారు సరే - ఇంతకీ సంగతేందో చెప్పు అనె మిగతావి

ఆ మర్రిచెట్టుకు కాసిన పళ్ళను తిని, పొద్దున్నొచ్చి ఇక్కడ ఆ గింజను నే విసర్జిస్తే పుట్టింది ఈ చిన్న బుజ్జి చెట్టు. ఇప్పుడు చెప్పండి ఎవులు దగ్గరో అన్నది గబ్బిలాయి

అందరూ గపు చుపుగా రచ్చబండనొదిలి హుష్కాకిగా మాయమైనారు దెబ్బకు...

ఎక్కువగా మాట్లాడని వాడి దగ్గర చాలా విషయముంటుందని తెలుసుకొని అప్పుడు ఓం తత్ సత్ అయ్యె

-- సెప్టెంబరు 2014

అనగనగా

అనగనగా ఓ ఊరు

ఆ ఊర్లో ఒక ఆసామి

ఆ ఆసామికి రెండు కాడెద్దులు

తెగ పని చేయించేవాడు. రోజు పొద్దున్న పోతే, సాయంత్రానికి ఇంటికి రావటం

ఇంటికొచ్చాక విశ్రాంతి పాడు లేకుండా గానుగెక్కటం, నూనె పిండటం

మొహాన ఇంత తవుడు, గడ్డి పడేసేవాడు

ఆ రెండిట్లో చిన్న ఎద్దుకు పిచ్చ కోపంగా ఉండేది

ఆ ఆసామిని ఎప్పుడైనా సమయం చూస్కొని కొమ్ముల్తో ఏసిపారేద్దామనుకునేది

పెద్ద ఎద్దు ఏమో, ఒరే చిన్నవాడా అంత కోపం పనికిరాదురా, వాడు మనకు పనిచ్చి, కాస్తో కూస్తో తిండి పెట్టి, పడుకోటానికి ఇంత జాగా ఇచ్చాడు. ఆ మాత్రం కృతజ్ఞత లేకపోతే ఎట్లాగని సవరదీసేది

చిన్న ఎద్దు, చెప్పినప్పుడు ఉసూరంటూ ఊరుకునేది

ఇంతలో ఓ పందిని, ఓ మేకను తెచ్చి పెట్టాడు ఇంట్లో ఆ ఆసామి

రెండిటినీ బాగా మేపటం మొదలుపెట్టాడు. పనీ లేదు, పాట లేదు - రోజంతా తిండే

సూదిలా ఉన్న మేక భీముడి గద అంత అయ్యింది వారం రోజుల్లో

భీముడి గదలా ఉన్న పంది ఏనుగంత అయ్యింది

ఇది చూసి చిన్న ఎద్దుకు సలసల భగభగ పంజేసేవాళ్ళం మేము, తిండి వాటికానని

పెద్దోడేమో - ఒరే ఊర్కోరా అని వెనక్కు లాగటం

ఓ రోజు పొలమ్నుంచి ఇంటికొచ్చేప్పటికి ఇల్లంతా హడావిడిగా ఉన్నది

అటు చూస్తే పంది పోయె, ఇటు చూస్తే మేక పోయె

రెండూ కనపడలా

ఇంట్లో లొట్టలు వినపడుతున్నయ్

పెద్ద ఎద్దుకు అర్థమయ్యింది

ఒరే లొట్టలు విన్నావా అన్నది

ఆ, ఆ విన్నా కానీ - ఈ పంది మేక ఏమైపోయినాయో, వాటినన్నా ఓ కుమ్ము కుమ్ముతానన్నది

ఒరే చిన్న బుజ్జి, నీకు ఆవేశమే తప్ప బుర్ర లేదురా. మన ఆసామి అంతగా మేపి లటుక్కున ఏసేసి వండుకు తిన్నారు.

పాపం వాటి జీవితాలని అవే మేసేసుకున్నాయ్ తిండి కోసం. అందుకని, నువ్వు ఎక్కువ కొమ్మలు ఊపుకుంటూ ఓవర్రాక్షను చెయ్యబాక అని చెప్పింది

అర్థమయ్యింది అన్నా, ఇంకెప్పుడు అట్లా చెయ్య... ఇద్దరం కలిసి బ్రతకడానికి మేద్దాం, కానీ పోడానికి కాదు అని తలొంచుకుని పని చెయ్యటం మొదలు పెట్టినాడు చిన్నోడు

అందువల్ల ....

ఓం తత్ సత్

అనగనగా

అనగనగ ఒక అడవి

ఆ అడవిలో ఎన్నో పక్షులు

ఆ పక్షులన్నిటికీ ఒక రాజుగారుండేవాడు

ఆ రాజు గారి దగ్గర గద్ద మంత్రిగా పనిచేసేది

ఎన్నో ఏళ్లు పని చేసాక వానప్రస్థ సమయం వచ్చిందని రిటైరు అయిపోమన్నాడు రాజుగారు

ఇట్లా రిటైరైపోతే నాకు ఆహారం ఎట్లా అనె గద్ద

సరే అయితే వోయి నీక్కావలసిన పిట్టను పట్టుకురా, ఇక ప్రతిరోజు అదే నీకు ఆహారం అన్నాడు ఈతన

గద్ద సరేనంటూ ఆకాశంలోకి పైకి పైపైకి వెళ్ళిపోయి వెతకటం మొదలుపెట్టింది

తిరుగుతూ తిరుగుతూ ఉండగా ముద్దు ముద్దుగా చిన్న చిన్నగా ఉన్న గుడ్లగూబ పిల్ల కనపడ్డది

లటుక్కున ఎత్తుకొచ్చి రాజు గారి ముందు పెట్టింది

సరే ఈ రోజటి నుంచి గుడ్లగూబలు నీకు ఆహారం, ఇదే నా ఆదేశం అన్నాడు రాజు

ఆ వార్త విన్న ఇతర పక్షుల్లో ఓ ముసలి పక్షి అడిగింది మంత్రిని

ఏమని ?

నువ్వు ఆ గుడ్లగూబ పిల్లను ఎత్తుకొచ్చినప్పుడు దాని తలిదండ్రులు ఏమన్నారు అని అడిగె

గద్ద అన్నదీ - వాళ్ళు మౌనంగా చూస్తూ ఉండిపోయినారు అని

అది చాలా ప్రమాదకరమైన విషయం, అవి అసలే నిశ్శబ్ద జీవులు, నిశ్శబ్దంగానే ఉంటవి - ఇలా చేసావని రాత్రిపూట నిశ్శబ్దంగా వచ్చి చీల్చి చెండాడేస్తాయ్, బతకలేవు నువ్వు అందుకని ఆ గుడ్లగూబ పిల్లని తీసుకెళ్ళి వాళ్ళ దగ్గరే వదిలెయ్ అని ముసలి పక్షి సలహా

గద్ద ఆలోచించింది, ముసలి పక్షి చెప్పింది నిజమేననిపించింది

గుడ్లగూబ పిల్లను నిశ్శబ్దంగా తీసుకెళ్ళి వాళ్ల తలిదండ్రులకు ఇచ్చేసింది

తిండి పోయింది అని మళ్ళీ రాజుగారి దగ్గర మొరపెట్టుకోగా, ఇంకో పిట్టను పట్టుకో దానికి అంత ఏడ్చేదేముందన్నాడు ఆయన

సరేనని మళ్ళీ వెతుకులాటలో పడి ఈ సారి ఓ కోడిపిల్లని పట్టుకొనె

కోళ్ళన్నీ అరుపులతో గోల గోల చేసినయ్, తరుముకొచ్చినయ్ కానీ గద్ద వాడి గోళ్ళకు భయపడి ఊరకున్నాయ్

గద్ద కోడిపిల్లను తీసుకొచ్చి రాజుగారికి చెప్పింది ఇదే నా ఆహారం అని

అయితే ఈరోజటి నుంచి కోళ్ళు నీకు ఆహారం అన్నాడు రాజుగారు కూడ

ఇంతలో ముసలి పక్షి మళ్ళీ అడిగింది - నువ్వు ఆ కోడి పిల్లను ఎత్తుకొచ్చినప్పుడు దాని తలిదండ్రులు ఏమన్నాయ్ అని

గోల గోల చేసినాయ్ కానీ నన్నేమీ చెయ్యలేకపోయినయ్ అనె గద్ద

శుభం - అయితే అదే నీకు ఆహారం అని ముసలి పక్షి నవ్వె

ఆరోజటి నుంచి కోడి, కోడిపిల్లలు గద్దకు ఆహారమవుతూనే ఉన్నాయ్

నీతి ఏందంటే - అరిచేవాడు ఎప్పుడూ అరుస్తూనే ఉంటాడని ఘంటాపథమైన నమ్మకం, కానీ మౌనంగా ఉన్నవాడు ఎప్పుడు అరుస్తాడో కరుస్తాడో తెలియదు. అందుకని మౌనంగా ఉన్నవాణ్ణి నమ్మటం మంచిది కాదు

ఓం తత్ సత్

-- 2003లోనో 2005లోనో విడుదలైన పైరేట్స్ ఆఫ్ కరీబియన్ సినిమాలో జాక్ స్పారో ఓ మాట అంటాడు - మోసగాడు ఎప్పుడూ మోసమే చేస్తాడు కానీ నిజాయితీపరుణ్ణి ఎప్పుడు నమ్మబాకు, వాడు ఎప్పుడు మోసం చేస్తాడో తెలియదు అని

-- 2011లో ఆ సినిమా డి.వి.డి కొని మళ్ళీ చూసినరోజు, కాకతాళీయంగా అదే రోజు పాలినేషియన్ జానపదకథ ఒకటి చదవగా అదీ అదే మాట ఇంకో రూపంలో చెప్పింది. దానికి, ఆ పాలినేషియన్ కథకు స్వేచ్ఛానుసరణగా రాసుకున్న కథ

అనగనగా

అనగనగా ఒకానొకప్పుడు

అమాయకుడైన మానవుడు

మరింత అమాయకుడైన చంద్రుడు

ఆ చంద్రుడికి, ఈ మానవుడికి మంచి స్నేహితం ఉండేది

మానవుడు, అమాయకత్వం వల్ల మంచి చేస్తున్నాననుకుంటూ
పిచ్చ పిచ్చగా చిలిపి పనులు చేస్తూ ఉండేవాడు

ఆ సావాస దోషం చంద్రుడికీ అంటింది

అలా వినాయక సామి దగ్గర వేషాలు వేసినాడు

ఆయన ఊరుకున్నా అమ్మ ఎందుకు ఊరుకుంటుంది ?

శాపం పెట్టిపారేసింది

అలా చంద్రుడికి కర్మవశాన, స్నేహవశాన శాపం వచ్చి నెత్తిన పడి కూర్చొన్నది

ఆ తర్వాత ఏడుపులు రాగాలు విని తల్లి గుండె కావటం వల్ల శాపావకాశం ఒసగింది కూడాను

క్షీణించిపోయి మరణించి మళ్ళీ పుట్టేవాడు

అది చూసి అమాయక మానవుడు బాధపడ్డాడు

అమాయకుడైనా స్నేహమంటే ప్రాణమిచ్చేవాడు మానవుడు

చంద్రుణ్ణి అడిగాడు

ఒరే ఇట్లా నువ్వు పోయినప్పుడు నా జీవితమంతా చీకటైపోతోంది, నన్నూ తీసుకొని పో నీతోపాటు అని అన్నాడు

చంద్రుడన్నాడు - అది కాదురా నేను మళ్ళీ బతికొస్తానుగా, ఒకట్రెండురోజుల్లో అందాకా ఓపిక పట్టు అని

మానవుడన్నాడు రాట్ కుదరదంటే కుదరదని

నేనూ పోవాల్సిందే మళ్ళీ పుట్టాల్సిందేనని

నువ్వేది చేస్తే నేనూ అదే చెయ్యాలని, నీకు ఏది అయితే నాకు అదే కావాలని

చంద్రుడు చేతులెత్తేశాడు

నాకు తెలవదు, నువ్వు అమ్మ దగ్గరకు వెళ్ళిపోయి అడుగు అన్నాడు

మానవుడికి ఆ అమ్మ దగ్గరికి వెళ్ళటం ఎట్లాగో తెలియలా

కొంతమందిని అడిగాడు

వారన్నారు తపస్సు చేయమని

ఉగ్ర తపస్సు చేసినాడు

అమ్మకు వేరే దారి లేకపోయె. ప్రత్యక్షమయ్యింది
ఏమి కావాలె నీకు అని అడిగె

చంద్రుడికి ఏదిచ్చావో నాకూ అదే ఇవ్వు అన్నాడు వీడు

మళ్ళీ ఆలోచించుకోమన్నది అమ్మ

ఇచ్చెయ్యమ్మా ఆలసించకుండానని పట్టుపట్టినాడు

అమ్మ, ఆ అమ్మలగన్న అమ్మ, ఆ పార్వతమ్మ ఇచ్చివేశింది

ఆ వరం ఇచ్చివేసింది.

ఆరోజటి నుంచి మనిషిలోకి ఆత్మ వచ్చి చేరింది

మనిషి మరణించినా ఆత్మకు మరణం లేదని, మళ్ళీ
పుడుతుందని వరమిచ్చింది

అట్లా ఆ రోజటి నుంచి మనిషి పుడుతున్నాడు, చస్తున్నాడు - కానీ మళ్ళీ పుడుతునే ఉన్నాడు

-- 20 సెప్టెంబరు, 2012
-- ఆ సంవత్సరం వినాయకచవితి జరిగిన తర్వాతి రోజు ఆ కథను ఆధారం చేసుకొని రాసుకొన్న పిట్ట కథ

అనగనగా

అనగనగా ఒక ఊరు

ఆ ఊరిపక్కనే ఒక అడివి

ఆ అడివిలో ఓ పేద్ద ఆశ్రమం

ఆ ఆశ్రమంలో ఓ ముని

ఆ ఆశ్రమంలో సాధు, క్రూర జంతువులు కలిసే ఉండేవి

ఒక పులి కూడా

ఆ పులికి రెండు కూనలు

మహా సాధుగా ఉండేది ఆ పులి

ఆ పులంటే ఆ మునికి బాగా ప్రేమ కూడా

ఓ రోజు ఊళ్ళోవాళ్ళలో దాదాపు అందరూ డబ్బుతో మదించిన వాళ్ళే

వానలు సమృద్ధిగా ఉండటంతో పాడీ పంటా లెక్కలేనంత డబ్బూ

ఆ మదంతో ఊరంతా వెటకు బయలుదేరినారు

ఆ రోజు పులి తన కూనలతో బయటికి వెళ్ళింది

తిరిగి తిరిగి అలిసిపోయి గుర్రుపెట్టి నిద్దరోతుండగా, కూనలు తల్లిని వదిలి ఆటపాటల్లో పడిపోయి దూరంగా వెళ్ళిపోయినయ్

ఆ వేటగాళ్ళకు చిక్కి హరీమన్నాయ్

ఒక్క పులి కూనలేమి లేళ్ళు, కుందేళ్ళు, పిట్టలు ఎన్నో రాలిపోయినాయ్

పులి నిద్దర లేచి చూసుకొన్నది కదా - కూనలు కనపడలా

ఆ పులి తల్లి ఆక్రోశం పట్టరానిదైపోయె

ముని దగ్గరకు వెళ్ళిపోయింది

గమనించాడు ముని ఏదో జరిగిందని

తెలుసుకున్నాడు దివ్యదృష్టితో

ఏం చెయ్యమంటావని అడిగినాడు పులిని

అయ్యా, దుర్మార్గులు ఏదో చేశారని నేనూ అదే చేస్తే నాకు వారికి తేడా ఏమనె ఆ పులి

దుర్మార్గులకు దండన లేకపోతే రెచ్చిపోతలు ఎక్కువవుతవి అని ఒక శాపం పెట్టినాడు

ఆ రోజు ఆయన ఆ ఊరికి ఇచ్చిన శాపం ఇంకా శాపంగానే ఉన్నది

వాన మబ్బులు ఆ రోజు నుంచి ఆ ఊరివైపు ఎప్పుడొచ్చినా

- పులిచారల్లాగే ఉండేవి
- లేడి కొమ్ముల్లా ఉండేవి
- కుందేలు చెవుల్లా ఉండేవి

కానీ వాన కురిపించేవి కాదు

కోపంగా ఉరిమి వెళ్ళిపోయేవి

పాడి పంటా అంతా నశించిపోయింది

దాంతో డబ్బూ నశించిపోయింది

దాంతో మదమూ నశించిపోయింది

కానీ మబ్బులకు కోపం ఈ రోజటిదాకా పోలా ఆ ఊరివారి విచ్చలవిడితనానికి, అహానికి, మదానికి

ఆ ఊరు అంతా శవాల దిబ్బైపోయింది, పాడుపడిపోయింది

అకారణంగా జంతువులని చంపిన పాపానికి ప్రకృతి ముని శాపం రూపంలో తన దండం విధించింది

-- మబ్బులు పులిచారలు రూపంలో ఉంటే కరువుకాటకాలు తాండవిస్తాయని ఒకానొక రోజు మాటల్లో ఒక రైతుకుటుంబం నుంచొచ్చిన ముదివోలు వెంకట్రావు గారి దగ్గర తెలిసిన రోజు రాసుకున్న కథ

-- August 2014

అనగనగా

అనగనగ ఒక ఊరు

ఆ ఊళ్ళో ఒక తాత, ఒక మనవడు

తాత ఇంద్రజాల మహేంద్రజాల టక్కుటమారాది విద్యల్లో దిట్ట

కుర్రవాడు కాస్త పెద్దగయినాక ఇంద్రజాల విద్యను నేర్పినాడు

కుర్రవాడు అందిస్తే అల్లుకుపోయేవాడు కావటం వల్ల బాగా నేర్చుకున్నాడు

ఇద్దరూ కలిసి ఆ విద్యలతో కాలం గడిపి డబ్బులు బాగా సంపాదించారు

డబ్బులతో పాటు సుఖాలు భోగాలు అలవాటయినవి

కాలం పరుగులు తీస్తున్నది

ముసలి తాత మరింత ముసలి అయినాడు

ఈ లోకాన్ని విడిచే రోజు దగ్గరకొచ్చింది

జబ్బు పడ్డాడు

యముడు వచ్చే సమయం ఆసన్నమయ్యింది

అది చూచి మనవడు దిగులుపడ్డాడు

తాతా నువ్వు నన్ను వదిలివెళ్ళటానికి లేదు, నీ సంగతి నే చూసుకుంటానని యమధర్మరాజుని బురిడీ కొట్టిచ్చటానికి ఉపాయం పన్నినాడు

ఇంద్రజాలంతో ఊళ్ళోని ఒక ఇరవైమంది తాతలను తన తాతలా కనపడేట్టు చేసినాడు

సమయం వచ్చినది

యమధర్మరాజు వచ్చినాడు

ఒక్క సారిగా ఒకే రూపంలో ఉన్న ఇరవైమందిని చూసి ఆశ్చర్యపడినాడు

ఎవరిని తీసుకొనిపోవాలో ఒక నిమిషం అర్థం కాలా ఆయనకు

ఇదేమి గొడవరా నాయనా అనుకుంటూ ఆ మహాదేవుడి వద్దకు పరుగులిడినాడు

ఆయన అటు, ఈ మనవడు బయటకు విజయగర్వంతో నడచినారు

యముడు మహాదేవుడి పాదాల వద్ద కూర్చొని సంగతి చెప్పి ఏం చెయ్యాలో తోచట్లేదని బావురుమనినాడు

బిడ్డా, ఏడుపు ఆపుము, నీవు చేయవలసినది ఇది అని మహాదేవుడు యముణ్ణి కిందకు పంపించినాడు

మహిషపు గంటలు వినపడగానే తాతకు మరల పై ప్రాణాలు పైనే పోయినాయ్

ముసలోళ్లందరినీ గుంపు చేసేలోపల వచ్చేశాడు యముడు

మొత్తానికి ఇరవైమంది ముసలోళ్ళు ఓ చోట నిలబడినారు

యముడు చిరునవ్వు నవ్వినాడు

నవ్వి ఇలా అనినాడు - తాతా, చాలా తెలివి కలవాడివి. కానీ ఒక్క విషయంలో పొరబడి తప్పు చేశినావు. అదే ఇప్పుడు నిన్ను పట్టించింది అని

ఆ తప్పు పొరబాటు చేశినాను అన్న మాట వినగానే అసలు తాత గబగబ దేక్కుంటూ బయటకు వచ్చి ఏమిటా తప్పు అనినాడు

ఇదే, ఈ బయటకు రావటమేనని - గంట వాయించి ముసలివాడిని లాక్కొనిపోయినాడు

అలా విధిని, ధర్మాన్ని మోసం చెయ్యాలని చూస్తే - గంటలు మోగిపోతాయ్, ఆ తర్వాత బద్దలైపోతాయ్

ఓం తత్ సత్

-- మార్చి 21, 2014
-- A twist from a old old african folk story I read...

అనగనగా

అనగనగ అప్పుడెప్పుడో

అనగనగా ఒక ఊరు

ఆ ఊళ్ళో ఒక కుర్రవాడు

అతని పేరు అనాతపుడు

చాలా మంచివాడు

చిన్నప్పుడే తలిదండ్రులను పోగొట్టుకున్నవాడు

యాయవారం చేస్తూ బతుకు వెళ్ళబుచ్చేది

భిక్షలో వచ్చినదానిలోనే తను కాస్త తిని మిగిలిందంతా ఆకలిగా కనపడ్డ కుక్కకు, పిల్లికి, తోటి భిక్షగాళ్ళకు పంచేవాడు

ఆ కుర్రవాడి మంచితనాన్ని చూచి, ఒక చేతి భిక్ష వేసే అమ్మలంతా రెండు చేతుల భిక్ష వేసేవారు

ఆ మంచితనం దేవలోకానికీ పాకిపోయింది

ఇంద్రుడికి ఆసక్తి కలిగి సంగతేమిటో తేల్చి తెలుసుకుందామని వచ్చినాడు

చాటుగా గమనించాడు, ఆశ్చర్యపడ్డాడు అతని దానగుణానికి

మాయరూపంలో వెళ్ళి చాలా ఆకలిగా ఉన్నదన్నాడు

అనాతపుడు తన జోలెలో ఉన్నదంతా తీసి ఇచ్చివేశినాడు

అంతా నాకిచ్చేస్తే నీకో అని ప్రశ్న వచ్చె దేవరాజు నుండి

అయ్యా మీ ఆకలి తీరితే చాలు, నా ఆకలి తీరినట్టేనని సమాధానం వచ్చింది

ముగ్ధుడైపోయినాడు రాజరాజు, దేవరాజు - ఇక ఆయన తలచుకుంటే కొదవేమి

వరమివ్వటానికి తయారయినాడు

అబ్బాయి - నీ మంచితనాన్ని మెచ్చినాను, నీకేం వరం కావాలో కోరుకోమన్నాడు

అయ్యా, మీరెవరు అని అడిగె అనాతపుడు

ఇందాక ఆకలి వేస్తున్నదంటే నాకు నీదగ్గరున్నదంతా ఇచ్చివేసినప్పుడు బిచ్చగాణ్ణి, నీ మంచితనం చూశాక ఆనందించాక ఇప్పుడు ఇంద్రుణ్ణి అన్నాడు

ఓ ఇంద్రులవారా అని ఒక నమస్కారం పెట్టి మరల తన భిక్షాటనకు బయలుదేరినాడు

ఆగు - అలా వెళ్ళిపోతావేమిటి ? వరం వద్దా? అంతా దానం చేసినావుగా అనె ఇంద్ర

అయ్యా, అది దానమని నేననుకోవటల్లేదు, తోటి మనిషి ఆకలితో అలమటించి పోతుంటే నేను చేయగలిగిన చిన్న సాయమనుకున్నాను అన్నాడు అనాతపుడు

అది దానం కిందకే వస్తుంది, నీకు ఋణగ్రస్తుడనైపోయినాను. అందువల్ల వరమిచ్చేసి తీర్చేసుకోవాలి అన్నాడు దేవరాజు

నాకేమీ అక్కరలేదు అనె అనాతపుడు

కాదు కాదు నువ్వు వరం కోరుకోవాల్సిందే అని ఇంద్రుడు స్వరము పెంచినాడు

అయ్యా అంత కోపమెందులకు, సరే మీ ఇష్టాన్ని నేనెందుకు కాదనాలి - నాకు నేను చేస్తున్నాననే విషయం తెలియకుండానే ప్రపంచంలో అందరికీ మేలు చెయ్యగలగాలి - అది ప్రసాదించండి చాలు అని నమస్కారం పెట్టినాడు

ఇంద్రుడికి అట్లాటి వరం ఎలాగివ్వాలో అర్థం కాలా

పంచభూతాలను పిలచినాడు, అష్టదిక్పాలకులను పిలచినాడు

దర్బారు పెట్టినాడు

సంగతి చెప్పినాడు

అరె ఇది చాలా చిక్కుగా ఉన్నదని అంతా తర్జనభర్జన పడినారు

ఇంతలో సూర్యుడు వచ్చినాడు

సంగతి చెప్పినారు

ఆయనన్నాడు - ఇది చాలా సులభంగా పరిష్కరించొచ్చయ్యా, ఇదిగో ఇలా చెయ్యండి అని వెళ్ళిపోయినాడు

ఇంద్రుడు ఇదేదే బాగుందని అలాగే వరమిచ్చి వెళ్ళిపోయినాడు

ఆ రోజు మొట్టమొదటి "నీడ" ఈ ప్రపంచానికి లభించింది

ఇంతకీ సూర్యుడన్నదేమంటే - ఆయనకు ఓ నీడను జతచెయ్యండి. ఆయనకు కాకుండా ఆ నీడకు అన్ని శక్తులిచ్చెయ్యండి. ఆయన నీడ పడగానే ఆ నీడ పడ్డ ప్రాణిగాని,

వస్తువుగాని - దాని దుఖాలు, క్లేశాలు, కష్టాలు, కన్నీళ్ళు నాశనమైపోయేట్టు వరమిచ్చెయ్యండి అని

తన నీడతో అనాతపుడు తనకు తెలియకుండానే ప్రపంచానికి ఉపయోగపడే పనులు చేసి ఈ లోకం విడిచి వెళ్ళిపోయి స్వర్గంలో ఇంద్రుణ్ణి కలుసుకొని - అయ్యా, నేనొచ్చేసాక, మంచి పనులన్నీ ఆగిపోయినాయి, నాకిచ్చినట్టే మనుషులందరికీ నీడను జత చెయ్యండి. అంతా మంచే జరుగుతుందని ప్రాధేయపడి మొత్తానికి మనుషులందరికీ నీడ జత చేయించినాడు

-- ఆ మంచి చేసే రోజుల నుంచి ఈరోజు తన నీడను చూచి తనే భయపడే స్థాయికి వచ్చేసిన మానుష జాతికి అనాతపుడి అవసరం ఎంతో ఉన్నది...

-- అనాతపము అన్న పదం నీడకు ప్రత్యామ్నాయంగా ఒక పిట్టకథలో వాడినాక వచ్చిన ఆలోచనతో రాసుకొన్న మరొక పిట్ట కథ

-- ఫిబ్రవరి 17, 2014

అనగనగా

అనగనగ అనగనగ

ఎన్నో వేల సంవత్సరాల క్రితం

ఒక ఊరు

ఆ ఊళ్ళో ఒక అబ్బాయి

ఆ అబ్బాయి పేరు వాతులి

మహా చిలిపివాడు

మహా మొండివాడు కూడాను

చిలిపితనం ఎక్కువగ ఉండటంతో రోజు ఎవరో ఒకరితో పోట్లాట

ఇంటి మీదకి తగాదాలు

వాళ్ళ నాన్న విసిగిపోయాడు

రోజు ఈ గోల ఏమిట్రా అని ఓ రోజు ఉగ్రుడైపోయి చితక్కొట్టాడు

చితక్కొట్టడంతో ఉక్రోషం వచ్చింది మనవాడికి

వెళ్ళిపోతానన్నాడు

వాళ్ళ అమ్మ అన్నది, ఒరే నాయనా ఒక్కగానొక్క కొడుకువి,
వెళ్ళిపోతే ఎట్లాగురా, పోనీ తపస్సు చేసుకొని బాగుపడరా.
వరాలు వస్తాయి, గొడవలు తగ్గుతాయి, నువ్వు తన్నులు
తినటమూ తగ్గుతుంది అని నచ్చచెప్పింది

ఆ తర్వాత వాడికి ఇష్టమైన వంకాయ పచ్చిపులుసు,
వేయించిన వడియాలతో కలిపి కావిడంత ముద్దలు చేసి పెట్టింది

కడుపు నిండాక కుర్రవాడు శాంతించాడు

అమ్మ అంటే ప్రేమ

ఆవిడ మాట తీసిపడెయ్యటం ఇష్టం లేక సరే తపస్సు చేస్తానని, వరాలు తెచ్చుకుంటానని ఆవిడకు ప్రమాణం చేసి పక్కనే ఉన్న అడవిలోకి వెళ్ళినాడు

మొండివాడు కావటంతో తపస్సు ఏకాగ్రతతో ఎన్నో యేళ్ళు చేసినాడు

చివరాఖరికి వాడి ఏకాగ్రతకు మెచ్చి ఆ దేవదేవుడు వచ్చినాడు

వచ్చి తల తట్టి, అబ్బాయ్ నీకేం కావాలని అడిగినాడు

ఆ అబ్బాయికి ఏమి చెయ్యాలో తోచలా ఒక నిమిషం

నోట మాట రాలా కాసేపు

పరమాత్ముడన్నాడు అబ్బాయి, ఎందుకు తపస్సు చేసినావు, ఏమి కావాలి నీకు అని

ఇంతలో స్వభావ సిద్ధమైన చిలిపితనం ఎగవేసుకుని వచ్చింది

ఆయనతో ఆ పెద్దాయనతో ఆటలాడుకుందామనుకున్నాడు

తలకిందులుగా నిలబడినాడు

ఆ తల కిందుగానే చేతులు కట్టేసుకొన్నాడు

బిగదీసి కట్టుకొన్నాడు

ఆ తర్వాత అన్నాడు, అయ్యా, నేను ఇలా తలకిందులుగా ఉంటాను, నాకు ఎగిరే శక్తి ప్రసాదించు అన్నాడు

పరమాత్ముడు నవ్వుకున్నాడు, అబ్బాయీ చేతులు కట్టేసుకొని ఎగరలేవు, మరోసారి ఆలోచించుకోమన్నాడు

నేనెంట్లా ఉంటే నీకెందుకు, నేనడిగిన వరం నాకివ్వు అన్నాడు ఆయనతో

మరల ఒక సారి ఆలోచించుకో, ఒక సారి ఆ వరం ఇచ్చానంటే మళ్ళీ వెనకకు తీసుకోలేవు అన్నాడు పెద్దాయన

ఆ ఏం ఫరవాలా నేనండిగింది నాకిచ్చెయ్ అన్నాడు వాతులి

సరే చేతులు బిగదీసుకు ఎందుకు కట్టుకొన్నావు విడదీసుకో బావుంటుంది అన్నాడీయన

ఊహూ వినలా వాతులి - అహ్హా, దేవుణ్ణి బురిడీ కొట్టించాననుకొని చేతులు ఇంకా బిగదీసుకుని నాకేమొద్దు ఇలా ఉంటూనే ఎగిరే శక్తి కావాలన్నాడు మరల

సరే అట్లాగే కానీ నువ్వు అడిగావు కాబట్టి నీక్కావలసిన వరం ఇస్తున్నాని ఇచ్చి వెళ్ళిపోయినాడు

ఆయన వెళ్ళిపోయినాక హహ అంటూ చేతులు విప్పి చూసుకున్నాడు కుర్రవాడు

ఇంకా తలకిందులుగానే ఉన్నాడు అప్పటికి

చేయి సాచగానే ఆ చేయంత బారున ఒక అందవికారమైన రెక్క కనపడింది

గుండెలు గుభిల్లుమన్నాయి

రెండో చేయి సాచినాడు

గుండెలు అవిసిపోయినాయి

రెండో పక్కా అలానే ఉన్నది

తలకిందులుగా ఉంటే అట్లా ఉన్నదేమోనని మామూలుగా నిలబడి చూద్దామనుకొన్నాడు

మామూలుగా నిలబడదామంటే రాదే ?

కళ్ళు తిరిగిపోతున్నాయి, ప్రపంచమంతా అల్లకల్లోలంగా కనపడుతోంది

మళ్ళీ తలకిందులుగా నిలబడి చూశాడు

ప్రపంచం మామూలుగానే ఉన్నది, కళ్ళూ తిరగట్లా

ఆ రోజటి నుంచి ఆ వాతులి అట్లా తలకిందులుగా వేళ్ళాడుతూ, పగటి పూట జనాలకు మొహం చూపిచ్చలేక, చీకటి గుహల్లో దాక్కొని రాత్రి పూట పూలు పండ్ల దగ్గరకు వెళ్ళి వాటిని బతిమిలాడుకునేవాడు

ఏమని బతిమిలాడుకునేవాడు ?

ఓ పువ్వులారా, ఓ పండ్లలారా - మీరు ఆ భగవంతుడికి రేపొద్దున్న సేవకు వినియోగింపబడ్డప్పుడు ఆయనకు నా మనవి చేర్చండి, నన్ను మామూలుగా చెయ్యమని చెప్పండి అని ఏడుస్తూనే ఉన్నాడు

అలా గబ్బిలంగా తిరుగుతూనే ఉన్నాడు

అలా తలకిందులుగా వేళ్ళాడుతూనే ఉన్నాడు

-- (ఫిబ్రవరి 18, 2011)

-- తా.క - వాతులి అనంగా గబ్బిలానికి మొదటి పేరు, ఈనాడు పర్యాయపదంగా వాడబడుతోంది

అనగనగా

అనగనగా ఒక లోకం

అలాటిలాటి లోకం కాదది

గంధర్వ లోకం

నిత్య గానపానాలతో సందడిగా ఉండే లోకం

గంధర్వలోకంలో అమ్మాయిలంతా అతిలోక సౌందర్యవతులు

ఆ సౌందర్యవతుల్లో ఒకావిడ శ్యామలాదేవి

గంధర్వలోకపు రాజు ఇళాపుత్రుని బిడ్డ

అమ్మాయి పెళ్ళీడుకొచ్చింది

అల్లుడిని వెతకటం మొదలుపెట్టాడు ఇళాపుత్రుడు

అక్కడ, ఇక్కడ, అన్నిచోట్లా, అన్నిలోకాల్లో వరుణుడి అందచందాలు విని, మంచివాడని తెలుసుకొని అల్లుడిగా చేసుకొన్నాడు

వరుణదేవుడంటే ఎవరు ?

జలదేవత, సకల ప్రాణదేవత

ఎంత పచ్చగా ధగధగా మెరిసిపోతూ ఉంటాడని ?

చేతిలో పాములాటి పాశంతో తిరుగుతూ ఉంటాడు

మొసలి ఆయనకు వాహనం

మొసలి ఆయనకు వాహనం ఎలా అయ్యిందన్నదానికో కథ ఉన్నది

అది, ఆ పిట్టకథ తర్వాతెప్పుడైనా

పెళ్ళి వగైరా వగైరా అయ్యాక మరి సంతానం వగైరా వగైరా

అమ్మాయి పుట్టేసింది అమ్మమ్మగారింట

ఆవు చేలో మేస్తే దూడ గట్టునా అని, వరుణుడి వర్ణంలోనే అమ్మాయి కూడా ధగధగా మెరిసిపోతూ అంత అందంగానూ ఉండేది

సరే, అమ్మాయికి ఆర్నెల్లొచ్చేంతవరకూ ఇక్కడే ఉండాలని తాతగారి ఆర్డరు

అమ్మాయి, అమ్మ పుట్టింటో ఉండటంతో వరుణుడుకి నిద్ర పట్టేది కాదు

ఎట్లా పడుతుంది ?

పిల్ల బోసినవ్వులు, ఆటపాటలు చూడకుండా?

సరే ఆర్నెల్లెంతలో గడిచిపోతాయని సద్దిచెప్పుకుని ఇంట్లోనే కూర్చొని పూజలూ , ధ్యానం అవీ చేసుకుంటూ ఊరుకున్నాడు

అలా రోజులు గడిచిపోయినాయ్

ఈయన ఆ ఆర్నెల్లు ఇంట్లో కూర్చోడంతో వానల్లేక ప్రపంచమ్మొత్తం గందరగోళం అయిపోయింది

అంతా కలిసి గోల గోల పెట్టసాగారు

ఆ గోల మొత్తానికి ఈయన ఇంటికి చేరింది

అరె, నేను విచారంగా కూర్చొని ఇంతమందిని కష్టపెట్టానే అని కాసేపు బాధపడ్డాడు

ఇక ఇట్లా ఇంకోసారి తప్పు జరగకూడదనే నిర్ణయానికి రావటం, ఏదో ఒకటి చేసేద్దామని ఆలోచన చేసి జంతువులను పిలిచాడు

ఎలాంటి జంతువులని ?

నీళ్ళంటే యమా ఇష్టం ఉన్న జంతువులని

ఏనుగు, బాతు, చేప, కప్ప, తాబేలు ఇలా నీళ్ళని ఇష్టపడేవన్నీ వచ్చేసినాయ్

ఏమండీ - మీలో ఒకళ్ళను ఒక పనికి నియోగించదలచాను, అది ఏమిటో చెప్పేకన్నా ముందు ఒక పోటీ ఉంటుంది. అందులో నెగ్గినవాళ్ళకు ఆ ఉద్యోగం వొప్పగిస్తానని, ఆ ఉద్యోగం శాశ్వతమని అన్నాడు వరుణుడు

ఊరకే తిని కూర్చుని జలకాలాటలాడుకునే నాకు ఈ పోటీలు గీటీలు గిల్లీదండాలు ఏం నాయనా అనుకొని, ఇంతకీ పని ఏంది సామీ అని కాసింత వెటకారంగానే అడిగింది తాబేలు. ఆయనకు ఆ వెటకారం అర్థమై చేతిలో పాశాన్ని ఒక్కసారి ఛళ్ళున చరిచాడు తాబేలు వీపున

తాబేలు వీపు అందాకా సాపుగానే ఉండేది. ఆ పాశపు దెబ్బ ఎప్పుడైతే పడిందో టెంక బీటలు వారిపోయి, పైన డొల్ల అంతా గీతలొచ్చి అందవిహీనంగ మారిపోయింది

ఏడ్చుకుంటూ, దేవతలతో వెటకారం చేస్తే ఇదే గతి అని వెళ్లిపోయింది తాబేలు

మిగతావి ఏమీ మాటాడలా

కాసేపయ్యాక వరుణుడు - మీకు ఒక్కో గంగాళం చొప్పున నీళ్ళు ఇవ్వబడతవి, దాన్ని ముందు పెట్టుకొని మీరంతా సంగీతమో, పాటలో, కూనిరాగాలో తీయండి. పాటల పోటీలో ఎవరు నెగ్గితే వాళ్ళకే ఉద్యోగం అని శలవిచ్చాడు

అందరికీ గంగాళాలొచ్చినాయ్

ఒక్కో గంగాళం దగ్గరకు వెళ్ళటం ఒక్కో చిటికె వెయ్యటం చేశాడు ఈయన

చిటికె వెయ్యటం చిటికెన వేలునుంచి ధారగా కుంభవృష్టి కురవటం, గంగాళాలు కళ్ళు మూసి తెరిచేంతలో నిండిపోటం సంభవించినాయ్

నీళ్ళు చూడగానే ఏనుగు భీకరమైన ఘీంకారాలు మొదలెట్టింది

అందరీ చెవుల్లోంచి రక్తాలొచ్చినయ్

వరుణుడన్నాడు - అబ్బాయ్, ఇలా రక్తాలు అవీ తెప్పించావ్ కాబట్టి నీకెప్పుడు నీళ్ళు కనపడ్డా అవి మీదపోసుకున్నా వెంటనే

మట్టిలో బూడిదలో పొర్లాడతావ్, బురద పూసుకుని అందవికారంగా అయిపోతావ్ అన్నాడు

అప్పట్నుంచి ఏనుగు మట్టిబురద కొట్టుకుపోతూనే ఉన్నది

అట్లా ఇంకా మిగతావన్నీ పాడినాయ్

కర్ణకఠోరం నుంచి వినదగనిన పాటల దాకా వచ్చినారు

చివరాఖరికి కప్ప వంతు వచ్చింది

కప్పకు అప్పటికి మాటలాడే శక్తి లేదు, పాటపాడే గొంతూ లేదు.

కానీ తనకు నీళ్ళంటే ఉన్న ఇష్టాన్ని ఆ గంగాళంలో ఉన్న నీళ్ళల్లో కప్ప గంతులు వేస్తూ - అయ్యా, నేనెప్పుడు పాడలేదు, నాకు గొంతూ లేదు, కానీ నీళ్ళంటే నాకు ప్రాణం - అని తన ఉత్సాహాన్ని ఆ నీళ్ళ మీద గెంతినప్పుడు అచ్చంగా అక్షరాల రూపంలో వచ్చేట్టు ప్రదర్శించి పెద్దాయనకు తన మనసు చూపించింది

అది చూసి, వరుణుడు గొంతు లేకుండానే ఇలా ఇంత ఉత్సాహంగా ఉన్నావు నువ్వు - సరే, గొంతు ఇస్తున్నా నీకు, ఏదీ ఇప్పుడు పాడి చూపించి అన్నాడు వరుణుడు

గొంతు వచ్చింది

సంబరం ఇనుమడించింది

డ్ర్రు...డ్రుుు... అని అందుకుంది

అంతా ముగ్ధులైపోయినారు

బ్రెకె...బ్రెకె... అన్నది

అంతా ఆశ్చర్యంగా చూశినారు

క్రోక్...క్రోక్... అన్నది

ఇంకా ఎన్నో అన్నది, ఎన్నో విధాలుగా పాడింది

అంతే అక్కడ వశీకరణం జరిగిపోయింది

అంతా నిశ్శబ్దులైపోయినారు

ఆ మనోహర శబ్దాలను ఆస్వాదించటానికి

వరుణుడూ ఆశ్చర్యపడిపోయినాడు ఆ సంగీతానికి

కొద్దిసేపటి తర్వాత అలసిపోయి పాట ఆపింది కప్ప

జోరున, హోరున చప్పట్లు మోగినాయ్. బాజా భజంత్రీలు మోగినాయ్

అంత అట్టహాసంగా కప్పను నెత్తికెత్తుకున్నాయ్ మిగతా జంతువులన్నీ

వరుణుడు పోటి ముగిసింది అని ప్రకటించి కప్పను విజేతగా ప్రకటించాడు

కప్ప అప్పుడు కూడా ఏమీ మాట్లడలా

ఏమండీ, మీరు గెలిచారు, ఉద్యోగం ఏమిటి అని అడగరా అన్నాడు వరుణుడు

ఎందుకు సామీ అడగటం, ఏ శబ్దం లేని నాకు గొంతునిచ్చావ్ - అది చాలు ఈ జన్మకు, ఏం చెయ్యమంటావో ఆజ్ఞాపించు అని కాళ్ళు కట్టుకొని నిలబడ్డది

అప్పుడు ఆరునెల్లు వర్షాలు అవి లేకపోవటం సంగతి చెప్పి ఈ రోజటి నుంచి నేను చిలకరించిన మొదటి చినుకు భూమ్మీద పడగానే, నువ్వు నీ సంగీతంతో జనాలకు చినుకొచ్చేతోంది అన్న వార్త చేరవేస్తూ ఉండటమే నీ ఉద్యోగం. అట్లాగే నేనెప్పుడన్నా కురవటం మరచిపోయినా నీ సంగీతంతో నాకు గుర్తు చేసే బాధ్యత కూడా అప్పగిస్తున్నా అని వెళ్ళిపోయినాడు

ఆరోజు నుంచి ఆ కప్పతల్లి చినుకు టముకు వేస్తూనే ఉన్నది.ఆ సంగీతం పాడుతూనే ఉన్నది.జనాలకు వార్త చేరవేస్తూనే ఉన్నది

-- (జనవరి 10, 2011)

-- వైషు మా ఇంటి పక్కనే ఉన్న నింబసు డాం దగ్గర కప్పల అరుపులు మొట్టమొదటిసారి విని, అదేంటి నాన్నా అని అడిగిన రోజు, దానికి చెప్పిన కథ

అనగనగా ఒక పేరడీ

అప్పుడెప్పుడో, అలనాడెప్పుడో 2010లో శ్రీరంగం నారాయణబాబు రాసిన రుధిరజ్యోతి చదువుతూ అందులో భాగమైన ఫిడేలు నాయుడు గారి చేతివేళ్ళు కవిత స్ఫూర్తిగా - ఆ ఫి.నా.గా.చి.వే కవితకు అప్పుడు రాసింది ఇది

****

వంటావిడగారూ
మీ వ్రేళ్ళు
ఘనరాగ పంచకం!

మీ పెన
మాకాశం!

మీ హస్తం
హరివిల్లు!

చిత్ర చిత్ర వర్ణాలు
పొయ్యిలో పేళ్ళు!

సృష్టి
రుచిమయం!

గరిటెల నాదం
నిర్గుణ బ్రహ్మం!

కుక్కిన
పరిగెట్టు
ఎలకలనే
పరువెత్తిన్చును
మీ వంట!

రుచుల తీగె
నొక్కరో

తారలనే
దాటిస్తారు

ధ్రువ నక్షత్రానికి
చలనం కలిగిస్తారు

మినపట్టు
వేసేస్తారు

బొందెకు
ఆత్మకు
ద్వంద్వ యుద్ధమే
పెడతారు

ఆకలిసంద్రపు కుట్లు
చిటపట తెగిపోవగ

మీ చేతిని
జంత్రం కాదది
ఏదో మహామంత్రం

మీ ప్రేళ్ళు
బీజాక్షరాలు

మీప్రేళ్ళు
పలికే వేళల
అన్నపూర్ణే
వినిపిస్తుంది
కనిపిస్తుంది.

అనగనగా

పండు

మామిడి పండు

ఆపిలు పండు

బొప్పాయి పండు

పనస పండు

నీ తలకాయ పండు

పండు అంటే ఒకటే పండు

అది ఒకటే రాజు

పండ్లన్నిటిలోకి రాజుగారు

అదే శ్రీ శ్రీ శ్రీ చింతపండు రాజావారు

అందరు రాజావార్లాంటివాడనుకున్నావా ఆయన?

ధనికుడికి అందుబాటులోనే

దరిద్రుడికీ అందుబాటులోనే

పెద్దకీ అందుబాటులోనే

పిన్నకీ అందుబాటులోనే

పులుసు పెడితే చింతపండు పులుసే చెయ్యాల

చారు పెడితే చింతపండు చారే చెయ్యాల

పులిహోర చేస్తే చింతపండు పులిహోరే చెయ్యాల

అజీర్ణం తగ్గాలంటే చింతపండు తినాల

సుఖ విరేచనం కావాలంటే చింతపండు తినాల

కడుపుతో ఉన్నావిడా చింతపండు తినాల్సిందే

కడుపుతో లేనావిడా చింతపండు తినాల్సిందే

కవితలో చింతపండు

వంటలో చింతపండు

లోకం మొత్తం చింతపండే

ఆంధ్ర లోకమ్మొత్తం చింతపండే

శ్రీనాథుడే ఆ ధాటికి తట్టుకోలేకపోయినాడు

ఫుల్ల సరోజ నేత్ర యల పూతన చన్నుల చేదు ద్రావి నా
డల్ల దవాగ్ని మ్రింగితి నటంచును నిక్కెద వేల తింత్రిణీ
పల్లవ యుక్తమౌ నుడుకు బచ్చలి శాకము జొన్న కూటితో
మెల్లన నొక్క ముద్ద దిగమ్రింగుము నీ పస కాననయ్యెడిన్

అని విష్ణుమూర్తిని దడదడలాడించినాడు

చింతపండుకు మా గొప్ప పేరు ఉన్నది

తింత్రిణి అని

ఆళ్వార్లు చింతచెట్టును ఆదిశేషువు రూపంగా కొలుస్తారని ఓ కథ

నాగుపాముల్లో చింతనాగు అని ఒక నాగుపాము ఉన్నది

చింతపిక్కల చుక్కలుంటయ్ దానికి

మరి ఆ పండును మోసే చెట్టు కూడా బ్రహ్మాండం

చింత చెట్టు దాని పేరు

పగటి పూట చూస్తే చాలా అందంగా ఉంటుంది

రాత్రి పూట చూస్తే జడుసుకోటమే

దయ్యాలు కాపరం పెట్టేదీ అక్కడే

దయ్యప్పిల్లలు ఆటలాడుకునేదీ అక్కడే

మామూలు పిల్లకాయలు ఆటలాడుకునేదీ అక్కడే

చింతపండు ఖర్జూరం కలిపి కొట్టి నీళ్ళు తాగితే కడుపులు బిగదీసుకుపోయిన ఏ జేజమ్మైనా కిందకు దిగిరావాల్సిందే

చింతపండు, నీళ్ళు, లవంగాల పొడి, ఏలకుల పొడి, కర్పూరం కలిపి తాగితే అజీర్ణం దెబ్బకు ఫటాఫట్

పై దానికే కాస్త పంచదార కలిపితే ఎంత వేడిగా ఉన్న ఒళ్ళు కూడా చల్లబడిపోతుంది

ఎండదెబ్బకు దీన్ని మించిన ఔషధమే లేదు

ఎప్పుడన్నా మీ పిల్లలు దభాల్న కింద పడ్డారా?

ఎక్కడో ఓ చోట బెణికించుకున్నారా?

చింతపండు తియ్యండి

సున్నం తియ్యండి

రెండూ బడబడా కలపండి

కట్టుకట్టండి. వేడి పుట్టి ఆ వాపు ఇట్టే తీసేస్తుంది

అయొడైజుడు సాల్టు కొనుక్కుంటున్నారా?

మానెయ్యండి

చింతపండులో బోల్డంత అయోడిన్ ఉన్నది

వండేప్పుడు చింతపండు తగిలించండి అంతే

అయోడిన్ హీనత పరార్

కొత్త చింతపండు వాడకుము. తీపిగా బాగుంటుంది కానీ, కడుపుకు మందం చేస్తుంది

పాత చింతపండు వాడుము

దేవతలు అమృతం మనుషులకు ఇవ్వలేక చింతచెట్టు ఇచ్చారని కథ

ఉగాది పండక్కి వచ్చే మొదటి పండు చింతపండే

చింతపండు లేపోతే వేప్పువ్వు నువ్వేం తింటావ్ ?
వేప్పువ్ చేదును పరిగెత్తించేది చింతపండు పులుపే

చింతపండు నీళ్ళతో పుక్కిలించు
లిష్టరిన్ మాయం
బ్లిష్టరిన్నూ మాయం
నోట్లో ఉన్న పుళ్ళన్నీ మాయం

కిడ్నీలో రాళ్ళున్నయ్యా
చింతపండు నీళ్ళు తాగు
రాళ్ళు కరిగి ఏరులా ప్రవహిస్తాయ్

రాగి గిన్నెలున్నయ్యా?
ఓపిక లేదా?
చింతపండు తీసుకో
సుకుమారంగా తోము
తళతళలాడిపోతాయ్

వెండి గిన్నెల్లున్నయా ?
రిపీట్
తళతళ

ఇత్తడి గిన్నెల్లున్నయ్యా?
రిపీట్
తళతళ

దేవుళ్ళ విగ్రహాలున్నయ్యా
రిపీట్
తళతళ

అంట్ల గిన్నెలున్నయ్యా?
చింతపండుతో కళకళ
సబ్బులెందుకు గిబ్బులెందుకు
నూనె పడిందా ?
చింతపండు తీస్కో
ఉప్పు తీసుకో
ఈ రెండూ వేసి తోము
నూనె గీనె పరార్

చింతచిగురు తీసుకో

పప్పులో వెయ్

తిరగమూత వెయ్

వేడి అన్నంలో కలుపు

కంచాలు కంచాలు తినకపోతే నా దగ్గరికి రా

చింతపండు తీస్కో

తొక్కు చెయ్, ఊరగాయ్ వెయ్

యాభై సంవత్సరాల తర్వాత కూడా అదే తొక్కు తినొచ్చు

చింతబరికె తీసుకో

చేతిలో పట్టుకో

చదువు చెప్పు

చెప్పిన చదువు బుర్రకెక్కపోతే నన్నడుగు

రాయలసీమలో ఇలా చేస్తారుట - చింతపిక్కల పొడితో అంబలి

తయారుచేసి చీముకట్టిన గడ్డలకు కడితే గడ్డ భీముడి గద

దెబ్బకు పగిలినట్టు పగిలిపోయి చీము కాలవల్లై కారిపోతుందిట

చింతకర్రలు తీసుకో

కాల్చు

బొగ్గు చెయ్

పళ్ళు తోము

పళ్ళు తళతళ

వాసన - రుచి కోసం ఉప్పు, మింటు కలుపు

అంతే కాల్గేటు, ఫోర్హాన్స్ ఎందుకు పనికొస్తయ్?

ఒక్క చింతపండులో ఇన్ని పెట్టుకుని వేరే పండ్ల కోసం

వేళ్ళాడతావేమోయ్ వెర్రివాడా?

జై చింత, జై తింత్రిణీ మాతా! నమోన్నమ:

అనగనగా

అనగనగా ఒక ఊరు

ఆ ఊర్లో ఒక యాయవారపు బ్రాహ్మడు

పేరు మందయ్య

ఆయనకో పెళ్ళాం

రోజుకు ఎంత భిక్ష వస్తే అంత వండుకోటం తినటం

లేని రోజు పస్తులుండటం

ఇంతలో వినాయక చవితి వచ్చింది

ఊళ్ళో అందరూ పూజలు చేసుకున్నారు, కుడుములు ప్రసాదం తయారు చేశారు

యాచనకు వచ్చిన బ్రాహ్మడికి ఆ రోజు కడుపు నిండేలా కుడుములు దొరికినాయ్

బ్రాహ్మడి పెళ్ళానికి ఆవిరి కుడుములు బాగా నచ్చినాయి

దాంతో - ఏవయ్యా, ఆ కమలమ్మ గారు ఇచ్చిన కుడుములు చాలా బాగున్నాయ్. మనమూ చేసుకుందామయ్యా అని అడిగింది

పాపం ఆ పేద బ్రాహ్మడు ఏమంటాడు?

పెదవి విరిచి, సరే రోజూ తెచ్చే బియ్యంలోంచి కొంచెం కొంచెం పక్కన పెట్టి కొన్ని రోజులయ్యాక చెయ్యి ఈలోపల మినప్పప్పు కూడా దొరుకుతుందేమో చూస్తాని అని అప్పటికి సర్ది చెప్పాడు

ఆవిడ మొత్తానికి పట్టుబట్టి ఒక వారం రోజులు కొద్ది కొద్దిగా బియ్యం పక్కనబెట్టుకొని కొన్ని కుడుములకు సరిపడా సరంజామా తయారు చేసింది

ఈయన కూడా పెళ్ళాం అంత ఇదిగా అడిగింది కదాని అక్కడ ఇక్కడా అడిగి మొత్తానికి మినప్పప్పు పట్టుకొచ్చాడు

ఆవిడ ఆవిరి కుడుములు వేసింది. అంతా కలిపి ఏడు కుడుములు వచ్చినాయి

ఆ ఏడు అక్కడ ఉడుకుతుంటే ఇక్కడ వీళ్ల కడుపులు నోళ్ళు కూడా కాలుతున్నాయ్ జఠరాగ్ని సెగలతో

పొయ్యి మీంచి దింపి ముందేసుకుని కూర్చున్నారు

ఏడు ఉన్నవి కాబట్టి సగం సగం చేసి మూడూ మూడు చేతుల్లోకి తీసుకున్నారు

ఒకటి తినగానే అమృతం ఎందుకు పనికొస్తుందని ఇద్దరి నోట ఒకటేసారి మాట వచ్చింది

మరి ఒకటి మిగిలిపోయింది, దాన్ని ఎట్లా భాగించుకోవాలన్నది తెలియలా

మధ్యకు చేసి చెరి సగం తీసుకుందామంటే మనసొప్పట్లా

ఉన్న ఒక్కటీ మొత్తం నాకే కావాలన్న కాంక్ష మొదలయ్యింది ఇద్దరికీ

ఎంతసేపటికీ తర్కం తెగటల్లా

చివరికి మొగుడన్నాడు - ఇద్దరం కళ్ళు దాంతో పాటు నోరు మూసుక్కూర్చుందాం, మొదట ఎవరు కళ్ళు తెరిచి మాట్టాడితే వాళ్ళకు లేనట్టే ఈ కుడుము అని

ఆవిడ మొత్తానికి ఒప్పుకుంది

ఇద్దరూ ఆ కుడుముని అక్కడే వదిలేసి కళ్ళు మూసుకుని దేక్కుంటూ ఇంటి వసారాలో అటో మూల ఇటో మూల చేరారు

కుడుము నోట్లు కార్పిస్తోంది కానీ కళ్ళు తెరవనివ్వట్లా

అలా సాయంత్రం అయిపోయింది

ఆవిడ ఉలుకు లేదు, ఈయన పలుకూ లేదు

ఇంతలో ఈ ఇంటావిడతో ఎప్పుడూ అమ్మలక్క కబుర్ల పిచ్చాపాటీ వేసుకునే పక్కింటావిడకు అనుమానం వచ్చింది

అనుమానం వస్తే ఆగుతుందీ? వచ్చి చూసింది

ఆయనో మూల, ఈవిడో మూల

పిలిస్తే పలకట్లా

కుదిపితే కదలట్లా

అంతా కుడుము మహిమ

ఆ పక్కింటావిడ నోట్లో ఆవగింజ కాదు కాదా నువ్వు గింజ కూడా నానకపోవడం వల్ల ఊళ్ళోకి టముకు వెళ్ళిపోయింది, బ్రాహ్మడు పెళ్ళామూ ఉలుకూ పలుకూ లేకుండా పైకెళ్ళిపోయారు అని

అంతా వచ్చి చేరారు

అయ్యో, ఏం కష్టమొచ్చిందమ్మా రోజూ ఆయనకు ఇంత ముద్ద వేస్తే కానీ నే అన్నం తినేదాన్ని కాదని ఒకావిడ

అమ్మో, రోజు పునిస్త్రీలా ఉండే ఆవిడ మొహం చూస్తేనే కానీ ఏ పని అయ్యేది కాదు నాకు అని ఒక ఆవిడ

అబ్బబ్బా, బతికున్నప్పుడు ఎన్ని కష్టాలు పడ్డారో, కాల్చటానికి కట్టెలు నూనె నేనిస్తానని ఒకావిడ

ఇలా గందరగోళం గాజరగోళంగా మాటలు సగుతున్నాయి అక్కడ

అయినా వీళ్ళు ఆ మిగిలిన ఒక్క కుడుము కోసం ఇంకా కన్ను తెరవలా, ఒక పన్ను మాట్లాడలా

అన్నీ వింటూ కదలకుండా పడుకున్నారు

పాడె ఎక్కించారు

అయినా మాట్లాడలా

కట్టెల మీద నూనె పడింది, ఆ తర్వాత అగ్గి పడింది

కట్టెలు కాల్చాక సుర్రుమని కాలి, అప్పుడు లేచి దయ్యాల్లా నిలబడి నాకొద్దు ఆ కుడుము నువ్వే తీసుకో అని ఇద్దరూ అరుచుకుంటూ దూకేశారు ఆ మంటల్లోంచి బయటకి

ఊరి జనాభా అంతా పొలో మని పరుగులు చచ్చినవాళ్ళెట్లా లేచొచ్చారని, ఊరికి అరిష్టమని

చివరికి కుడుముల కథంతా తెలిసినాక చచ్చేట్టు నవ్వుకొని, ఊరి పద్ధతి ప్రకారం ఇద్దరినీ ఊళ్ళోంచి వెలేసారు. కానీ దయగా ఒక గుడిసె కట్టించి, రోజు ఒక పది కుడుములు వాళ్ళు నిజంగా పైకి పోయేంతవరకూ ఏర్పాటు చేసి, కుడుముల మందయ్యగా నామకరణం చేసేసి ఆ ఊరు తన మంచితనం చాటుకుంది.

అలా ఓం తత్ సత్ అయ్యింది కుడుము వల్ల...

(ఫిబ్రవరి 12, 2011)

అనగనగా

అనగనగా ఒక ఊరు

ఆ ఊళ్ళో ఒక బ్రాహ్మడు

ఆయనకు ఇద్దరు కూతుళ్ళు

తిండికి ఉంటే బట్టకు లేక, బట్ట ఉంటే అన్నానికి లేక కష్టాలు

యాచనకు వెళితే రోజు రెండు ఏడెనిమిది గుప్పిళ్ళ బియ్యం దొరికేది

పెద్దమ్మాయి వేరే ఇళ్ళల్లో ఆ పని ఈ పని పని చేసి వచ్చేది

చిన్నమ్మాయి వచ్చిన బియ్యంతో వంట చేసేది

సాయంత్రం అయ్యేప్పటికి దీపం వెలిగించటానికి నూనె
కొనుక్కోలేఖపోవటంతో ఆ చీకట్లోనే వంట చేసేది
ఆ చీకట్లోనే ఆ అన్నమూ తినేవాళ్లు

మామూలుగా అయితే ఆ ఏడెనిమిది గుప్పిళ్ళ బియ్యం
ఐదారుగురికి సరిపోవాలి

కానీ, ఆ ముగ్గురికీ సరిపోయేది కాదు

అర్థాకలితోనే పడుకునేవాళ్ళు

కొన్నాళ్ళు గడిచినాయ్

మొత్తానికి పెద్దమ్మాయికి పెళ్ళయ్యింది

అత్తగారు వాళ్ళు కాసంత ఉన్నవాళ్ళే

అత్తగారింట్లో దీపాలు అవీ వెలిగించే ఉండేవి

ఆ దీపాల్లో వంట చేసేది

రెండు గుప్పిళ్ళ బియ్యం ఉన్న నలుగురికి సరిపోయేది

అది చాలా ఆశ్చరయంగా ఉండేది అమ్మాయికి

నాన్న అన్ని గుప్పిళ్ళ బియ్యం తీసుకొస్తే కూడా అర్థాకలితో పడుకునేవాళ్ళం, ఇక్కడ రెండు గుప్పిళ్ళకే ఇంతమంది కడుపులు నిండిపోతున్నాయే అని

సరే, మొదటి పండగొచ్చింది

అల్లుడుగారు తర్వాత వస్తాననడంతో అమ్మాయి ఒక వారం రోజులు ముందే ఇంటికి వెళ్ళింది

మళ్ళీ అర్థాకలిగా పడుకోటం మొదలయ్యింది

ఇక ఇట్లా కాదని అసలు అన్నమంతా ఏమైపోతోందో చూద్దామని తన దగ్గరున్న డబ్బులతో కాసింత నూనె తీసుకొచ్చి దీపాలు వెలిగించింది

ఆ రాత్రి అంతా తినగా, ఇంకో నలుగురు తినేంత మిగిలింది. ఎవరికీ అర్థం కాలా ఇట్లా ఎట్లాగయ్యిందని

అమ్మాయికి ఒక ఆలోచన వచ్చింది. రేపు సంగతి తేల్చేద్దామని అనుకొని ఆ రాత్రికి సుబ్బరంగా నిద్దరోయారు

తర్వాత రోజు వంట అయిపోయింది. పెద్దమ్మాయ్ చిన్న అమ్మాయితో అన్నది ఇప్పుడు ఆ దీపం ఆర్పేసి భోజనం పెట్టు అని

చిన్నమ్మాయి అలానే చేసింది. ఒక నాలుగైదు ముద్దలు తిన్నాక గభాల్న దీపం వెలిగించింది పెద్దమ్మాయ్. చూద్దురు కదా, ఇంత పెద్ద భూతం ఆ చీకట్లో వాళ్ళ పక్కనే కూర్చుని పెద్ద పెద్ద ముద్దలు తింటోంది

అన్నం గిన్నెలో సగం మాయమైపోయింది. దీపం వెలగ్గానే ఆ భూతం కళ్లు బైర్లు కమ్మి తినటం ఆపేసి కళ్ళు నులుముకుంటోంది

అప్పుడడిగింది పెద్దమ్మాయ్ ఎవరు నువ్వు మా ఇంట్లో అన్నం అంతా తినేస్తున్నావే అని

భూతం అన్నది, చికట్లో ఎవరు అన్నం తిన్నా నాకు అందులో భాగం ఉంటుంది అని ఆ బెమ్మ దేవుడు వరమిచ్చాడు అందుకే ఇక్కడున్నా అని

ఆ రోజు నుంచి ఆ ఇంట్లో కాని, ఆ ఊళ్ళో కాని, ఆ దేశంలో కాని ఏ బ్రాహ్మల ఇళ్లల్లో ఎవరూ కూడా చీకట్లో అన్నాలు తినటం మానేశారు

అలా ఓం తత్ సత్ అయ్యింది అన్నమాట

(మార్చి 7, 2011 రాత్రి వైషుకు చెప్పిన కత)

అనగనగా

అనగనగా ఒక ఊరు

ఆ ఊళ్ళో ఒక గురువుగారు

ఆయనకు పెళ్ళీ పెటాకులు అయినాయో లేదో ఎవరికీ తెలియదు

ఒంటరి గాడు

ఎక్కడినుంచి వచ్చాడో కూడా తెలవదు

కానీ ఆ ఊరికి వచ్చాడు

రోజూ భిక్షకు పోయినప్పుడు భిక్ష వేసినవారికి నీతులు చెపుతూ ఉండేవాడు

అలా ఆ నీతులకు ముగ్ధులైపోయిన వాళ్ళతో ఒక శిష్య బృందం ఏర్పడింది

అది నెమ్మదిగా వంద మందికి చేరింది

వంద మందితో రోజు సత్సంగాలు మొదలయినాయి

రోజు ప్రసాదం, బిర్యాని, వడపప్పు, భోజనాలు, విద్య, నీతులు బోల్డంత హడావిడి

అలా సమయం గడిచిపోయేది

రోజులు గడుస్తున్న కొద్దీ సత్సంగాలు లెక్చరు సంగాలు అయిపోయినాయి

గురువుగారు ఏది చెపితే అదే ఇక

ఆ వందమందిలో ఒక ఇరవై మంది ఆడవారు

ఆ ఆడవారికో నాయకురాలు

ఆవిడకు ఆత్రమెక్కువ

ఈయన ఎక్కడినుంచొచ్చాడు ఏమిటి కథ అని

చాలా సార్లు అడిగింది, కానీ ఆయన నవ్వి ఊరుకునేవాడు

ఒక రోజు అందరూ సాపాడు చేస్తూండగా, చివర్లో అందరికీ గంగాళం పాయసం పెట్టారు

అందరికీ సుగరు ఎక్కువయ్యింది

దాంతో ఆనందాలు, కేరింతలు ఎక్కువైనాయి

గురువుగారికి కూడా ఎక్కేసింది

ఇంతలో ఈవిడ నెమ్మదిగా గొంతు సవరించుకుంది

అయ్యా, మా అమ్మాయి ప్రేమ దోమ అని ఎవడి వెనకాలో పోతోంది దానికి ఏం చెయ్యాలో చెప్పండి గురుదేవా అని అడిగింది

ఈయన "అమ్మా, ప్రేమే కాదు మీ జీవితంలో ఏది ఎక్కువైనా మైండు చెడిపోతుంది. అందువల్ల మీ అమ్మాయికి సరైన మోతాదులో అన్నీ అందివ్వండి. ఆ అమ్మాయికి చెప్పండి అన్నీ సరైన మోతాదులోనే ఉంచుకోవాలని....." అంటూ సుగరు మహత్యంలో మాటాట మొదలుపెట్టాడు

ఇంకాస్త వివరంగా చెప్పండి గురుదేవా అన్నది ఈవిడ

"చూడమ్మా సపోసు కోపం ఉన్నదనుకో అది ఎక్కువైతే మొగుడు పెళ్ళాల మధ్య విడాకులు, యుద్ధంలో మరణాలు, కూరలో ఉప్పులు, పప్పులో చెప్పులు వస్తవి. ప్రేమ ఎక్కువైతే కళ్ళకు కాటరాక్టులు, పెళ్ళి ఆపరేషనయ్యాక కాటరాక్టులు పోయి దివ్యమంగళ విగ్రహాలు కనపడటం, దాని వల్ల కోపం రావటం, పైన సైకిలు మళ్ళీ మొదలవ్వటం జరుగుతుంది. ప్రేమ కత్తి కొన మీద తేనె లాంటిది. నాకితే నాలిక చీలిపోనూ వచ్చు" అన్నాడీయన

అందరూ కుతూహలంగా వింటున్నారు

ఇంతలో ఇంకొకావిడ లేచి స్వామీ మీరు సన్యాసి కదా ఇవన్నీ, ఈ ప్రేమ దోమ ఎలా తెలుసు మీకు అన్నది

నా మీద ఆ పైవన్నీ ఎక్కువ మొత్తంలో ప్రయోగించబడ్డాయమ్మా. ప్రూఫు కావాలంటే కుంభకోణంలో వున్న మా ఆవిడ దగ్గరకు వెళ్ళండి అని నెత్తి మీద గుడ్డ వేసుకొని కూర్చున్నాడు.

అలా ఓం తత్ సత్ అయ్యిందన్నమాట

మరి మీరు ఎక్కువ చేస్తే.....

(అక్టోబరు 19, 2012)

అనగనగా

అనగనగా ఒక ఊరు

అందులో ఒక గురువుగారు

ఆ గురువుగారికి ఇరవై మంది శిష్యులు

ఆ ఇరవై ఒక్కమంది కలిసి రోజూ ధ్యానం

ఎక్కడ ?

ఊళ్ళో రచ్చబండ మీద

సాయంత్రమయ్యేప్పటికి ఆ రచ్చబండ నిండిపోయేది

నిండిపోయి ధ్యానంతో పొర్లిపోయేది

ఎవరు శబ్దం చేసినా వాడి వీపు విమానం మోత మోగిపోయేది

అందువల్ల అంతా నిశ్శబ్దంగా ఉండేవాళ్ళు

ఇదంతా చూస్తున్న ఒకాయనకు ఆ నిశ్శబ్దం నచ్చలా

ఏదన్నా చేద్దామంటే విమానం మోత గుర్తుకు వచ్చేది

అలా కొన్ని రోజులు గడిచినాయ్, వారాలు గడిచినాయ్

ఇంతలో ఆ ఒకాయన ఒక గాడిదను కొనవలసి వచ్చింది

కొనాల్సి వచ్చింది - కొన్నాడు

కొన్నాక ఆయన బుర్రలో మెరుపు మెరిసింది

ఓ రోజు అంతా రచ్చబండెక్కాక ఆ గాడిదను కూడా అక్కడికి తీసుకుపొయ్యి కట్టేశాడు

అదెందుకూరుకుంటుంది ?

ఓండ్రడం మొదలుపెట్టింది

దాని వీపు విమానం మోగిస్తే అందరూ మొహాన నవ్విపోతారని గురువుగారు ఊరకున్నాడు

మనవాడి కసి తీరింది

అయినా ఊరుకోక రెండో రోజు కట్టేశాడు

ఆ గాడిద రెండో రోజు ఓండ్రింది

ఇక గురువుగారికి పట్టరాని కోపం వచ్చి దాని మూతిని ఓండ్రకుండా కట్టెయ్యమని శిష్యులకు చెప్పాడు

దాంతో మన వాడి ప్లాను పటాపంచలయ్యింది

అయినా సరే భంగం చెయ్యాలన్న దుగ్ధతో రోజూ తీసుకొచ్చేవాడు దాన్ని

మనవాడు దాన్ని అక్కడ వదిలిపెట్టగానే ఒక శిష్యుడు సమయపాలనగా వచ్చి దాని నోరు కట్టెయ్యటం - ధ్యానం ఆటంకం లేకుండా సాగిపోవటం మొదలయ్యింది

అలా కొన్ని ఏళ్ళు గడిచాయ్

గురువుగారు పోయాడు

మనవాడు పోయాడు, గాడిదా పోయింది

గురువుగారు పోయారన్న బాధలో అంటా కలిసి ఒక పీఠమ్మి ఏర్పాటు చేశారు

ఆ పీఠానికి గురువుగారి స్థానంలో ఇంకో గురువొచ్చాడు

రచ్చబండ పీఠంలో భాగమైపోయింది

రచ్చబండ ధ్యానం తరగతులు మొదలైనాయ్

ఆరోజు కొత్త గురువు గారికి మొదటి రోజు

ధ్యానానికి వచ్చారంతా

ఇంతలో ఒక శిష్యుడు ఒక కొత్త గాడిదను తీసుకొచ్చాడు

ఇంకో శిష్యుడు దాని మూతి కట్టేశాడు

ధ్యానం మొదలుపెట్టారు

అయిపోయింది

గురువుగారడిగారు ఇదేమిట్రా ఈ నోరు కట్టటాలు, విప్పటాలు అని

శిష్యుడన్నాడు - అది ఆ పాత గురువుగారి సమయంలో ఆచారమండి, ధ్యానం చెయ్యాలంటే ఆ గాడిద అక్కడ ఉండాల్సిందేనన్నాడు

ఆ గురువుగారూ పోయారు, ఆ గాడిదా పోయింది

కొత్త గురువు కొత్త గాడిద కథ నడుస్తూనే ఉన్నది

వందలేళ్ళ తర్వాత కూడా ధ్యాన సమయంలో గాడిద నోరు కట్టెయ్యటం జరుగుతూ ఉన్నది ఆ పీఠంలో

మీరు కూడ మరి....

ఓం తత్ సత్!

(సెప్టెంబరు 20, 2012)

అనగనగా

అనగనగా ఒక ఊరు

అలాటిలాటి ఊరా అది

బమ్మెర దాని పేరు

ఆ ఊళ్ళో పోతరాజు ఉండేవాడు

ఆయన తన మానాన ఏదో తను రాసుకుంటూ ఉండేవాడు

ఓ రోజు ఓ పేద్ద పండితుడొచ్చాడు ఆ ఊరికి

ఆయనకు, ఆ పండితుడికి ఆ కిందటి వారమే ఇంత లావు ప్రబంధం రాసి రాజుగారికి అంకితం ఇవ్వడంతో రాజుగారు గండపెండేరాలు తొడిగి, ఏనుగు అంబారీ ఎక్కించి సత్కారాలు అవీ చేశి పంపించినాడు

మరి గర్వంగా ఉండదూ ?

ఆకాశంలో మబ్బుల మీద తేలుతూ ఉండడు ?

అలా తేలుతూ తేలుతూ పోతనతో ఇష్టా గోష్టి పెట్టుకున్నాడు

ఇద్దరూ కవులే

అందువల్ల బోల్డు సాహిత్యం దొర్లిపోయింది కృష్ణుడి రోలు మద్దిచెట్ల మధ్య దొర్లినట్టు

పోతనకు తెలవదు ఈ పండితుడికి జరిగిన సత్కారం సంగతి

తెలవనిదాని గురించి ఎవరైనా ఎందుకు మాట్లాడతారు ?

ఈయనా మాట్లాడలా

పండితుడికి అవమానంగా తోచింది

ఎలాగైనా ఆ సంగతి బయటకు రావాలని పండితుడి ఆరాటం

పోతన చేత కూడా శభ్భాషో అనిపించుకోవాలని ఆవేదన

పండితుడన్నాడు - ఏమోయ్ పోతా, ఈ మధ్య ఏమి రాసినావ్ అని

ఆ పెద్దగా ఏమీ రాయలా, నా తలకాయ నాకేమి వచ్చు ఏదో మూణ్ణాలుగు పాదాలు రాసినాను సామీ అన్నాడు పోతరాజు

మరి నేనేం రాశానో తెలుసా అన్నాడు పండితుడు

తెలవదు కానీ, చెపితే సంతోషిస్తా అన్నాడు ఈయన

ఇక ఏకరువు పెట్టాడు పండితుడు

కరువు తీరిపోయేదాకా చెప్పేశాక పోతన అన్నాడు చాలా బాగుంది నాయనా, నీ ప్రబంధం వెయ్యేళ్లు నిలవాలని కోరుకుంటున్నానని

పండితుడన్నాడు - పోతా, నువ్వు ఇలా మూణ్ణాలుగు పాదాలు రాసుకుంటూ ఉంటూ ఎట్లా, ఏదన్నా పెద్ద పని చెయ్ నాలా అని

సరే చూద్దాం ఆ భగవంతుడు రాయిస్తే రాస్తా, లేకుంటే లేదు అని ఊరకున్నాడు ఈయన

ఆరొందలేళ్ళు గడిచినాయ్

ఇప్పటికీ పోతన రాసిన ఆ నాలుగు పాదాలు "ఇంతింతై వటుడింతై" ప్రజల నోట్లో నానుతూనే ఉన్నది

పండితుడు రాసిన ప్రబంధం ఆ శతాబ్దానికే అంతమైపోయి కాలచక్రంలో కాలగర్భంలో కలిసిపోయింది

అందువల్ల ప్రజలారా..... మీకు అర్థం కావలసినదేమంటే....

ఓం తత్ సత్!

(అక్టోబరు 26, 2011)

అనగనగా

అనగనగా ఒక ఊరు

ఆ ఊళ్లో ఒక గురుకులం

ఆ గురుకులం పక్కనే ఒక గుడి

శలవలు అయిపోయినాయ్

విద్యార్థులొచ్చేశారు

కొత్త సంవత్సరం కొత్త విద్యార్థులు

అందులో మొద్దబ్బాయిలు, మొద్దమ్మాయిలు, తెలివిడి అబ్బాయిలు, తెలివిడి అమ్మాయిలు

రెణ్ణెళ్లు గడిచినాయ్

పాఠాలు జోరున సాగుతున్నాయ్

ఒక మొద్దబ్బాయి కి మటుకు ఏదీ ఎక్కట్లా

పండక్కి ఇంటికిపోయాడు మొద్దబ్బాయ్

వాళ్ళ నాన్న అన్నాడు ఒరే, ఏం నేర్చుకున్నావో వల్లె వెయ్యరానని

వీడు అ ఆ ఇ ఈ లే చెపుతున్నాడు

నాన్నకు ఇంతబారున కోపం వచ్చింది

వీణ్ణనుకుని లాభం ఏమిటి, అసలు వీడికి పాఠాలు చెప్పేవాణ్ణి ఏస్కోవాలి అని హుటాహుటిన గురుకులానికి వచ్చాడు

గురుగారి మీద ఎగిరాడు

నువ్వది చెప్పట్లా, నువ్విది చెప్పట్లా, మావాడికి ఏదీ రావట్లా, దానికి నువ్వే కారణం అని ఓ రెచ్చిపోయాడు

గురుగారు నవ్వి ఊరకున్నాడు

నాన్నకు ఆవేశం చల్లారలా

ఇంకా ఏదో అంటూనే ఉన్నాడు

గురువుగారు మాట్లాడకుండా నాన్న చెయ్యి పట్టుకుని పక్కనే ఉన్న గుడికి తీసుకుపొయ్యాడు

సరాసరి గంట దగ్గరికి తీసుకుపొయ్యాడు

నాయనా ఈ గంట ఒక సారి నెమ్మదిగా కొట్టు అన్నాడు

నాన్న నెమ్మదిగా కొట్టాడు

చిన్నగా సవుండొచ్చింది

ఇప్పుడు గట్టిగా కొట్టు అన్నాడు గురువుగారు

ఈసారి ఠంగు మంటు మోగింది

చెవులు గింగురుమన్నాయ్

గింగురు ఆగాక నాన్న అన్నాడు, బాబూ ఈ గంటల గోల ఏంది అని

అప్పుడు గురువుగారు అన్నాడు - నాయనా, నేనూ ఆ గంట లాంటి వాణ్ణే, వచ్చి నా తలుపు తట్టే విద్యార్థి ఎంత నేర్చుకోవాలని ఉంటే అంత గట్టిగా కొడతాడు. ఎంత గట్టిగా కొడితే అంత సవుండుతోనూ నేను వాడికి కావలిసింది నేర్పిస్తాను అంతే సవుండుతో వాడికి అర్థమవుతుంది, ఎంత మెత్తగా కొడితే అంతే సవుండుతోనే నేర్పిస్తా అంతే సవుండుతో వాడికి ఎక్కుతుంది. మీవాడు చిన్న సవుండు గాడు, వాడికి పెద్ద సవుండు ఇస్తే ఎక్కదు అందుకని నువ్వు ఓం తత్ సత్ అయిపో అన్నాడు

దాంతో నాన్నకు బుద్ధొచ్చి ఓం తత్ సత్ అయ్యింది

మీరూ ఓం తత్ సత్!

(ఏప్రిల్ 12, 2010)

అనగనగా

అనగనగా ఒక రాజ్యం

ఆ రాజ్యానికో రాజుగారు

చాలా యుద్ధాలు చేశాడు

ఎన్నో రాజ్యాలు గెలిచాడు

తల అసలు కిందకు దిగేదే కాదు

ఎప్పుడూ ఆకాశంలోనే ఉండేది

అలాటి రాజుగారికి విహారం ఇష్టం

విహారానికి ఏనుగు అంబారీ

అంబారీ వెంట మంగళవాద్యాలూ, గంటల మోతలు హడావిడి

రోజూ జరిగే తంతు

ప్రజలకు విసుగొచ్చింది

అయినా ఏం చేస్తారు పాపం

రాజుగారాయె, ఆయన విహారమాయె

చోద్యం చూసేవాళ్ళు

అంబారీలో ఓ మంత్రి గారు

ఓ రోజు ఒక మహాయోగి వచ్చాడు అక్కడికి

ఆ యోగి వచ్చే టైముకి ఈయన విహారం వేళయ్యింది
రాజు గారు బయల్దేరాడు

ఈ యోగింద్రుడు వీధిలోకొచ్చేప్పటికి ఏనుగు మీదకొచ్చేసింది

అయితే ఆయన భయపడలా

దానికి ఎదురుగా నుంచున్నాడు

కదలనే లేదు

చివరికి ఘీంకారాలు చేసి చేసి ఏనుగే వెనకడుగు వేసి కాళ్ళమీద కూర్చొని దణ్ణం పెడుతున్నా పోజులో తొండం ఊపటం మొదలుపెట్టింది

పక్కనున్న భటులూ దరిచేరలేకపోయినారు, ఏమీ చెయ్యలేకపోయినారు ఆ యోగీంద్రుణ్ణి

దాంతో రాజుగారికి అర్థమయ్యింది

పైకే చూస్తున్న తల కిందకు దిగిపోయింది

గర్వం మెట్ల మీంచి దిగివచ్చినట్టే కిందకు వచ్చేసింది

గబ గబా కిందకు దిగి ఆ యోగి పాదాలకు నమస్కారం చేశినాడు

ఎలా చేశినాడు ?

ఏకంగా తల తీసుకెళ్ళి ఆ యోగింద్రుడి పాదాలకు తగిలించేశాడు

ఎన్నడూ దిగని తల ఒక మామూలు మనిషి పాదాలకు తగిలించటమేమని, అంబారీలో ఉన్న రాణిగారికి కోపం వచ్చేసింది

పక్కనే గుర్రమెక్కి ఉన్న మంత్రికి సైగ చేసింది

ఆవిడ ఇది అర్థం చేసుకున్న మంత్రిగారు రాజు గారి చెవిలో గుసగుసలాడాడు

ఉహూ రాజు గారు వింటేగా?

జ్ఞానోదయం అయినప్పుడు సత్యం తేటతెల్లమైపోతుంది

మనసు తెరిపిన పడిపోతుంది

పాలు పాలు గాను, నీళ్ళు నీళ్ళు గాను విడిపడి కనిపిస్తవి

అయితే రాణి గారికి జ్ఞానం ఉదయింపచేయాలన్న కోరికతో ఒక ఉపాయపాఠం పన్నాడు

యోగికి సత్కారాలూ అవీ చేసి ఇంటికెళ్ళిపోయాక, రాణి గారు పక్కనుండగానే మంత్రిని పిలిచి ఒరేయ్ మంత్రీ నువెళ్ళి ఒక చేప తల, కోడి తల, మనిషి తల అది పుర్రె అయినా ఫరవాలా తీసుకుని వచ్చెయ్ అన్నాడు

ఆశ్చర్యపోతూ మొత్తానికి మూడు తీసుకుని వచ్చినాడు మంత్రిగారు

ఇప్పుడెళ్ళి బజార్లో ఈ మూడూ అమ్ముకురా అన్నాడీయన

మంత్రిగారు ఛీ ఛీ మంత్రినై ఉండి ఈ అమ్ముకోడాలేందిరా నాయనా అనుకుంటూ మేలిముసుగేసుకుని అమ్ముకురాటానికి పొయ్యాడు

రాణిగారు అడిగింది ఈ తలలు అమ్ముకురాటమేంది సామీ అని

ఉండు చెపుతా చూస్తూ ఉండు అని ఈయన నవ్వినాడు

మంత్రిగారు చేపతల, కోడి తల అమ్మాడు, పుర్రె కొనటానికి ఎవడూ రాలా. చీకటి పడిపోయినాక ఇక ఎవడు కొనడు అని ఆ పుర్రె తీసుకుని రాజు రాణి గారి దగ్గరికొచ్చేసాడు

ఒరే ఎందుకు పుర్రె అమ్మలేకపోయినావో తెలుసా నీకు అన్నాడు రాజు గారు

తెలవదు సామీ అనె మంత్రి

అప్పుడన్నాడు ఆయన, ఆ రాజుగారు, జ్ఞానోదయం అయిన రాజుగారు

ఏమనీ ?

పుర్రెకు విలవ బతికున్నంతవరకేరా, మనిషి చచ్చాక దాన్ని ఎవడూ పట్టించుకోడు, ఆ మనిషి తలకాయకు విలువ సున్నా. కోడితల, చేపతలలతో కాసింత ఉపయోగమన్నా ఉన్నది తిండి రూపంలో, మనిషి తలకు అది ఉండదు. అందువల్ల బతికున్నప్పుడే మంచివాడికి యోగ్యులకు దణ్ణం పెట్టి ఆ తల విలువ అక్కడికే వెలకట్టి ఋణం తీర్చేసుకోవాలి అని చెప్పినాడు రాజుగారు

అప్పుడు అర్థమయ్యింది రాణి గారికి, మంత్రి గారికి - మనిషి తలకున్న విలువ ఏమిటో. తలకే విలువ లేనప్పుడు అందులో ఉండే పొగరుకు, అహంకారానికి, చెడుకు ఎంత విలువ ఉంటుందోనని తెలుసుకుని ఆరోజు నుంచి యోగ్యులను, జ్ఞానసంపన్నులను తగిన విధంగా గౌరవించుకుంటూ బతికినారు ఆ మంత్రి ఆ రాణి, ఈ కథ తెలిసిన ఆ రాజ్యంలోని ప్రజలు

అట్లా ఓం తత్ సత్ అయ్యింది

మీరు కూడా ఓం తత్ సత్!

(ఆగష్టు 17, 2011)

అనగనగా

అనగనగా ఒక ఊరు

ఆ ఊళ్ళో ఒక గురువు

ఆ ఊళ్ళోనే ఒక జమిందారు

జమిందారన్నాక జనానాలో గోల గందరగోళం మామూలే

రోజూ ఆటా పాటా

అయినా ఏదో వెలితి

గురువుగారు అమితమైన తేజస్సుతో వెలిగిపోతూ ఉండేవాడు

జమిందారు వెలాతెలా పోతుండేవాడు

గురువుగారిలా వెలిగిపోవాలని కోరిక

ఎంత అలంకరణ చేసుకున్నా వెలాతెలా తెలావెలానే

ఒక రోజు తట్టుకోలేక గురువుగారిని పట్టుకొని వదల్లా

ఏమిట్రా నాయనా నీకేం కావాలి అన్నాడు గురువుగారు

ఈ వెలాతెలాని వెళ్ళిపోయేలా చెయ్యాలన్నాడు జమిందారు

అలా మొదలెట్టి ఓ మూడుగంటలు దాని గురించే అనర్గళంగా మాట్లాడాడు

ఎంత బాధ కలిగిస్తుంది, ఎంత క్షోభ పడుతున్నాడు వగైరా వగైరాగా

గురువుగారు శాంతంగా మూడుగంటలు పొల్లుపోకుండా విన్నాడు

ఇక చెప్పటానికేమీ లేక జమిందారుకు శోష గుర్తుకొచ్చింది

అప్పుడు నోరు మూతబడింది

గురువుగారు ఏమీ మాట్లాడట్లా

చూస్తూ ఉంటే మీకు నా మాటలు వేళాకోళంగా ఉన్నట్టున్నాయి. ఒక్క మాటలో నేను బయటపడే మార్గం చెప్పకపోతే తల లేచిపోతుంది అని ఆర్డరేశాడు జమిందారు

గురువుగారు నవ్వాడు

అప్పుడు ఒక్క మాట బయటకొచ్చింది

"నిశ్శబ్దం" అని మళ్ళీ చిరునవ్వు నవ్వినాడు

అంటే ? అన్నాడు జమిందారు

పెదాల మీద వేలు పెట్టి "ష్" అన్నాడు గురువుగారు

అలా నిశ్శబ్దం రాజ్యమేలింది ఒక పది నిముషాలు

జమిందారుకు పోయిన ఓపిక అంతా తిరిగి వచ్చింది

ఇదెట్లాగన్నాడు మళ్ళీ మాట్లాడుతూ

సరే, కాసంత అర్థమయ్యింది కాబట్టి ఇప్పుడు ధ్యానం చెయ్యి అన్నాడు గురూజీ

ధ్యానమెట్లా చెయ్యాల అని ప్రశ్న వచ్చింది

నిశ్శబ్దంగా ఉండి చూడు అని సమాధానం

నిశ్శబ్దంగా ఉండటమెట్లా అని మళ్ళీ ప్రశ్న

ధ్యానం ద్వారా అని మళ్ళీ సమాధానం

అప్పుడు జమిందారుకు వెలిగింది

అప్పటినుంచి అవసరమైన చోటే మాట్లాడుతూ, మిగిలిన సమయమంతా ధ్యానం చేసుకోటం వల్ల కోల్పోయిన కళ తిరిగొచ్చింది

ఆరోజు నుంచి ధగధగ మెరిసిపోవటం మొదలుపెట్టినాడు

ఆటా పాటా తగ్గినాయి

ప్రశాంత చిత్తం వల్ల ఊరు బాగుపడింది

జనాలు బాగుపడ్డారు

సమాజం బాగుపడింది

వెలాతెలా పారిపోయినాయ్

అవి మళ్ళీ ఆయన జీవితంలోకి తిరిగొచ్చే ప్రయత్నమే చెయ్యాలా

అందువల్ల ఏక్ నిరంజనం గారు - మీరు కూడా.....

ఓం తత్ సత్

(ఫిబ్రవరి 16, 2009)

అప్పుడెప్పుడో ఋషుల తపస్సు గురించి ఏదో చదువుతూ ధ్యానం కూడా అటువంటిదేగానని రాసుకున్న పిట్ట కత

అనగనగా

అనగనగా ఒక ఊరు

ఆ ఊళ్ళో ఒక బ్రాహ్మడు

పాపం కూడు గుడ్డాకు కరువు

ఎన్ని యాచించినా అప్పటికే భిక్షుకులెక్కువైపోయిన ఆ ఊర్లో
గింజ మెతుకు రాలటం కష్టమైపోయింది

ఓ రోజు చెట్టు కింద కూర్చున్నాడు

అలాటిలాటి చెట్టా అది?

ఇంతలావున ఉన్న మఱ్ఱిచెట్టు

ఈయన ఇవతలి వైపు పడుకొన్నాడు నీళ్ళతో పొట్ట నింపుకొని

అవతలివైపు ఇద్దరు సాధువులూ సేద తీరుతున్నారు

ఈయన వాళ్లకు కనపడ్డు, వాళ్ళు ఈయనకు కనపడరు

ఆ సాధువుల్లో ఒకాయన "సశరీరం స్వర్గం...." అంటూ ఒక సూక్తి వదలినాడు

శరీరంతో స్వర్గానికెళ్ళటం ఎట్లానని కాసేపు చర్చించుకున్నారు

బొందితో స్వర్గానికెళ్ళాలంటే చివరికి తపస్సే మార్గమని నిర్ధారించుకుని ఆ తర్వాత నిద్దరోయారు

ఈయన అది విని, ఈ అడుక్కుతినే గొడవలన్నీ వదిలి స్వర్గానికెళ్ళిపోయే తపస్సు చెయ్యాలని నిర్ణయించుకొని ఆలస్యమెందుకని మొదలుపెట్టినాడు

ఎవరి కటాక్షం కోసం తపస్సు చెయ్యాలో తెలవలా కానీ తపస్సు మొదలుపెట్టినాడు

కొన్ని సంవత్సరాలు గడిచినాయ్. తపస్సులో పడి ఆకలిదప్పులు కూడా మర్చిపోయినాడు

ఇంతలో ఆయుర్దాయం తీరిపోయే రోజొచ్చింది

యముడొచ్చాడు

ఇంత లావు గద, విభూది, దున్నపోతు పతాటోపంగా వచ్చేసి భుజమ్మీద తట్టి పద పదమన్నాడు

అబ్బో తపస్సు చెయ్యగానే, ఎవరో వచ్చారని కళ్ళు తెరిచాడు ఈయన

నల్లగా ఎవరో కనపడి మొదట భయమేసింది

ఇదేందిరా నాయనా తపస్సు చేస్తే ఎవరో వస్తారనుకుంటే ఈ నల్లాయన ఎవరో వచ్చాడు అని ఆయన్నే అడిగెశాడు ఎవరు నువ్వని

బాబూ నేను యముణ్ణి నీకు పోయే కాలం వచ్చింది అందుకే వచ్చా, ఇక నడు అన్నాడు

యముడి పేరు వినగానే పిడచకట్టుకుపోయాడు. ఇంత తపస్సు వ్యర్థమేనా సామీ అని భోరుమన్నాడు

తపస్సు అదీ నాకు తెలవదు నా ధర్మం నేను నిర్వర్తించటానికి వచ్చా పద పదమన్నాడు

అయ్యా నా చివరి కోరిక తీర్చేసి నన్ను తీసుకుపో అన్నాడు ఆయనతో

సరేనని, ఏం కావాలో కోరుకోమన్నాడు యముడు

ఓ సారి ఇష్ణుమూర్తిని కానీ, శివయ్యని కానీ సూపిచ్చి నన్ను తీసుకుపో అన్నాడీయన

అయిష్టంగానే ఒప్పుకుని, కైలాసానికెళ్ళాలంటే నందితో మా దున్నపోతు గాడికి గొడవలున్నాయ్ అందుకనిన్నీ, పైగా వైకుంఠం దగ్గర దూరమే, పోయే దారిలోనే, ఇష్ణుమూర్తిని సూపిస్తా పదమన్నాడు

ఈయన ఆయనా దున్నపోతు కలిసి బయల్దేరారు

ఈయన గదా దాని చప్పుడు, దానికి తోడు దున్నపోతు గంటల చప్పుడు విని మనోడికి భయం ఎక్కువైపోయి - సార్, మీ

చప్పుళ్ళు అన్నీ నాకు భయంగా ఉన్నవి, కాస్త ఆ గద ఇస్తే భయం తగ్గుతుందన్నాడు

ఈయన నవ్వుకొని సరే పుచ్చుకోమని ఇచ్చాడు

ఇంతలో వైకుంఠం వచ్చింది

యముడు - అదిగో పెద్దాయన అక్కడున్నాడు చూసేసి గబుక్కునబచ్చెయ్, ఇంతలో కొన్ని పన్లు చక్కబెట్టుకునొస్తానని వెళ్ళిపోయాడాయన

ఈయన లోపలికెళ్ళిపోయి సామీ సామీ సామీ అని కళ్ళనీళ్ల పర్యంతం అయిపోయి ఆ యముడు తపస్సు చేసినదానికి ఫలితం లేకుండా నడు నడు అని లాక్కొచ్చేసాడు, పైగా ఈ గదా ఆ గంటలు చప్పుడు చేసుకుంటూ పిచ్చ భయం పుట్టిస్తున్నాడు - నువ్వైనా కాస్త కరుణ చూపించవయ్యా అని కాళ్ళు పుచ్చుకుని వదల్లా

పరమాత్మ మనసు కరిగిపోయింది

ఇంతలో యముడొచ్చాడు. సామికి దణ్ణం పెట్టి, ఈయన్ని చూసింది చాలు నాడవమన్నాడు

పెద్దాయన అన్నాడు - యమా! వైకుంఠంలోకొచ్చిన వాడు ఇక తిరిగి బయటకెళ్ళేది లేదు కానీ ఈయన్ని వదిలేసి పొయ్యి ఇంకోణ్ణి పట్టుకో పో అని ఆర్డరేశాడు

అయ్యో, అయ్యో ధర్మం తప్పిపోతుంది సామీ - ఇట్లా అయితే ఆయుర్దాయం తీరిపోయినవాడేవడినీ తీసుకురాలేను అని ఆయన భోరుమన్నాడు

నువ్వన్నదీ నిజమే, మరి నువ్వు జనాలకు కనపడుతున్నావ్ కాబట్టి ఈ వైకుంఠ వేషాలు వేస్తున్నారు అందువల్లా ఇక నుంచి ఎవడికి కనపడకుండా నీ పని కానిచ్చే వరమూ, ఆదేశం వేస్తున్నా పో అని బ్రాహ్మణ్ణి అట్టిపెట్టుకొని, యముణ్ణి పంపించేశాడు

అప్పటి నుంచి, ఆయుర్దాయం తీరినవాడికి తన స్వరూపం కనపడకుండా వచ్చి తీసుకుపోతున్నాడు యముడు. అట్లా ఓం తత్ సత్ అయ్యిందన్నమాట

(జనవరి 21, 2011)

(అప్పుడెప్పుడో 1950ల్లో శారదా దేవి గారని ఒకావిడ రాసిన ఒక చిన్న కథ చదివి వచ్చిన ఆలోచనతో చిన్న ముక్కలుగా విడగొట్టి రాసుకున్న కథ)

అనగనగా

అనగనగా

అనగనగా ఒక మనిషి

వాని పేరు కబంధుడు

కబంధుడు - తెలుసుగా, రామాయణ కాలం నాటి వాడు..

కబంధుడికి 500ల ఏళ్ళ యుక్తవయస్సొచ్చింది.

వీడు గంధర్వుడు పూర్వజనమలో, ప్రస్తుతజనమలోనూ.

వయసొచ్చాక గోరు వెచ్చగా ఎంత తానాలాడినా ఏవిటి సరిపోతుంది? సరిపోదుగా!

పైగా తల్లీ తండ్రి ఎవరూ పెళ్ళి గురించి పట్టిచుకోటల్లా.

ఆ కోపంతో వాళ్ళనేమీ అనలేక కసెక్కువై ఇంద్రుడితో గొడవెట్టుకున్నాడు.

ఇంద్రుడికి తిక్క రేగి ఒక్క దెబ్బేసి ఒంట్లో భాగాలన్నీ కడుపులోకొచ్చేట్టు కొట్టి కూర్చున్నాడు.

ఇహ వీడు ఉన్నదీ ఊడి, అసలుదీ ఊడి, లేనిదీ ఊడి లబోదిబో.

ఈ లబోదిబోలను చూసి నఖనఖ అనే రాక్షసి జాలిపడి దాని కూతుర్నిచ్చి పెళ్ళి చేసింది.

వయసులో ఉంది, ఎవరైతేనేమిట్లేనని వాడూ ఒప్పుకుని పెళ్ళి చేసుకున్నాడు.

పెళ్ళైంతర్వాత కొద్దికాలానికి వాడొళ్ళు, కాలివేయేవేడినుంచి గోరువెచ్చగా మారింది.

అలా పెళ్ళామూ, వీడు చక్కగా కాలం గడుపుతూండగా, ఓ రోజు తిండి దగ్గర గొడవొచ్చి, వాళ్ళావిడ నకనకలాడుతూ తల్లైన నఖనఖ దగ్గరికెళ్ళోయింది.

పెళ్ళమొచ్చాక చక్కగా వొండిపెట్టటంతోనూ, వీడు వున్న అంత పొడుగు చేతులు వాట్టం మానేయ్యటంతోనూ వచ్చిన వేట మర్చిపొయ్యాడు.

పెళ్ళాం గొడవపడి వెళ్ళిపోయినాక కడుపులో గోరువెచ్చగా జఠరాగ్ని మొదలైంది.

తినే మార్గం కనపట్టల్లా.

ఇలాక్కాదని, ఆపసోపాలు పడుతు అత్తగారింటికి వెళ్ళోయాడు.

అల్లుడొచ్చాడని నఖనఖ నఖాలన్నీ సాపు చేసుకోకండా ఇంత ఏపుగా వున్న వాటితోనే రకరకాల పిండి వంటలు చేసిపెట్టింది.

తినే ముందు గోరువెచ్చని నీళ్ళతో స్నానం చేసిరా, ఆ గుండిగలో ఉన్నై పో అని పొయ్యి పక్కనే వున్న చప్టా మీదకు తోలింది.

వీడు వేట మర్చిపోటంతో తీరికెక్కువై, గోళ్ళు అవీ సాపు చేసుకుని వున్నాడు.

నఖనఖ చెప్పింది కదాని చెంబెత్తి పోసుకున్నాడు.

అంతే! ఒక్క చెంబుకే వొళ్ళంతా రక్తాలు కట్టింది.

ఆ నీళ్ళు అంత వేడిగా ఉన్నై మరి.

గోరువెచ్చన లేదు దాని శ్రాద్ధం లేదు, దీని సిగతరగా ఇంత వేడి నీళ్ళు పోసుకోమని అంటుందా అని ఓడుతున్న రక్తం మరకలతోనే వెళ్ళి - నఖనఖని నకనకలాడేలా చూసి పిచ్చపిచ్చగా మాట్టాడాడు.

నఖనఖకు అర్థం కాలా! ఏవిటీ వీడికేవయ్యిందోనని భూతరాక్షస వైద్యుణ్ణి పిలుద్దామనుకొని, సంగతి కనుక్కుందామని ఏవిటి అల్లుడుగారూ ఆ రక్తాలేవిటి , ఎందుకలా అరుస్తున్నారు నా మీదా అన్నది.

అంత వేణ్ణీళ్ళెట్టి గోరువెచ్చని నీళ్ళని చెబుతావా అని రెచ్చిపోతున్నాడు వీడు.

నా గోళ్ళు వెచ్చగా అయ్యేవరకే కాచాగా అన్నది ఇది.

ఏవీ నీ గోళ్ళు చూపిచ్చు అని, అవి చూసి మూర్ఛపొయ్యాడు కారణం అర్థమై.

అయ్యా అదీ సంగతి ....

గోరునఖం ఏ సైజులో ఉంటే అంత వెచ్చగా ఉంట్టై నీళ్ళూ....అందువల్ల

ఓం తత్ సత్!

అనగనగా

అనగనగా ఒక లోకం

అలాటిలాటి లోకం కాదది

గంధర్వ లోకం

నిత్య గానపానాలతో సందడిగా ఉండే లోకం

గంధర్వలోకంలో అమ్మాయిలంతా అతిలోక సౌందర్యవతులు

ఆ సౌందర్యవతుల్లో ఒకావిడ జలజ

జలజ ఎవరనుకున్నారు ?

వరుణదేవుడి కుమార్తె

వరుణదేవుడంటే ఎవరు ?

జలదేవత, సకల ప్రాణదేవత

ఎంత పచ్చగా ధగధగా మెరిసిపోతూ ఉంటాడని ?

చేతిలో పాములాటి పాశంతో తిరుగుతూ ఉంటాడు

మొసలి ఆయనకు వాహనం

మొసలి ఆయనకు వాహనం ఎలా అయ్యిందన్నదానికో కథ ఉన్నది

అది, ఆ పిట్టకథ తర్వాతెప్పుడైనా

వరుణదేవుడి భార్య శ్యామలాదేవి

శ్యామలాదేవి గంధర్వలోకపు రాజు ఇళాపుత్రుని బిడ్డ

ఇళాపుత్రుడు వరుణుడి అందచందాలు విని, మంచివాడని తెలుసుకొని అల్లుడిగా చేసుకొన్నాడు

పెళ్ళి వగైరా వగైరా అయ్యాక మరి సంతానం కలుగుతుందిగా

జలజ పుట్టింది. అమ్మాయి పుట్టేసింది

ఆవు చేలో మేస్తే దూడ గట్టునా అని, వరుణుడి వర్ణంలోనే అమ్మాయి కూడా ధగధగా మెరిసిపోతూ అంత అందంగానూ ఉండేది

కాసంత పెద్దదయ్యింది

భక్తి యుక్తి అన్నిట్లో రాణిగారే

శివుడంటే పరమప్రీతి

రోజు శివార్చన చెయ్యందే పొద్దుపోయేది కాదు

వరుణుడూ అంతే, ఆయనకీ నిద్ర పట్టేది కాదు

తండ్రీ కూతుళ్ళిద్దరూ కలిసి పూజ చేసేవాళ్ళు

అలా రోజులు గడిచిపోయినాయ్

అమ్మాయి పెద్దదైపోయింది

ఓ రోజు ఆదిత్యుడు వచ్చాడు వీళ్ళింటికి

అంతే, ఈశ్వరాభిమతమో ఏమో, జలజ సూరీణ్ణి చూస్తూనే అమాంతం ప్రేమలో పడిపోయింది

సూరీడు కూడా కన్ను తిప్పలేకపొయ్యాడు

వీళ్ళిద్దరినీ చూడలేక వరుణుడు కళ్ళు మూసుకున్నాడు

సరే, శ్యామలాదేవి వచ్చి భోజనాలకు లేవండి అని పరిస్థితి చక్కదిద్దింది

భోజనాలు అవీ అయిపోయినాయ్

వచ్చిన పని అయిపోవటంతో సూరీడు జలజను విడవలేక విడవలేక వెళ్ళాడు

ఆ తర్వాతి రోజు పొద్దున్న మళ్ళీ శివార్చన సమయం

జలజ ప్రతిరోజులానే లక్ష బిల్వదళాలు తెచ్చింది

పూజ మొదలుపెట్టింది

వరుణుడు పక్కనే కళ్ళు మూసుకొని జపం చేస్తున్నాడు

చటుక్కున, ఆ బిల్వదళాల మధ్యలో ఎక్కడినుంచో ఒక చీమ బయటపడింది

అది చూసి జలజ అయ్యో అయ్యో శివుడి మీదకు చీమ ఎక్కేస్తుందేమోనని, పక్కకు తప్పిద్దామని నోటితో గాలి ఊదింది

ఊదినప్పుడు ఒక్కోసారి తుంపర్లు పడతాయిగా

కర్మకాలి ఆ తుంపర్ల సమయం పట్టింది జలజకు

ఇంకేంఉంది శివయ్య మీద ఆ తుంపర్లు పడ్డాయ్

ఆ సమయంలోనే వరుణుడు కళ్ళు తెరిచాడు

అందాకా ఉన్నవాడు ఇంకో కొద్దిసేపు కళ్ళు మూసుక్కూర్చోవచ్చుగా

ఉహూ! తెరిచాడు అంతే

శివుడి మీద తుంపర్లు పడటం చూశాడు. ఉగ్రుడైపోయాడు

కూతురు అని కూడా చూడకుండా శాపం పెట్టేశాడు

ఆయన పూజలో కూర్చొని ఆయన మీదే ఉమ్ముతావా, ఏ పూజకు పనికిరాని పువ్వుగా మారిపో అని శాపం పెట్టేశాడు

ఏదైనా శాపం శాపమేగా

అలా ఆవిడ పువ్వుగా మారిపోయింది

భూలోకంలో పడిపోయింది

అలా పైకి చూస్తూనే ఉన్నది

సూరీడు వచ్చాడు

కళ్ళనీళ్ళు పెట్టుకున్నాడు

ఇంక మన ప్రేమ ఇంతేనా అన్నాడు

పువ్వుగా మారిపోతేనేమి నువ్వు ఈ భూమ్మీద ఉన్నంతసేపు నిన్నే చూస్తూ ఉంటా, నీతో మాటాడుతూనే ఉంటానని ఈవిడ చెప్పింది

ఆరోజు నుంచి పొద్దు తిరుగుడు పువ్వు సూరీణ్ణి చూస్తూనే ఉన్నది

మాటలాడుతూనే ఉన్నది. రోజంతా మాటలాడుతూనే ఉన్నది

ఊసులు చెపుతూనే ఉన్నది

(సెప్టెంబరు 16, 2011)

అనగనగా

అనగనగా ఒక కథ

ఆ కథ రామాయణ కాలం నాటిది

రామచంద్రమూర్తి రావణ సంహారం చేసి వచ్చినాడు

సీతమ్మ లవ కుశులను కనటానికి వాల్మీకి ఆశ్రమానికి వెళ్ళిపోయింది

రావణుడి బారి నుంచి కాపాడుకొచ్చుకున్న సీతమ్మను ఇంకోసారి పోగొట్టుకున్నాడు

మొదటిది అధర్మ పరిహారార్థం

రెండోది రాజ్యధర్మ పాటింపార్థం

ఏదైనా ఒకసారి పోగొట్టుకుంటేనే ఎంతో బాధ

అహోరాత్రాలు వెతికి, పోగొట్టుకున్న ఆ మణిని తిరిగి
తెచ్చుకున్నాక రెండోసారి పోగొట్టుకుంటే ఆ బాధ వర్ణనాతీతం

అయినా సరే చేశినాడు

ఆ స్వామి, ఆ పరమాత్మ, ఆ తేజోమూర్తి

లోపల బడబానలమున్నా పరమాత్మ లోకధర్మం కోసం
చేశినాడు

ధర్మమే తప్పితే ఇక ఆ మాటకు, ఆ ధర్మానికి విలువ ఏది

అందువలన చేసినాడు, చేసి చూపించినాడు

వ్యధలో, బాధలో, శోకంలో కూడా బాధ్యత మరవక అధర్మాన్ని
నిర్జిస్తూ సాగినాడాయన

అదే లోకానికి అవసరమని స్వయంగా చూపినాడాయన

ఆ అవతార పురుషుడు, ఆ పరంధాముడు

సీతమ్మ, సాక్షాత్ ఆ లచ్చుమమ్మ, తన భర్తకు తోడుగా ఆ కాలపు ధర్మాన్ని తను నిర్వర్తించి లోకానికే మాత అయిపోయింది

భర్త నడచిన దారిలో అదే వ్యధలో, అదే బాధలో, అదే శోకంలో నిమ్మళంగా ఉంటూ లోకానికి సహనం, శాంతం, ఓర్పు, తాళిమి ఎంత అవసరమో స్వయంగా తను పడుతూ చూపించింది

సరే, అదలా పక్కనబెడితే రాములవారు అశ్వమేధ యాగం తలపెట్టినారు

ఆయన తలపెట్టినది ఒక అవతారం చాలింపు కోసం

అశ్వమేధ యజ్ఞానికి అమ్మను బంగారు పోత పోసి, ఆ మూర్తిని ఈయన పక్క పెట్టినారు

యజ్ఞము జరిగిపోయింది, లవకుశులు రామకథ గానం చెయ్యటం జరిగిపోయింది, రాముల వారికి లవకుశుల పరిచయం జరిగిపోయింది

సీతమ్మను వాల్మీకి శిష్యులని పంపి తీసుకువచ్చినాడు

పరమాత్మ ఇచ్ఛ మనుషులకు ఏమి తెలియును ?

వాల్మీకీ అంతే. ఆ సమయానికి సీతమ్మను ఆజ్ఞాపించినాడు.

అమ్మా, నీ భర్త ఎదుట ఈ సకల ప్రజానీకం ఎదుట వీళ్లకు కల సందేహాలు తొలగించవమ్మా అన్నాడు

మహర్షి శాసనాన్ని సీతమ్మ శిరసావహించింది

ప్రజలకేం తెలుసు, చచ్చు సన్నాసులు, మానవ మాత్రులు

ఆవిడ పవిత్ర జలం చేతిలోకి తీసుకొని, అమ్మా భూదేవీ - నా భర్త విషయంలో త్రికరణశుద్ధిగా మెలిగానని, ఏ విధమైన అతిక్రమణలు సలపలేదని నువ్వామోదిస్తే వచ్చి నన్ను నీ గర్భంలోకి తీసేసుకో తల్లీ అన్నది

మానవులు నవ్వుకున్నారు, పిచ్చివారుగా అందుకు

భూదేవి గర్భం ఎలా ఉంటుందోనని కొంతమందికి ఉత్సుకత తత్ క్షణం, ఆ పవిత్ర జలం భూమిని తాకిన క్షణం, అమ్మ, ఆ భూమాత కంపించిపోయింది

సీతమ్మ ఆ అవతారం దాల్చకముందు వైకుంఠంలో తను కోరిన కోరిక తీర్చేసుకోవాలన్న జ్ఞాపకం వచ్చేసింది ఆవిడకు

అంతే మెరుపుకాంతుల ప్రభామండలంలా ఆవిడ పైకి వచ్చేస్తుంటే చుట్టుపక్కల అంతా చిద్రమైపోతోంది

తనతోపాటు వేయిపడగల స్వామిని కూడా తెచ్చేసింది

ఆదిశేషుడి తల మీద ఆ సూర్యుడే ధగధగలాడిపోతున్న తీరులో ఒక సింహాసనం ఉన్నది

ఆదిశేషుడన్నాడు, అమ్మా ఇదిగో ఇలా వచ్చి ఆ సింహాసనం అధిష్టించెయ్, మన ఇంటికి మనం వెళ్ళిపోదాం అని

అమ్మ అన్నది నాయనా శేషా, ఈ అమ్మ వొడిలో కూర్చుంటానని ఒకప్పుడు మాట ఇచ్చినాను, సింహాసనము వద్దులే అని భూమాత ఒళ్ళో కూర్చొన్నది
అంతే, సాక్షాత్ అమ్మ తన ఒళ్ళోకి పసిపిల్లలా వచ్చెయ్యగా ఆ సంతోషంలో భూమాత పెద్దమ్మను తీసుకొని మాయమైపోయినది

అలా ఒక అవతార సమాప్తి అయిపోయినది

అక్కడికి వదిలేస్తే, ఆ తర్వాత జరిగిన కొన్ని తతంగములు ఉన్నవి

భరతుడి మేనమామ యుధాజిత్తు అయోధ్యకు వచ్చినాడు

ఈ యుధాజిత్తు గురించి బాలకాండలో ఒకానొక సర్గలో ఇలా ఉన్నది

పుత్త్రః కేకేయరాజస్య సాక్షాత్ భరతమాతులః|
దృష్ట్వా పృష్ట్వా తు కుశలంరాజానం ఇదమబ్రవీత్||

ఆయన కథ మళ్ళీ ఎప్పుడన్నా చెప్పుకుందాం కానీ, ఇప్పుడు అయోధ్యకొచ్చి ఏం చేసాడో చెప్పుకుందాం

మేనమామ వస్తే ఇంకేమన్నా ఉందీ ? ఎన్ని ప్రేమలు వెంటపెట్టుకొని వస్తాడు ? ఎంత ఆప్యాత వెంటబెట్టుకొని వస్తాడు ? పుట్టినిల్లు వార్తలు ఎన్ని మోసుకొస్తాడు ?

ఉభయకుశలోపరి, స్వాగత సత్కారాలు అవీ అయిపోయాక, రాములవారితో యుధాజిత్తు అన్నాడు - రామయ్యా, బిడ్డ భరతుడికి ఒక రాజ్యం ఇచ్చేసి పాలకుణ్ణి చేసెయ్యరాదు అని

అది విని భరత్ తోక తొక్కిన తాచులా ఇంతెత్తున లేచాడు

అప్పుడు అమ్మ ఇంకో రకం గొడవ చేసింది, ఇప్పుడు నువ్వు ఇది చెయ్యటానికొచ్చావా అని

రాములోరు చిరునవ్వు నవ్వి, మామ మీద ఆవేశమెందుకు? ఆయన ఒకందుకు అన్నాడు, అది పూర్తి చెయ్యవలసిన బాధ్యత నీ మీద నా మీదా ఉన్నది, నువ్వు బలగంతో బయలుదేరి ఆ సింధు దేశానికి వెళ్ళు అన్నాడు

అన్న నోట మాట రావటం ఆలస్యమ్, ఎందుకు ఏమిటి అని అడక్కుండా చప్పట్లు కొట్టి సైన్యాన్ని సిద్ధం చేసెయ్యమని చెప్పేసి బయలుదేరపోబోయాడు భరత్

రామన్న మళ్ళీ నవ్వి, భరత్, అక్కడ గంధర్వులు తమ చరిత్ర మర్చిపోయి తాగితందనాలాడుతున్నారని వార్త వచ్చింది. వాళ్ళకు వాళ్ళ చరిత్ర గుర్తు చేసేసి ఉండాలనిపిస్తే కొన్ని రోజులు రాజ్యం చేసేసి రా అని సాగనంపాడు

ఈ గంధర్వులదో పిట్ట కథ

ఆనాడు ఎప్పుడైతే పరమాత్మ మానుష లోకానికి వెళుతున్నానని చెప్పాడో, అప్పుడు కన్నీరు మున్నీరై అయ్యా మీరెళ్ళిపోతే మేమెవరిని స్తుతించాలె? మా గొంతులు మూగపోతాయ్, మా స్వరపేటికలు సమాధిలోకెళ్ళిపోతాయ్ ఏమిటి మా గతి అని ఓ ఇదిగా ఏడ్చారు

పరమాత్మ అన్నాడు - సరే, అయోధ్యకు దగ్గరలోనే ఉన్న ప్రదేశానికొచ్చి మీ మీ ఆటలు, పాటలు పాడుకుంటూ ఉండండి. దగ్గరలోనే ఉంటారు కాబట్టి నాకన్నీ వినపడుతూనే ఉంటాయ్ అన్నాడీయన

అలా గంధర్వులు భూమ్మీదకు వచ్చేసి గుంపు గూడి పాటలు ఆటలు ఆడుకుంటూ ఉండేవాళ్ళు. ఆ రాజ్యం క్రమక్రమంగా సింధు రాజ్యమైపోయింది.

అయితే కాలమూ, ధర్మమూ మారుతూ ఉండటంతో, వీళ్ళల్లో కూడా విచ్చలవిడితనం పెరిగిపోయి ఆట, పాట ఆపి ఒళ్ళు కొవ్వు పెంచుకోసాగారు

పరమాత్మకు తెలియకపోతేగా? సమయమొచ్చినప్పుడు సంగతి తెలియపరుద్దాములేనని గుణపాఠం వాయిదా వేస్తూ వచ్చినాడు

ఆ సమయం ఇప్పుడు యుధాజిత్తు ద్వారా రప్పించినాడు

సరే, పిట్ట కథ వదిలి మళ్ళీ కథలోకి వెళ్ళిపోతే, భరతుడు అక్కడికెళ్ళేప్పటికి తాగుడు తందనాలు తప్ప ఇంకేమీ కనపడలా. రాజ్యమంతా అల్లకల్లోలంగా ఉన్నది. పరిస్థితి చెయ్ దాటిపోయింది. లాభం లేదని అందరినీ దడదడలాడించి, మళ్ళీ ఎక్కడ తోక ఝాడిస్తారోనని, అది వింటే అన్నయ్య మళ్ళీ ఆయన దగ్గరినుంచి మళ్ళీ ఇక్కడికే పంపిస్తాడేమోనని, చక్కదిద్ది పోదామని కొన్ని యేళ్ళు అక్కడే ఉండిపోయినాడు

గంధర్వులు బుద్ధి తెచ్చుకుని, తమ చరిత్ర గుర్తు తెచ్చుకొని మళ్ళీ ఆటలు పాటలు మొదలుపెట్టినారు.

ఇంతలో భరతుడికి ఇద్దరు కొడుకులు కలిగినారు

వారి పేర్లు తక్షక, పుష్కల

వాళ్ళు పెద్దవారైపోవటం, ఇక్కడంతా సద్దుకోవటంతో, భరతుడు మళ్ళీ అన్న దగ్గరికి వెళ్ళిపోదామని సింధు రాజ్యాన్ని రెండుగా విడగొట్టి ఒక భాగం తక్షకుడికి తక్షశిలగా, పుష్కలుడికి పుష్కలారకగా ఇచ్చి రామన్న దగ్గరికి వెళ్ళిపోయినాడు

తక్షకుడు స్వయంగా మహా మేధావి. అందువల్ల తక్షశిలను మేధావుల నగరంగా తయారు చేశినాడు.

పుష్కలుడు మహా శూలపాణి. ఆయుధవేత్త. అలా పుష్కలారాన్ని అతి బలవంతమైన ఆయుధ రాజ్యంగా తయారు చేశినాడు.

అక్కడ భరతుడు రామన్నను సేవించుకుంటూండగా, అవతారం చాలింపు సమయం దగ్గర పడటంతో యముడు రావటం, లక్ష్మణుడు దూర్వాసుణ్ణి అంత:పురం లోపలికి వదలటం, ఇక ఆ పైన సరయూ నదిలోకి అంతిమ ప్రస్థానం చేస్తూ తన రామచంద్రమూర్తి రూపాన్ని వైకుంఠానికి చేర్చేసుకున్నాడు పరమాత్మ.

అయ్యా, అమ్మా - అలా జరిగింది కథ

ఇది ఎప్పుడో, అల్లప్పుడెప్పుడూ కాళిదాసు రఘువంశం చదివినప్పుడు రాసుకొన్న కథ, నా కథ. మీరూ చదివి పావనమవుతారని ఇక్కడ వెయ్యటం. అంతే! ఓం తత్ సత్! జై శ్రీరామచంద్రకీ జై....

లోకాభిరామం శ్రీరామం భూయో భూయో నమామ్యహం!

రామాయణాన్ని ఎంతో మంది రాసారు, తిరగ రాసారుఅలా
రాసిన వారిలో కాళిదాసు కూడా ఉన్నాడు
ఆ కాళిదాసు రాసిన రామకథలోని కథే ఇది

ఓం తత్ సత్

మలి పలుకు

ఇలా అడపా దడపా రాసుకొన్నవి ఇంకా ఎన్నో ఎన్నెన్నో, లెక్కకు మిక్కిలిగా, ఇంకో ఎనిమిది వందల పేజీల వరకు ఉన్నా, నిడివి వల్ల, పాఠకుల మానసిక స్థితిని పదిలంగా అట్టిపెట్టాలన్న కోరిక వల్ల ఇక్కడితో ఈ సంకలనం సమాప్తం

చదివినవారందరికీ మన:పూర్వక ధన్యవాదాలు తెలియచేసుకుంటూ, ఎక్కడైనా మీ సమయం వ్యర్థం చేసానని కానీ, ఎందుకు చదివానురా భగవంతుడా అన్న విసుగు కలిగిస్తే కాని - స్వచ్ఛమైన మనసుతో క్షమాపణలు వేడుకుంటూ

మీ శ్రేయోభిలాషి

మాగంటి వంశీ మోహన్

వారి జీవనవిధానంతో నాకు ఆదర్శంగా నిలచి, ఎన్నో విధాలుగా ప్రోత్సహించి పుస్తకం పంపించగానే, విలువైన తమ సమయం వెచ్చించి, కూలంకషంగా చదివి నిష్కర్షగా అమూల్యమైన అభిప్రాయాలు వెలిబుచ్చి, తరువాయి వచ్చే పుస్తకంలో ఇక్కడ చేసిన తప్పులు దిద్దుకునేందుకు ఆలోచనావకాశం కలిపించిన

- సినీ గేయ రచయిత, ఆప్తమిత్రులు శ్రీ చైతన్యప్రసాద్
- ఆచార్యులు శ్రీ ఏల్చూరి మురళీధరరావు
- తానా అధ్యక్షులు శ్రీ జంపాల చౌదరి
- నాన్నా అని నన్ను ఆప్యాయంగా పిలిచే ఆచార్యులు డాక్టర్ శ్రీ పారనంది లక్ష్మీనరసింహం
- రేగడివిత్తులు నవలా రచయిత్రి సోదరి చంద్రలత
- అపర సంగీత సరస్వతి శ్రీమతి పంతుల రమ
- ఆప్తమిత్రులు శ్రీ పంతుల రఘు
- సంగీత ఆచార్యులు డాక్టర్ శ్రీ కొమాండూరి శేషాద్రి
- నేను అపరిమితంగా అభిమానించే డాక్టర్ గారు - శ్రీమతి లైలా యెర్నేని
- షాడో సృష్టికర్త శ్రీ మధుబాబు గారు

ఇక ఈ క్రింది వారిని పేర్కొనకపోతే ఈ పుస్తకానికి అర్థమే లేదు

వారి రచనలతో నాకు ప్రేరణగా నిలిచిన గురువులు శ్రీ డాక్టర్ కె.బి.గోపాలం, శ్రీ సుధామ, శ్రీ జె.కె.మోహనరావు, శ్రీ భైరవభట్ల కామేశ్వరరావు, శ్రీ పామర్తి సత్య, శ్రీ నల్లాన్ చక్రవర్తుల కిరణ్

ఇతరంగా, రోజువారీ విషయాలతో ఆలోచనలు రేకెత్తించిన మరి కొంతమంది మిత్రులు - సర్వశ్రీ - కూచిభొట్ల ఆనంద్, బాలాంత్రపు హేమచంద్ర దంపతులు, చంద్ర రెంటచింతల, రొంపిచర్ల భార్గవి, పరుచూరి శ్రీనివాస్, మండా కృష్ణమోహన్, నండూరి శశిమోహన్, శీలా వీర్రాజు దంపతులు, రవి ఇ.ఎన్.వి, భరద్వాజ్ వెలమకన్ని, సురేశ్ కొలిచాల, కిరణ్ ప్రభ, వలబోజు జ్యోతి, తాటిపాముల మృత్యుంజయుడు, భాస్కర్ కొలచన, విజయభాస్కర్ రాయవరం, సినీ గేయ రచయిత రామజోగయ్యశాస్త్రి, సినీ గేయ రచయిత శ్రీమణి, అనిల్ అట్లూరి, శ్రీ అట్లూరి, అఫ్సర్, ఇస్మాయిల్ పెనుకొండ, సురేశ్ కాజ, డాక్టర్ సావిత్రి, అంజని యలమంచిలి - ఇంకా లెక్కకు మిక్కిలిగా ఎందరో, ఇక్కడ స్థలాభావం వల్ల పేర్కొనని మరెందరో ఆత్మీయ మిత్రులు, గురుసమానులు, శ్రేయోభిలాషులందరకు లక్ష కోట్ల కృతజ్ఞతల వందనాలతో

సూచిక: కథ - పుట

౧ - 10	౨౧ - 240	౪౧ - 433
౨ - 19	౨౨ - 245	౪౨ - 437
౩ - 24	౨౩ - 249	౪౩ - 440
౪ - 31	౨౪ - 253	౪౪ - 444
౫ - 40	౨౫ - 257	౪౫ - 449
౬ - 49	౨౬ - 262	౪౬ - 457
౭ - 61	౨౭ - 266	౪౭ - 461
౮ - 66	౨౮ - 270	౪౮ - 466
౯ - 74	౨౯ - 276	౪౯ - 471
౧౦ - 78	౩౦ - 280	౫౦ - 476
౧౧ - 84	౩౧ - 283	౫౦ - 481
౧౨ - 89	౩౨ - 288	౫౧ - 487
౧౩ - 107	౩౩ - 293	౫౨ - 494
౧౪ - 132	౩౪ - 297	౫౩ - 504
౧౫ - 147	౩౫ - 300	౫౪ - 508
౧౬ - 193	౩౬ - 308	౫౫ - 518
౧౭ - 208	౩౭ - 319	౫౬ - 525
౧౮ - 213	౩౮ - 326	౫౭ - 530
౧౯ - 228	౩౯ - 333	౫౮ - 535
౨౦ - 233	౪౦ - 430	౫౯ - 541

సూచిక: కథ - పుట

౬౦	-	545
౬౧	-	549
౬౨	-	556
౬౩	-	561
౬౪	-	568
౬౫	-	573
౬౬	-	579

56036187R00330

Made in the USA
San Bernardino, CA
09 November 2017